செம்மொழித் தமிழ்: மொழியியல் பார்வைகள்

முனைவர் கோ. சதீஸ்

பரிசல்

செம்மொழித் தமிழ்: மொழியியல் பார்வைகள்
(Classical Tamil Linguistics Prespectives)

முனைவர் கோ. சதீஸ்©

முதல் பதிப்பு: டிசம்பர் 2021

வெளியீடு: பரிசல் புத்தக நிலையம்
235, 'P' பிளாக் MMDA காலனி
அரும்பாக்கம், சென்னை – 600 106.
பேச: 9382853646, 8825767500
மின்னஞ்சல்: parisalbooks@gmail.com

அச்சுக்கோப்பு: வி. தனலட்சுமி
அச்சாக்கம்: கம்ப்யூ பிரிண்டர்ஸ், சென்னை – 600 086.
பக்கம்: 14+210 = 224

விலை ரூ: 230

CHEMMOZHI TAMIL MOZHIYIYAL PAARVAIKAL
(Classical Tamil Linguistics Prespectives)

Author : Dr.G.Sathish©

First Edition: December 2021

Published by Parisal Putthaga Nilayam
No. 235, 'P' Block MMDA Colony
Arumbakkam, Chennai - 600 106.
Mobile: 93828 53646, 8825767500
Email: parisalbooks@gmail.com

DTP: V. Dhanalakshmi

Printed at: Compu Printers, Chennai - 86.

ISBN: ISBN : 978-93-91949-37-2

Pages: 14+210 = 224

Price Rs. 230

படையல்

தமிழ் மொழி இலக்கணம் குறித்து, தன் வாழ்நாள் முழுவதும் சிந்தித்தும், இலக்கணத்தில் ஈடுபடுவோர்களை ஊக்குவித்தும், வரும் மதிப்பிற்குரிய பேராசிரியர்கள் அனைவருக்கும்

பொருளடக்கம்

பதிப்புரை	v
வாழ்த்துரை	vi
இயலெனப்படுவது	viii
1. தமிழ் நெடுங்கணக்கில் ஐகாரம்	1
2. தமிழ்க் கல்வெட்டாய்வின் வரலாறு	35
3. பிராமிக் கல்வெட்டுகளில் ஒலிமாற்றங்கள்	45
4. வரலாற்றுநிலையில் இறவாக் கால உந்தீற்றுப் பொது முற்றுவினை	54
5. குறுந்தொகை சந்தி அமைப்பும் அடிநிலை இலக்கண உறவும்	68
6. தொல்காப்பியரின் எழுவாய் வேற்றுமையும் தொடரியல் அணுகுமுறைகளும்	96
7. திராவிட மொழிகளில் பால் எண் இயைபு	115
8. திராவிட மொழிக்குடும்பம் : எல்லிஸ் கருத்தாக்கம்	135
9. தொல்காப்பியம் கற்பித்தல் நெறி	148
10 திருக்குறள்: இயற்கைச் சூழலும் புலப்பாட்டு நெறியும்	158
11. 'வள்ளுவத்தின்' வழி திருக்குறள் ஆய்வுகள்	171
சுருக்கக்குறியீடுகள்	185
துணை நின்ற நூல்களும் கட்டுரைகளும்	186
பின்னிணைப்புக்கள்	192-210

A D. Campbell 1816, *Grammar of the Teloogoo Language*
F.W. Ellis' 1812, Commentary of Tirukkural on Virtue
திருக்குறள் சுகாத்தியார்1889,(Schoot) பதிப்பு
தமிழ்ப் பிராமிக் கல்வெட்டுகளின் எண்கள்
கலைச்சொற்கள்
சுட்டி (Subject Index)

பதிப்புரை

'சங்கத் தமிழ் மொழியியல் பார்வை' என்னும் நூல், முனைவர் கோ.சதீஸ் அவர்களின் முதல் நூல். இது தமிழ் இலக்கண ஆய்வு வரலாற்றில் ஒரு புது வரவு. மொழி குறித்த சிந்தனைகளை, வரலாற்றுக் கண்ணோட்டத்துடன் பலவகையான பொருள்களில் ஆராய்ந்தவிதம் புது முயற்சியாகும். ஐகாரம் தொடர்பான ஆய்வும், பிராமிக்கல்வெட்டு ஆய்வு வரலாறும், உந்தீற்றுவினை தொடர்பான ஆய்வும், சந்தி அமைப்பும் அதன் அடிநிலை இலக்கண உறவும் போன்ற சிக்கல் நிறைந்த ஆய்வுகளை இந்நூல் முன்வைத்துள்ளது. இலக்கணம், இலக்கியம் ஆகிய பொருண்மைகளை மொழியியல், வரலாற்றியல், சமூகவியல், மானிடவியல் ஆகிய பின்னணிகளில் பல புதுவிடயங்களை இந்நூல் விவரிக்கிறது. இந்நூலாசிரியர் இலக்கியம், இலக்கணம், மொழியியல் ஆகியவற்றில் பட்டம் பெற்றவர். தமிழ்நாடு மத்திய பல்கலைக்கழகம், சென்னை செம்மொழித் தமிழாய்வு மத்திய நிறுவனத்தில் பணியாற்றியவர், ஆதலால், கற்பித்தல் நோக்கிலும் ஆய்வுகள் அமைந்துள்ளன. மாணவர்கள் ஆய்வாளர்கள் இருவருக்கும் பயனளிக்கும் வகையில் இந்நூல் அமைந்துள்ளது. மேலும், இந்நூலின் மொழிநடை இலகுவாகவும் சிக்கல் நிறைந்த இடங்களில் குறியீடுகளைப் பயன்படுத்தியும் விளக்கியுள்ளார். இந்நூலிற்கு மொழியியல் பேரறிஞர் பேராசிரியர் செ.வை.சண்முகம் அவர்களும் தனது அணிந்துரையில் சுட்டியுள்ளார். இந்நூலின் ஆசிரியர் தமிழகத்தில் உள்ள பல தமிழ் அறிஞர்களிடம் நெருக்கமான தொடர்புகள் உள்ளதால் ஆய்வின் தரம் மேம்பட்டுள்ளது. குறிப்பாகச் சங்க இலக்கிய மொழி குறித்த ஆய்வினை இவர் முன்னெடுத்துள்ளது வரவேற்கதகுந்தது. தமிழ் ஆராய்விற்குத் துணைநிற்பது பதிப்பத்தின் நோக்கமாதலால், இந்நூலினை வெளியிடுவதில் பெருமை கொள்கிறோம்.

பரிசல் புத்தக நிலையம்
சென்னை

செ.வை. சண்முகம்
இயக்குநர் (ஓய்வு)
மொழியியல் உயராய்வு மையம்
அண்ணாமலைப் பல்கலைக்கழகம்

வரலாற்றுப் பார்வை நூல்

முனைவர் கோ. சதீஸ் எழுதிய "செம்மொழித் தமிழ் மொழியியல் பார்வைகள்" என்ற நூலைப் படிக்கும் வாய்ப்பு கிடைத்தது. அது பதினொரு கட்டுரைகள் கொண்டது. அவைகளில் திராவிட மொழி வரலாற்று ஒப்பிலக்கணம், பழந்தமிழ் மொழிஅமைப்பு, குறிப்பாக ஒலியனியல், புணரியல், தொடரியல் ஆகியவைகளைப் பற்றியவை நூற்பொருளின் ஆய்வுகள், வருணனை மொழியியல் நோக்கிலும், வரலாற்று மொழியியல் நோக்கிலும் விளக்குவன.

கல்வெட்டு ஆய்வு வரலாறும், திருக்குறள் ஆய்வுகள் என்னும் இரண்டு கட்டுரைகளும் ஆய்வு வரலாறாக அமைந்துள்ளன. முன்னது மொழியியல் வரலாற்றாய்வாகவும் பின்னது இலக்கிய ஆய்வாகவும் அதுவும் அண்மைக்கால ஆய்வு வரலாறாகவும் விளக்கப்பட்டிருப்பது சிறப்பானது. தொல்காப்பியம் கற்பித்தல் நெறித் தொடர்பான ஒரு கட்டுரையும், திருக்குறள் இலக்கிய ஆய்வுத் தொடர்பான ஒரு கட்டுரையும் இந்நூல் இடம்பெற்றுள்ளது. திருக்குறள் இலக்கிய ஆய்வுத்தொடர்பான அக்கட்டுரையின் தலைப்பு, 'இயற்கைச் சூழலும் புலப்பாட்டு நெறியின் அமைப்பும்' என்பது புதுமையானது. இயற்கைச் சூழலை மனிதன், தாவரம், விலங்கு என்று பிரித்துக் கொண்டு குறளில் வந்துள்ள தாவரங்களும் விலங்குகளும் இலக்கிய நோக்கில் விரிவாக விவரிக்கப்பட்டுள்ளது பாராட்டுவதற்கு உரியது.

தமிழ் எழுத்து மொழி ஆய்வில் ஐகாரம் ஔகாரம் பலரது கவனத்தையும் கவர்ந்த ஒன்று. குறிப்பாக ஐகாரம் தமிழ்ப்பிராமி கல்வெட்டுக்களில் பதிவு செய்யப்பட்ட விதம், அதன் மாற்று வடிவங்கள் ஆகியவை விரிவாக ஆராய்ந்துள்ளவை ஆய்வாளர்களுக்கு உதவியாக இருக்கும்.

செம்மொழித் தமிழ் தொடர்பான ஆய்வரங்குகளும் பயிலரங்களும் நிறைய நடைபெறும் இந்தக்கால கட்டத்தில் இந்த நூல் மொழியியல், வரலாற்றியல், இலக்கியவியல் கருத்துகளை மாணவர்கள் புரிந்துகொள்ளும்வண்ணம் எளிமையாகவும் நுண்மையாகவும் எழுதியிருப்பது வரவேற்கத்தகுந்தது.

இந்த நூலின் இன்னொரு பிடித்த செய்தி நூலின் படையல். அதாவது வருங்கால மாணவ சமுதாயத்துக்கு உதவும் நூல். இறந்தகால சாதனையாளரைச் சுட்டிக்காட்டி மாணவர்கள் கல்வி வாழ்க்கைக்கு வழி காட்டுகிறது.

''தமிழ் மொழி இலக்கணம் குறித்துதன் வாழ்நாள் முழுவதும் சிந்தித்தும் இலக்கணத்தில் ஈடுபடுவோர்களை ஊக்குவித்தும் வரும் மதிப்பிற்குரிய பேராசிரியர் அனைவருக்கும்'' என்ற படையல் வாசகம் உழைப்பு, ஊக்குவிப்பு என்ற இரண்டு பண்புகளைச் சுட்டிக்காட்டி இளம் தலைமுறையினரை வழி நடத்துகிறது.

எழுத்துப் பணியைத் தொடர்ந்து இன்னும் பல நூல்கள் வெளியிடுவதோடு கல்வி வாழ்க்கையிலும் நல்ல வாய்ப்புப் பெற்று உயர என் அன்பு வாழ்த்துகள்.

செ.வை.சண்முகம்
அண்ணாமலைநகர்

இயலெனப்படுவது

இயல் என்பது இலக்கணம், என்பார் நச்சினார்க்கினியர். இந்நூலில் உள்ள கட்டுரைகள் அனைத்தும் ஒரு வகையில் இலக்கணத்தோடு தொடர்புடையவையாக இருந்தாலும். அதனை நுண்மையாகப் பிரித்துப் பாக்கலாம். **ஐகாரம்** தொடர்பான கட்டுரை வரிவடிவம் மற்றும் நெடுங்கணக்கோடு தொடர்புடையது. பிராமிக்கல்வெட்டு ஆய்வின் வரலாறு மொழியோடும் தொல் வரிவடத்தோடும் தொடர்புடையது. பிராமிக் கல்வெட்டில் காணாப்படும் ஒலி மாற்றம் கணக்கில் எடுத்துக்கொண்டு ஏன் இவ்வகையான மாற்றம் நிகழவேண்டும் என விவாதிக்கப்பட்டுள்ளது. சங்கப் பாடல்களில் குறிப்பாகப் புறநானூற்றில் பதிவாகியுள்ள உந்தீற்று இறவாக்கால முற்றுவினை தொடர்பாகவும் குறுந்தொகைப் பாடல்களில் காணப்படும் லகர ளகர சந்தி அமைப்பும் அதன் அடிநிலை இலக்கண உறவு குறித்தும், எழுவாய் வேற்றுமைத் தொடர் குறித்தும், திராவிட மொழிகளில் காணப்படும் பால் எண் இயைபு தொடர்பான கால்டுவெல்லின் கருத்தாக்கம் தொடர்பாகவும், திராவிட மொழி ஆய்வின், முன்னோடியான எல்லீஸின் திராவிடமொழிக் கருத்தாக்கமும், தொல்காப்பியம் கற்பித்தல் நெறி தொடர்பாகவும், திருக்குறளில் காணப்படும் இயற்கை எவ்வாறு கருத்துப் புலப்பாட்டிற்கு உதவுகின்றது என்பதும் வள்ளுவம் இதழில் வந்த ஆய்வுகள் குறித்த மதிப்பீடுகளும் இந்நூலில் விவாதிக்கப்பட்டுள்ளன. இந்நூலில் விவாதிக்கப்பட்ட பொருள், சங்க இலக்கிய மொழியோடு நெருக்கமான தொடர்புடையது. அமைப்பு அடிப்படையிலும் செயற்பாட்டு அடிப்படையிலும் விளக்கப்பட்டுள்ளன.

ஐகாரம் தொடர்பான கட்டுரை, செம்மொழித் தமிழாய்வு மத்திய நிறுவனத்தில் மொழியியல் துறையில் பணியாற்றிய காலத்தில் உருவாக்கப்பட்டது. பேராசிரியர் இரா.கோதண்டராமன் (ஆர்.கோ.) அவர்கள் அத்துறை தலைவராகப் பொறுப்பில் இருந்தார். அப்போது

அவரிடம் பணியாற்றும் வாய்ப்புக் கிடைத்தது. அந்த நாட்கள் எனக்கு நன்றாக நினைவிருக்கிறது. அவரிடம் சேர்ந்து பணியாற்றும் தொடக்க நாளுக்குச் சில தினங்களுக்கு முன்பாகவே எங்களை அழைத்து, 'இந்தத் துறைக்கென்று சில கொள்கைகள் உள்ளன. அதனைப் பின்பற்றுவதாக இருந்தால் இந்தத் துறையில் பணியாற்றுங்கள் இல்லை எனின் வேறு துறைக்கு மாற்றிக் கொள்ளுங்கள்' என்றார். ஒவ்வொருவரும் சில தலைப்புகளை எழுதிக்கொண்டு அவரிடம் காட்டினார்கள் நான் பிராமிக் கல்வெட்டின் மொழி அமைப்பினை ஆய்வு செய்யவேண்டும் என்னும் எண்ணத்துடன் ஓர் ஆய்வுச் சுருக்கத்தினை எழுதிக் காண்பித்தேன். சரி வேறு திட்டம் ஏதேனும் வைத்திருக்கிறாயா? என்றார். (நான்) இது சரி இல்லை என்றால் சங்க இலக்கியத்தின் பொருண்மை அமைப்பினை ஆய்வு செய்கிறேன் என்றேன். அவர் உடனே 'நீ எதைச் செய்தால் (Concrete Contrubution)ஆக இருக்கும் என்று நினைக்கிறெ' என்றார். நான் உடனே கல்வெட்டில் உள்ள மொழி அமைப்பினைத் தொடர்ச்சியாக ஆராய்ந்து அதன்பின் தமிழ் மொழிக்கு ஒரு விரிவான வரலாற்று இலக்கணம் (Historical Grammar based on Tamil Inscription) எழுத வேண்டும் என நினைக்கிறேன் என்றேன். அவர் உடனே (ok) அப்ப நா(ன்) உன்னோட திட்டத்தை ஏற்றுக் கொள்கிறேன் என்று சொன்னதோடு மட்டும் அல்லாமல், (G.S.Gai) கெயினுடைய கன்னடா கிராமர் படி, கொரடா மகாதேவ சாஸ்திரியின் தெலுங்கு கிராமர் படி, பம்ப பாரதம் என்னும் நூலைத் தேடிப்பிடித்துப் படி என்றார். நான் அதனைத் தொடர்ந்து கல்வெட்டு மொழியை யார் யார் எல்லாம் மொழி ஆய்வுக்குப் பயன்படுத்தியுள்ளார்கள் எனத் தேடி ஒரு பட்டியல் தயார் செய்தேன். அந்தக் குறிப்புகளை வைத்துக்கொண்டு பிராமிக் கல்வெட்டு ஆய்வின் வரலாறு எழுதினேன். அதன்பின் சில பிராமிக் கல்வெட்டுகளைச் சொல்லடைவு செய்து கொண்டு காட்டினேன் அவர் அதில் பதிவாகியுள்ள ஐகாரம் தொடர்பான சொற்களையும் அதற்கு முன்பின் வரும் ஒலிகளையும் தொகுத்து வரச்சொன்னார். உடனே நீ தற்போது இந்த ஐகாரம் தொடர்பாக ஆய்வு செய்தவர்களைப் படித்துப் பார்த்து அதனை மொழி ஆய்வுக்கு உட்படுத்திப் பார்க்கலாம் என்றார். கொண்டல் சு.மகாதேவன் இதனைத் தொடர்ந்து பேசி வந்ததாகக் குறிப்பிட்டார். இப்படித்தான் ஐகாரம் தொடர்பான ஆய்வு தொடங்கியது.

மரபிலக்கணம் என்ன சொல்கிறது என்பதை முதலில் தெரிவித்துவிட்டு, மொழியியல் ஆய்வின் அடிப்படையில் உட்படுத்துபோது ஐகாரம் நெடில் ஒலியாக இல்லை என்பதும் மரபிலக்கணமும் அதனை வேறுவகையில் விளக்குகிறது என்பதும் கண்டறியப்பட்டது. அப்போது ஐகாரம் தொடர்பாகக் கட்டுரை எழுதியவர்கள் பட்டியலைத் தயார் செய்தேன். அதில் எனக்குத் தேவையான கட்டுரைகளைப் படிக்கத் தொடங்கினேன். ஆர்.கோ. தன்னுடைய கட்டுரையைக் கொடுத்தார். அந்தக் கட்டுரை புதுவை மொழியியல் பண்பாட்டு நிறுவனத்தின் (PILC) ஆய்வு இதழில் வந்தது. அது போல் ஐகாரம் தொடர்பான தொ.பொ.மீ.யின் கட்டுரையும் பாண்டுரங்கன் அவர்களின் கட்டுரையும் Journal of Tamil Studies என்னும் இதழில் வந்தது. அதனை நண்பர், புதுவை சரவணன் எனக்கு எடுத்துக் கொடுத்தார். தெ.பொ.மீ.யின் கட்டுரையை மறுத்து அ.சுப்பையா என்பவர் ஓர் கட்டுரை எழுதியிருந்தார். இந்தக் கட்டுரைகளிலிருந்து வரிவடிவம் தொடர்பாகவும், இந்திய எழுத்துமுறை தொடர்பாகவும், அறிந்துகொள்ள முடிந்தது. அந்தக் காலப் பகுதியில் பேரா.கா.ராஜன் அவர்களின் பொருந்தல் அகழ்வாய்வில் கிடைத்த பானை ஓட்டின் எழுத்து, அறிஞர்களிடம் பிரபலமாகப் பேசப்பட்டு வந்தது. அந்த எழுத்து எழுதப்பட்ட காலம் கி.மு.5ஆம் நூற்றாண்டு என வரையறுக்கப்பட்டிருந்தது. இந்தப் பின்னணியில் ஐகாரம் தொடர்பான கட்டுரை மூன்றுமாத காலம் அவரிடம் தொடர்ச்சியான விவாதத்தின் அடிப்படையில் 2011 டிசம்பரில் முடிவு செய்து 2012 ஜனவரி 5ஆம் நாள் செம்மொழிக் கருத்தரங்கில் வாசிக்கப்பட்டது. அதன்பின் ஐகாரம் தொடர்பாக ஒரு நீண்ட ஆய்வுக் கட்டுரையாக (Monograph) எழுதும்படி ஆர்.கோ. பணித்தார் அதுதொடர்பான பணி நடைபெற்று வருகிறது விரைவில் அது தனி நூலாக வரும் என எதிர்பார்க்கிறேன்.

பிராமிக் கல்வெட்டுத் தொடர்பான ஆய்வு ஐகாரத்தால் சற்று தேக்கம் அடைந்தது. இருந்தும், அதில் இரண்டு கட்டுரைகள் மட்டும் எழுதமுடிந்தது. பிராமிக் கல்வெட்டுகளைப் படிக்கக் கற்றுக்கொள்ள நல்ல வாய்ப்பாக அமைந்தது. தமிழ்க் கல்வெட்டின் ஆய்வு எங்கிருந்து தொடங்குகிறது என எண்ணியபோது அதன் வரலாற்றை ஆராய்ந்து எழுத முற்பட்டேன். பிராமிக் கல்வெட்டு, கண்டுபிடிக்கப்பட்டுச் சில 10ஆண்டுகளிலே அது தொடர்பான ஆய்வுகள் வளரத்தொடங்கி

உள்ளன. குறிப்பாக **ஹரிப்பிரசாத் கிருஷ்ணசாஸ்திரி** பிராமிக் கல்வெட்டுகளின் மொழித் தொடர்பான ஆய்வைத் தொடங்கிவைக்கின்றார். அதனைத் தொடர்ந்து பல நிலைகளில் கல்வெட்டுகள் மொழி ஆய்வுக்கு உட்படுத்தப்பட்டதைத் தமிழ்க் கல்வெட்டு ஆய்வின் வரலாறு என்னும் கட்டுரை சுட்டுகிறது.

பிராமிக் கல்வெட்டு மொழிகளில் காணப்படும் மொழி பேச்சுவழக்கு நடையில் அமைந்துள்ளது. ஆகவே அந்த மொழியில் காணப்படும் ஒலிமாற்றங்கள் தொடர்பாகப் பேரா.ஆர்.கோ. அவர்களிடம் விவாதித்தேன் அவர் வழங்கிய நெறிப்படி அமைந்ததே மூன்றாவது கட்டுரை ஆகும்.

வரலாற்று நிலையில் இறவாக் கால பொது வினைமுற்று என்னும் கட்டுரை கே.என்.சிவராசபிள்ளை அவர்களின் உந்து என்னும் இடைச்சொல்லின் பிரயோகம் அல்லது புறநானூற்றின் பழமை என்னும் நூலைப் படிக்கும்போது ஏற்பட்டது. சங்க இலக்கியத்தை ஆய்வு செய்த அறிஞர்களின் ஆய்வு முறைகள் தொடர்பாக ஒரு கட்டுரை உருவாக்கியிருந்தேன். அதன் பொருட்டு சிவராஜபிள்ளை நூலினை மீண்டும் படிக்கும் வாய்ப்புக் கிடைத்தது. பேரா. ஆர்.கோ. அவர்களுடைய *தமிழெனப்படுவது* என்னும் நூலில் *செய்யும்* வாய்பாடு பற்றியும் *செய்யுந்து* வாய்பாடு பற்றியும் இரு கட்டுரைகள் எழுதியிருந்தார். அதனையும் சிவராஜ பிள்ளையையும் ஒப்பிட்டுப் பார்க்கும் போது இரண்டிலும் அடிப்படை வேறுபாடு இருப்பதைக் கண்டேன். அதுதொடர்பாக எழுதிக் கொண்டிருந்தேன். அது செம்மொழி நிறுவனத்தில் மொழித்தொழில் நுட்பத் துறையில் நடந்த கருத்தரங்கில் வாசிக்கப்பட்டக் கட்டுரை. அக்கருத்தரங்கில் என்னைத் தேர்வு செய்த நண்பர், முனைவர் கோ.பழனிராஜன் அவர்களுக்கு என் நன்றி

குறுந்தொகையில் காணப்படும் சந்தி அமைப்பும் அதன் அடிநிலை இலக்கண உறவுகளை வெளிக்கொணரும் வகையில் ஓர் கட்டுரை அமைந்துள்ளது. பதப்புணர்ச்சியில் சொல்லின் இறுதியும் முதலும் இணையும் நிலையில் ஏற்படும் மாற்றங்களுக்கு அதன் அடிநிலையில் உள்ள இலக்கண உறவே காரணம். சந்தி என்னும் இலக்கணம் ஒற்றுமிகுதல் என்னும் கருத்தையே முன்நிறுத்தப் படுகிறது. சந்தியில் மாற்றம் அடையாமல் இயல்பாகவும், திரிந்தும், கெட்டும்

அமைவதும் சந்தியே. இவ்வகையான மாற்றத்திற்கும் இயல்புக்கும் அதன் அடிநிலை இலக்கண உறவே முதன்மை காரணமாகும். இக்கட்டுரைக்குக் காரணமாக இருந்த பேரா.இரா. அறவேந்தன் அவர்களுக்கும் செம்மையாக அமைய கருத்துரைகள் வழங்கிய பேரா.பெ.மாதையன் அவர்களுக்கும், பேரா.இரா.சம்பத் (புதுவை மொழியியல் பண்பாட்டு ஆராய்ச்சி நிறுவனம்) அவர்களுக்கும் என் நன்றி.

எழுவாய் வேற்றுமை குறித்து, தொடர்-பொருண்மையியல் (Syntactico-Semantico study) நோக்கில் சங்கப்பாடல்களில் காணப்படும் தொடர் அமைப்பினைச் சுட்டிக்காட்டி விளக்கப்பட்டது ஆறாம் கட்டுரையாக அமைந்துள்ளது. இந்த ஆய்விற்கு அரணாக இருந்த நண்பர்கள் முனைவர் சு.சரவணன், முனைவர் க.இ.கோபாலதேசிகன் ஆகியவர்களுக்கு என் மனமார்ந்த நன்றி.

திராவிட மொழிகளின் பால் எண் இயைபு தொடர்பாக, கால்டுவெல்லின் கருத்தாக்கம் குறித்து ஒரு கட்டுரையும், திராவிட மொழிக் குடும்பம் தொடர்பான கருத்தாக்கத்தை உருவாக்கிய எல்லிஸின் கருத்தாக்கம் பற்றி ஒரு கட்டுரையும் இந்நூலில் இடம்பெற்றுள்ளன. தமிழ்நாடு மத்திய பல்கலைக்கழகத்தில் பணிக்கு வந்த பிறகு (2012-2013), தொல்காப்பியம் களவியல் கற்பியல் நடத்திக் கொண்டிருந்தேன். களவியல் கற்பியல் இரண்டையும் மாணவர்களுக்கு எவ்வாறு கற்பிப்பது, எவ்வாறு எளிமை ஆக்குவது இரண்டையும் ஒப்பிட்டு அதன் அமைப்பு எவ்வாறு ஒன்றாக உள்ளது என்பன போன்றவைகளை விளக்கத் திட்டமிட்டு இருந்தேன். தமிழ்நாடு மத்திய பல்கலைக்கழகத்தில் செம்மொழித் தமிழ் மாணவர்களுக்கு விரிவான முறையில் இலக்கணம் கற்பிக்கப்பட்டது. அவர்களுக்குப் பாடம் நடத்தும்போது பல அய்யங்களும், பல விதமான அணுகுமுறைகளும் என் மனதில் இருந்தது. அதனை அடிப்படையாக வைத்துக் கட்டுரை எழுதத் தொடங்கினேன். அமைப்பியலை அடிப்படையாகக் கொண்டு இந்தக் கட்டுரையை எழுதினேன். அந்தக் கட்டுரை இன்னும் முடிந்து விட்டதாக நான் நினைக்கவில்லை. அதில் தொடர்ந்து ஆய்வு செய்ய வேண்டியுள்ளது.

திருக்குறளும் இயற்கைச் சூழலும் என்னும் தலைப்பில் அமைந்த கட்டுரை பத்தாவது கட்டுரையாகும். அந்தக் கட்டுரை எழுதும்போது செவியர் தனிநாயகம் அடிகளின் (*Landscape and Poetry. A Study of Nature in Classical Tamil Poetry*) என்னும்

நூலைப் படித்துக்கொண்டிருந்தேன் உடனே எனக்குத் திருக்குறளில் குறிப்பிடப்பட்டுள்ள இயற்கைப் பொருளைக் கண்டறிந்து அது எந்த வகையில் கருத்துப் புலப்பாட்டிற்குப் பயன்படுகிறது எனத் திட்டமிட்டு, அதற்கான தரவுகளைத் தேடினேன் பிறகு வகைப்படுத்திக் கட்டுரையாக எழுதியுள்ளேன். இந்த கட்டுரை ஆக்கத்தின் போது உதவிய என் மாணவர் ந.சிவாவுக்கு (தமிழ்நாடு மத்திய பல்கலைக் கழகம்) நன்றி.

வள்ளுவம் இதழில் வெளியான கட்டுரைகள் குறித்து வகை தொகை செய்து ஒரு கட்டுரையும் இறுதியாக இடம்பெற்றுள்ளது. இக்கட்டுரை வள்ளுவம் இதழில் வெளியான ஆய்வுக் கட்டுரைகள் பற்றி விளக்கியுள்ளது. இதற்கு அடிப்படைக் காரணமாக இருந்த பேரா.இரா.அறவேந்தன் அவர்களுக்கும், இந்த ஆய்விற்கு வள்ளுவம் இதழினை வழங்கிய திருக்குறள் பண்பாட்டுப்பேரவை செயலர் திரு.சு.இராசாராம் அவர்களுக்கும், பேராசிரியர் இரா.சாரங்கபாணி ஐயா துணைவியார் அவர்களுக்கும் என் நண்பர் திரு.துரைமுருகன் அவர்களும் என் மனமார்ந்த நன்றி.

இந்தக் கட்டுரைகளை நூலாக்கம் செய்யும் காலத்தில் இதற்கு முதன்மை காரணமாக இருந்தவரும் கட்டுரைகளைப் படித்து விவாதித்துச் செம்மை செய்து ஆற்றுவித்தவரும், இந்தியக் குடியரசுத் தலைவர் வழங்கும் மிக உயரிய விருதான தொல்காப்பியர் விருதினைப் பெற்றவரும், இந்நூலிற்கு நல்லதோர் வாழ்த்துரை நல்கியவருமான **மூத்த மொழியியல் அறிஞர் செ.வை.சண்முகனார்** (இயக்குநர் (ஓய்வு), மொழியியல் உயராய்வு மய்யம், அண்ணாமலைப் பல்கலைக்கழகம்) அவர்களுக்கு என் நன்றியைத் தெரிவித்துக்கொள்கிறேன். அவர் வாழ்த்துரை வழங்கியதை மிகப் பெருமையாகக் கருதுகிறேன். நான் வேலை இல்லாமல் இருந்த காலத்தில் அவரின் அன்பால் தம்பால் இணைத்துக் கொண்டவர். மிக உரிமையோடு பழகுவபர். திட்டமிடுதல், நேரமேலாண்மை போன்ற பல நல்ல குணங்களை அவரிடமிருந்து கற்றுக் கொண்டேன். அவரிடம் செல்பவர்களுக்கு அறியாமை மட்டும் அல்ல, வறுமையும் நீங்கும்.

வாழ்க்கைக்கும் ஆய்விற்கும் ஆற்றுப்படுத்துகிற என் அன்பிற்கினிய பேராசிரியர் **க.பாலசுப்பிரமணியன்** (இயக்குநர் (ஓய்வு), மொழியியல் உயராய்வு மய்யம், அண்ணாமலைப் பல்கலைக்கழகம்), அவர்களுக்கும் என் மனமார்ந்த நன்றியைத் தெரிவித்துக் கொள்கிறேன்.

ஆராய்ச்சி மனப்பான்மையை அடுத்த தலைமுறைக்கு வளத்தெடுத்து வரும் இலக்கணக்காதலர் பேரா.கி.நாச்சிமுத்து அவர்களுக்கும், என் ஆசானும், கி.இரா.சங்கரன், அவர்களுக்கும், என் தங்கைக்கும் தங்கை கணவர் திரு.கா.முருகன் (சிங்கப்பூர்) அவர்களுக்கும் என் மனமார்ந்த நன்றியைத் தெரிவித்துக் கொள்கிறேன்.

இந்த நூலின் சில கட்டுரையின் ஆய்வுப் பகுதிகளைப் பலமுறை திருத்தியும் ஆய்வில் என்னை நெறிப்படுத்தி வரும் பேரா.ஆர்.கோதண்டராமன் அவர்களுக்கும் என் பணிவான நன்றி.

ஆய்வுத் தொடர்பான தரவுகளை நல்கிய என் நண்பர்கள் முனைவர் இரா.வெங்கடேசன், முனைவர் த.சரவணன், முனைவர் கோ.உத்திராடம் ஆகிய என் நண்பர்களுக்கும், இந்த நூலிற்குப் பெய்யொப்புத் திருத்தும்போது உதவிய முனைவர் இரா.ஆனந்தகுமார்க்கும், இந்நூலினை வெளியிட முன்வந்த பரிசல் புத்தக நிலையத்தார்க்கும், அதன் உரிமையாளர் தோழர் திரு.சிவசெந்தில்நாதன் அவர்களுக்கும் என் மனமார்ந்த நன்றி.

என் கல்லூரி, பல்கலைக்கழகப் பேராசிரியர்களுக்கும் இந்த நேரத்தில் என் மனம் மொழி மெய்களால் என் பணிவான வணக்கத்தைத் தெரிவித்துக்கொள்கிறேன்.

சீர்காழி   கோ.சதீஸ்
18.12.2021

1

தமிழ் நெடுங்கணக்கில் ஐகாரம்

மரபிலக்கணக் கோட்பாட்டு நிலையும் மொழியியல் அணுகுமுறையும்

1.1 தமிழ் நெடுங்கணக்கில் ஐகாரம்

வரிவடிவம் (Grapheme System), ஒலியன் வடிவம் (Phonemic System) என்னும் இருவகையான பண்புகளை எழுத்தியல் ஒருங்கே கொண்டிருக்கும். தமிழில் எழுத்தியலின் ஒலிவடிவம் (Phonological System) தமிழர்களிடம் வழங்கப்பட்டு வந்தது என்றும் ஆனால், வரிவடிவத்தில் அறிஞர்களிடையே கருத்து வேறுபாடுகள் உண்டு. இந்தியத் துணைக்கண்டம் முழுமைக்கும் பிராமி என்னும் எழுத்துமுறை (வரிவடிவம்) பின்பற்றபட்டுள்ளது. இவ்வடிவத்தில் வடபகுதிக்கும் தென்பகுதிக்கும் சில வேறுபாடு உள்ளதால் வடபிராமி, தமிழ்ப்பிராமி என இரு வகையாகப் பிரிக்கப்பட்டுள்ளது. கால மாற்றத்திற்கு ஏற்ப வடஇந்திய மற்றும் தென்னிந்திய மொழிகளில் சில மாற்றமும் வளர்ச்சிப் போக்கும் ஏற்பட்டு ஒவ்வொரு மொழியும் தனக்கான வரிவடிவத்தைச் சிறுசிறு மாற்றங்களுடன் மாற்றி அமைத்துக் கொண்டன. ஐகாரம், ஔகாரம் என்னும் எழுத்தொலியன்கள் தொல்திராவிடத்தில் ஏற்றுக் கொள்ளப்படுவது இல்லை. தொல்திராவிடத்தில் 10 உயிர் ஒலியன்கள் மட்டுமே உள்ளன (Subrahmamyam, 2008: p.50). தொல்காப்பியம் ஐகாரம் தொடர்பாக இரட்டைக் கருத்து நிலையை முன்வைத்துள்ளது . அகர இகரம் (அ+இ) ஐகாரம், அகர உகரம் (அ+உ)ஔகாரம் ஆகிய இரண்டும் கூட்டொலிகளாகக் (Diphthongs) கருதப்படுகின்றன. தமிழில்

இதுபோன்ற உயிர்க்கூட்டொலிகள் அளபெடையைத் தவிரப் பிற இடங்களில் வருவதற்கான சாத்தியப்பாடுகள் இல்லை. இங்கும் நெடிலை அடுத்துக் குறில் மயங்கும் நிலையே காணப்படுகிறது. தமிழ்மொழியில் குறில்உயிர்கள் தம்முள் மயங்குவது இல்லை. இதுபற்றித் தொல்காப்பியம் நச்சினார்க்கினியர் மேற்கோளில் **இறுதியும் முதலும் உயிர்நிலை வரினே, உறுமென மொழிப உடம்படு மெய்யே** (தொல்.எழுத்து. நச்.1972:மேற்கோள் 140 உரை) என ஒரு நூற்பா சுட்டப்படுகிறது. தொல்காப்பிய நூன்மரபில் மெய்ம்மயக்கம் பற்றி விரிவாகப் பேசப்படுகிறது. ஆனால், உயிர் மயக்கம் பற்றிப் பேசப்படவில்லை. இந்த இரு (ஐ, ஔ) ஒலிகளும் சமஸ்கிருத மொழியில் வழங்கி வந்த கூட்டு உயிர் ஒலிகளாகக் கருதப்படுகின்றன. தொல்காப்பியத்தில் உயிரொலிகளின் வரையறுப்பில் **ஔகாரம் இறுவாய், பன்னீர் எழுத்தும் உயிர் என மொழிப** (தொல்.எழுத்து, 8) என்னும் நூற்பாவைக் கொண்டு, தமிழ் நெடுங்கணக்கில் தொல்காப்பியருக்கு முன்பே இவ்வொலிகள் இணைக்கப்பட்டு, அறிஞர்களால் ஏற்றுக்கொள்ளப்பட்ட எழுத்துமுறையாக இருந்துள்ளது. தொல்காப்பியத்தில் ஐகாரம் எவ்வாறு சுட்டப்பட்டுள்ளது என்பதும் கருத்தில் கொள்ளத்தக்கது.

1.2 ஐகாரம் பற்றி மரபிலக்கண அணுகுமுறை

தொல்காப்பியத்தில் வரையறுக்கப்பட்ட ஐகாரம் தொடர்பான கருத்துக்களைப் பின்வருமாறு வரையறுக்கலாம். ஒலியன் நிலையிலும், சந்தியிலும், உருபன் நிலையிலும் இயங்குவதைத் தொல்காப்பியம் விவரித்துள்ளது. (காண்க: இணைப்பு-1) ஐகாரம் தொடர்பான நூற்பாக்கள் தொகுக்கப்பட்டு அதன் அடிப்படையில் பின் வரும் கருத்துக்கள் சுட்டப்பட்டுள்ளன.

1.2.1. ஒலியன்நிலை (Phoneme)

ஐகாரம், ஔகாரம் இணைந்த 12 எழுத்துக்களும் உயிர் எழுத்துக்கள் (தொல்.எழுத்து.8), ஐகாரம் இரண்டு மாத்திரை ஒலிக்கக்கூடிய நெடில் ஒலிகளுடன் சேர்த்து எண்ணப்பட்டுள்ளன

(தொல்.எழுத்து.4), 12 உயிர் எழுத்துக்களும் மொழி முதலில் இயங்கும் (தொல்.எழுத்து.26), ஐகாரம் ஒரு மாத்திரை அளவினதாகவும் ஒலிக்கும் (தொல்.எழுத்து.57), ஐகார ஔகாரத்திற்கு முறையே இகர உகரங்கள் அளபெடையாக வரும் (தொல்.எழுத்து.9), நெட்டெழுத்தாகிய ஐகார, ஔகாரம் முறையே அகர இகரம் மற்றும் அகர உகரச் சேர்க்கையால் உருவான உயிரெழுத்தாகும் (தொல்.எழுத்து.21,22), அகரத்தைத் தொடர்ந்து யகர ஒற்று இணைந்தும் ஐ என்னும் நெடில் தோன்றும் (தொல்.எழுத்து.23), சகர மெய்யைத் தொடக்கமாகக் கொண்ட சொல் அகரம், ஐகாரம், ஔகாரம் ஆகிய ஒலியுடன் இணைந்து மொழிமுதலில் வராது (தொல்.எழுத்து.29), ஔகாரம் உட்பட 12 எழுத்துக்களும் உயிர் எழுத்துக்கள் ஆகும் (தொல்.எழுத்து.8).

*1.2.2. சந்தி, (***Morphophonemic***)*

*உயிர் ஈற்றுப் புணர்ச்சியில் ஐகார ஈற்றுச்சொற்கள் இணையும் நிலையில்; சொல்லின் இறுதியில் ஐகாரம் செயப்படுபொருள் வேற்றுமையாக (*objective case Marker*) வந்து வருமொழி முதலில் கசதப என்னும் வல்லினம் (*Plosives*) வரின் இன ஒற்று மிகும் (தொல்.எழுத்.280), விசை, நெமை, நமை ஆகிய ஐகார ஈற்று மரப்பெயரைத் தொடர்ந்து வல்லினம் வரினும் மெல்லொற்று மிகும் (தொல்.எழுத்து.282), பனை என்னும் ஐகார ஈற்றுச் சொல்லைத் தொடர்ந்து அட்டு என்னும் சொல் வரின் ஐகாரத்தை இழந்து பனாட்டு என மாறும் (தொல்.எழுத்து.284), (பனய்+அட்டு, பன+அட்டு, (=அ+அ இணைந்து நெடிலானதாக எடுத்துக்கொள்ள தெ.பொ.மீ.யின் கருத்து இடம் தருகிறது. அ+அ > ஆ; அ+இ >ஐ.) பகல் என்ற சொல்லில் உள்ள ககர மெய் மறையும் பொழுது இரு அகர உயிர்களும் இணைந்து ஆகாரமாககின்றன. (பகல் > ப்அஅல் > பால்) குகைக் கல்வெட்டுக்களில் இவ்வகையான சான்றுகள் உள்ளன. (தெ.பொ.மீ.2007:ப.74)[1] இது இக்கட்டுரையில் கூறப்பட்ட நச்சினார்க்கினியர் கருத்திற்கு முரணாக உள்ளது.)*

1.2.3. *உருபன்நிலை (***Morphologhy***)*

உருபனியல் அடிப்படையில்; சுட்டெழுத்துடன் வரும்

1.செய்தான் என்பது செய்த+அன் ஆகும். ஆஅன் என்பது ஒன் எனவும் வருகிறது. இது தொல்காப்பியருக்கு ஏற்புடையதே. தெ.பொ.மீ. 2007:ப.49)

ஐகாரத்திற்கு இடையில் வற்றுச் சாரியை தோன்றும் (தொல்.எழுத்.281), ஐகாரம் வேற்றுமை உருபாக நிற்கும் போது சில நிலைகளில் அகரமாக மாறும் இது கிளைமொழியாக (dialect form)[2] இருக்க வாய்ப்புள்ளது (தொல்.சொல்.592), ஐகார ஈற்று உயர்திணைப் பெயர் விளி ஏற்கும் நிலையில் ஐ >ஆய் ஆக மாறும் (தொல்.சொல்.606). மேற்கண்டவாறு தொல்காப்பியம் ஐகாரம், (ஔகாரம்) தொடர்பான கருத்துக்களைச் சுட்டியுள்ளதால் தொல்காப்பியத்திற்கு முன்பே தமிழில் மிகப் பெரும்பான்மையாக இந்த எழுத்தொலிகள் பரவியதை இது உணர்த்துகிறது. *அகர இகரம் ஐகரம் ஆகும் என்னும் நூற்பாவிற்கு; இது போலி எழுத்து ஆமாறு உணர்த்துதல் நுதலிற்று, அகரமும் இகரமும் கூட்டிச் சொல்ல ஐகாரம் போல ஆகும். ஐயர், அஇயர் என வரும்.* (இளம்) *இது சில எழுத்துக்கள் கூடிச் சில எழுத்துக்கள் போல இசைக்கும் எழுத்துப் போலி கூறுகின்றது ஐவனம், அஇவனம் என வரும் ஆகுமென்றதனால் இஃது இலக்கண மன்றாயிற்று.* (நச்சி) என முறையே இளம்பூரணரும், நச்சினார்க்கினியாரும் குறிப்பிட்டுள்ளனர். ''*அம்முன் இகரம் யகரம் என்றிவை / எய்தின் ஐயொத் திசைக்கும் அவ்வொடு/ உவ்வும் வவ்வும் ஔவோ ரன்ன*'' நன்னூலார், ''*ஐவனம் அஇவனம், அய்வனம் எனவும் மௌவல் மஉவல், மவ்வல் எனவும்*'' கூழங்கை தம்பிரான் உரை. ''*ஐ, ஔ, என்பவை குறினெடில் நடுவாம் / இவற்றினொன்றொன் றொன்றரை மாத்திரை*'' வண்ணச்சரபம் தண்டபாணி சுவாமிகள் ''*அகரமும் யகரமும், இகரமும் தம்முள் ஒத்திசைத்து நிற்ப தொன்றாகலின், எகர ஏகாரங்களின் பின்னர் ஐகாரமும், அகரமும் வகரமும், உகரமும் தம்முள் ஒத்திசைத்து நிற்பதொன்றாகலின், ஒகர ஓகாரங்களின் பின்னர் ஔகாரமும் வைக்கப்பட்டன*''.

சிவஞானமுனிவர்

இவை ஐகாரம் தொடர்பான கருத்துக்களாகும். மரபிலக்கண அணுகுமுறை இவ்வாறு அமைய 20ஆம் நூற்றாண்டின் தொடக்கம் முதல் ஐகாரம் தொடர்பான தடை விடைகள் தொடர்ந்து அறிஞர்கள் மத்தியில் கட்டுரைளின் மூலம் விவாதிக்கப்பட்டுள்ளன. (காண்க இணைப்பு-2)

2.(ஐ >அ) காவலனை > காவலோனக் களிறஞ் சும்மே. தொல்காப்பியம், (சேனாவரையர்) 1989:270

1.3 ஐகாரம் தொடர்பான முந்தைய ஆய்வுகள்

19ஆம் நூற்றாண்டில் வரலாற்றுநிலையிலும் ஒப்பீட்டுநிலையிலும் திராவிட மொழிகளை ஆய்வு செய்த கால்டுவெல் ஐகாரம் தொடர்பான ஆய்வைத் தொடங்கி வைக்கிறார். ஐகாரம், ஔகாரம் தொடர்பான சிக்கல்களுக்கு மூன்று வகையான அணுகு முறைகள் மேற்கொள்ளப் பட்டுள்ளன.

1. *ஐகாரம் ஔகாரம் உயிரொலியன்கள் அல்ல என மொழியியல் அடிப்படையில் விளக்கங்கள் கொடுப்பவை.*
2. *எழுத்துச் சீர்திருத்தம் மேற்கொள்ளும் போது ஐகாரம் ஔகாரம் தேவை இல்லை எனத் தீர்மானிக்கப் பட்டவை.*
3. *மொழியியல் பின்புலத்தோடும் எழுத்துச் சீர்திருத்தமும் இணைந்த ஆய்வுகளின் முன்னெடுப்புகள்.*

திராவிட மொழிகளில் ஐகாரம் என்னும் நெடிலுக்கு வாய்ப்பில்லை என்றும் அது வடமொழிக்கு உரியது என்றும் திராவிட மொழிகளில் அது எஇ (=ei) என வழங்கும் என்றும் , அதன் தோற்றம் அ>எ> எஇ என்ற போக்கில் அமைந்தது[3] (கால்டுவெல்,1961:136). அதனைத் தொடர்ந்து ஐகாரம் குறித்து, பி.எஸ்.சுப்பரமணிய சாஸ்திரி (1936), வேங்கடராஜுலு ரெட்டியார்(1937) ஆகியோரின் ஆய்வுகள் முக்கியமானதாகக் கருதப்படுகின்றன.[4] ஐகார வீற்றுப் பெயர்கள் விளியேற்கும்

---

3. இரா.கோதண்டராமன், இலக்கண விளக்க மரபுகள்: அகநிறைவும் புறநிறைவும், புதிய பனுவல் Vol-2, அக்.2010,ப.47.

4. ஐகார வீற்றுப் பெயர்கள் விளியேற்கும் முறைமையை நோக்கினும் ஐ (முன்னிலை ஒருமை விகுதி) என்பது அய் என்பதன் திரிபே என்பது போதரும் அன்னை - அன்னாய், கிள்ளை -கிள்ளாய் என்னும் இடங்களில் ஐகாரம் ஆய் எனத் திரிந்துளது என்பது அமைதியன்று. தோன்றல் -தோன்றால் மக்கள் -மக்காள் எனபவற்றிலும் லகர, ளகர வீற்றுப்பெயர்களின் ஈற்றயல் அகரம் ஆகாரமாயிற்று எனப்து போல அன்னாய், கிள்ளாய், என்பவற்றிலும் யகர வீற்று பெயரின் ஈற்று அயல் அகரம் ஆகாரம் ஆயிற்று என்றலே முறைமையாகும். என்னெனின் ய,ல,ளக்கள் ஓரினங்களாகலின் அவ்வீற்று மொழிகளெல்லாம் விளிக்கண் ஒரே விதி பெறுதலே முறைமை என்க. இவ்வாறாயின் அன்னை என்பது அன்னய் என யகர வீறாகும்.

முறையிலும், முன்னிலை ஒருமை விகுதியிலும் **அய்** என்பதன் திரிபாகும். யகர ஒற்றுக்கு முன் உள்ள அகரம் ஆகாரமாக மாறுகிறது என்று கொள்வதே பொருந்தும்; என்பது வேங்கடராஜுலு ரெட்டியாரின் கருத்தாகும். இளம்பூரணர் காலத்தில் ஐகாரம் (=அஇ) (அஇயர்) என்று எழுதுதல் இலக்கண முறையன்று என்று வரையறுக்கப்பட்டிருக்க வேண்டும். கேரளத்தில் காணப்படும் தமிழ்க் கல்வெட்டுகளிலும், பாஷா கௌடில்யம் போன்ற பழைய மலையாள நூல்களிலும் **அஇ** என்னும் வடிவம் காணப்படுகிறது. கி.பி.9ஆம் நூற்றாண்டைச் சேர்ந்த *வாழைப் பள்ளிக் கல்வெட்டில்* கைலாசம் என்னும் சொல் **கஇலாசம்** என்று உள்ளது⁵. (மா.இளையபெருமாள், 1961:347). செ.வை.சண்முகம் (1972) பழந்தமிழில் ஐகார ஔகாரம், (1973) The Phonological Interpretation of Diphthongs in Old Tamil. பொன்.கோதண்டராமன் (1972) ஐகாரம் ஔகாரத்தின் நிலையை ஒலிநிலை உருபன் நிலை, தொடர்நிலை பொருண்மை நிலை ஆகிய தளங்களில் அவை செயல்படும் முறையில் ஏற்படும் சிக்கல்களை வெளிப்படுத்தியுள்ளார். இரா.கோதண்டராமன் *(1992)* PRE-JUNCTURAL SEMI VOWELS IN TAMIL என்னும்

4.அடிக்குறிப்புத் தொடர்ச்சி

அதன் ஈற்று அய், ஆய் என நீண்டு விளிக்கண் வருதல் இயல்பே. இக்கூறியவற்றால் ஐ என்பது அய் என்பதன் திரிபே என்பது நன்கு விளங்கும். (வே.வேங்கடராசுலு ரெட்டியார், *திராவிட மொழியின் மூவிடப்பெயர்*-பக்.52,53)

5. ஐகாரம் தொடர்பான அவரின் கருத்தை முன்வைத்துள்ளார். ஐவனம் (=அய்வனம்) என்ற உதராணங்களைக் காட்டுவதால் இளம்பூரணர், நச்சினார்க்கினியர் காலம் வரை அய் என்னும் வடிவம் அங்கீகரிக்கப் பட்டுள்ளது என்றும், 1905ஆம் ஆண்டு பதிப்பிக்கப்பட்ட கம்பராமாயணப் பதிப்பில் (வய்ய மென்னை யகழவும்/வய்த வைவின் மராமரம்) ஐகர வடிவம் இவ்வாறுவந்துள்ளது. ஆகவே உரையாசியர் காலத்திற்குப் பின்னும் ஐ(=அய்) என்னும் வடிவம் தொடர்ந்துள்ளது என்றும் குறிப்பிடுகிறார். அவர் காலத்தில் வாழ்ந்த திருமயிலை சண்முகம்பிள்ளை, நமச்சிவாய முதலியார் போன்ற புலவர்கள் அதனை இலக்கணமுறையென ஒப்புக் கொண்டுள்ளனர் என்பதையும் பதிவுசெய்துள்ளார். மா.இளையபெருமாள் (1961)

கட்டுரை ஐகாரம் தொடர்பான சிக்கல்களுக்கு மொழியியல் கோட்பாட்டு அணுகுமுறையில் விளக்கபட்டு ஐகாரம் தொடர்பான வரலாற்று நிலைகள் நிறுவப்பட்டுள்ளன. அதனைத் தொடர்ந்து அ.பாண்டுரங்கன் (ஜுன், 2004) உடம்படுமெய்-புதிய பார்வை என்னும் கட்டுரையில் மரபிலக்கண அணுகுமுறையும், மொழியியல் அணுகுமுறையும் இணைக்கப்பட்டிருந்தன. தமிழெனப்படுவது (2004) என்னும் நூலில் இரு கட்டுரைகள் ஐகாரம் தொடர்பான பெரும்பான்மை சிக்கலுக்குத் தீர்வையும் தெளிவையும் வழங்கியுள்ளன. இந்தக் கட்டுரைகளில் ஐகாரம் நெடில் இல்லை என்பதும் அது தொல்திராவிட ஒலியன் அன்று என்பதும் நிறுவப்பட்டுள்ளன.

1.2.1 ஒலியன் நிலையில் (Phonological Level)

ஒலியியலார் உயிர் எழுத்துக்களின் உச்சரிப்பை நாக்கின் பகுதி உயர்ந்து இருக்கிற (முன்,பின்,நடு) உயரத்தின் அளவு (மேல், கீழ், நடு) உதட்டின் நிலை (குவிதல், குவியாமை) உச்சரிப்பு அளவு அல்லது மாத்திரை என நான்கு நிலைகளில் வரையறுப்பர். (செ.வை.சண்முகம்,1978:76) இவ்வாறு பிறந்த உயிர் ஒலிகள், பொருண்மையை வேறுபடுத்தும்போது தனி ஒலியன்களாகக் கருதப்படுகின்றன. இதற்கு முரண் வழக்கில் (Contrastive Distribution) நிகழ்ந்த ஆய்வுமுறையினைக் கையாளுகின்றனர். தமிழில் உள்ள ஐந்து குறில் உயிர்களுக்கும் பொருண்மை மாற்றத்தை ஏற்படுத்துகின்ற நெடில் உயிர்கள் உள்ளன. ஆனால் ஐகாரத்திற்கும் ஔகாரத்திற்கும் குறில் எழுத்தோ அல்லது முரண் வழக்கில் ஆய்வுக்கு உட்படுத்தும்போது மாற்று ஒலியனோ இல்லை. ''கிரந்தம், மலையாளம் ஆகிய வடிவெழுத்துக்களில் ஐகாரம் இரண்டு எகரங்களால் ஆனது. தமிழ் மொழியில் ஐகாரம் இருக்கும் இடத்தில் மலையாளம், கன்னடம் ஆகிய மொழிகளில் எகரம் காணப்படுகின்றது''.(சுப்பிரமணிய சாஸ்திரி 1936:40) மேலும் ''தொல் திராவிடத்தில் உள்ள அகரம் தமிழில் ஐகாரமாயும், கன்னடத்தில் எகரமாயும் மாறும் எனக் கால்டுவெல் கூறியுள்ளார். தமிழ் மொழியில் அகரவீற்றுச் சொற்கள் உள்ளன. ஆயினும், அகரம் ஐகாரமாக மாறிற்று என்ற கூற்று ஆராய்தல் வேண்டும்.

தமிழ் மொழியில் ஐகார ஈற்றுச் சொற்களுக்கு இனமாகிய தெலுங்கு மலையாள மொழிச் சொற்களின் ஈற்றில் அகரத்தைக் கொண்டுள்ளன.'' (சுப்பிரமணிய சாஸ்திரி 1936:41) ஐகாரம் **அய்** என ஒலித்தலுங்கூடும் எனத் தொல்காப்பியரின் கூற்று தொல் ஒலிநிலையை உணர்த்துகிறது.

தமிழ்	தெலுங்கு	மலையாளம்	கன்னடம்
கடை	கட	கட	கடெ
கரை	கர	கர	கரெ
களை	-	கள	களெ
கறை	கற	கற	கறெ

தமிழ் மொழியில் யானை முதலிய ஐகார வீற்றுச் சொற்கள் பேச்சில் எகர வீற்றுச் சொற்களாக வழங்குகின்றன. ஐகாரம் **அய்** என ஒலித்தலுங்கூடும் எனத் தொல்காப்பியம் (தொல்.எழுத்து.23) சுட்டியுள்ளது. யகரப் புள்ளி நாளடைவில் ஒலிக்காதிருத்தல் கூடும் ஆதலால், அகரம் ஐகாரமாக மாறிற்று எனக் கூறுதலினும் ஐகாரம் அகரமாக மாறிற்று எனக் கூறுதலும் பொருந்தும் என்பது பி.எஸ்.சுப்பிரமணிய சாஸ்திரியின் கருத்து. கால்டுவெல்லின் கருத்திற்கு நேர்மாறாக உள்ளது. இருந்தும் அகரம் ஐகாரமாக மாறியதற்கான சான்றுகளையும் காட்டிச்செல்கிறார்.

அ > அய் /	-ச்	அரசன்	அரைசன்	கலி.130-4
			அரைச	கலி.147-43, 43
			அரைசர்	நற்.291-3
	-ஞ்	மஞ்சு	மைஞ்சு	நன்னூல் 123
	-ய்	இமய		அகம்.265-3,
		இமையத்து		கலி.105-75
		இமயம்		புறம்.2-24
		இமையவர்		பெரு.429

பிற்காலத்தில் சகரத்திற்கு முன்னருள்ள அகரம் ஐகாரமாக மாறியிருத்தலைக் காணலாம். அது போல் ஞகரத்திற்கு முன்னரும், யகரத்திற்குப் முன்னரும் அகரம் ஐகாரமாக மாறியுள்ளது.

அ > அய் / -ழ் பழமை அகம்.307-13
பழையோள் திருமு.259
-ள் இளமை - இளையோன் நற்.143.5

ஒற்றுமைப் போலி காரணமாக ழகர, ளகரத்திற்கு முன்னரும் அகரம் ஐகாரமாக மாறியுள்ளது. அகரம் ஐகாரமாக யாப்பின் ஓசைக்காக மாறியதுபோல் ஐகாரம் அகரமாகவும் நிற்கும் இதனை மரபிலக்கணம் ஒரு மாத்திரை பெற்று அகரமாக ஒலிக்கும் எனச் சுட்டியுள்ளது.

அய் > அ /-C

குறத்தலை (றை > ற) (S.I.I. Vol.III,p.454 line 101)
அம்பத்தொன்றாவது -அம்பது (S.I.I. Vol.XII,p.17 line 1)
வச்ச (பேச்சு வழக்கு) -வைத்து

இங்கு யகர ஒற்றுக் கெட்டதாகக் கொள்ளவேண்டும். வைத்து என்னும் சொல் பேச்சு வழக்கில் வச்சு என மாறும். இவ்வகையான மாற்றம் பாய்த்து (பாச்சு) என்னும் சொல்லில் யகர ஒலியால் பல்அண்ணஒலியாகிய (**-த்த்**) கடை அண்ண ஒலியாக (**-ச்ச்**) மாறும் யகர ஒற்றும் இழக்கப்படும். அதே ஒலியியல் விதியின் (Phonological Condition) அடிப்படையில் வய்த்து என்னும் சொல்லிலும் வய் என்னும் யகர ஈற்றுப் பகுதியைத் தொடர்ந்து வரும் இரட்டித்த தகரம் இரட்டித்த சகரமாக மாறி யகரத்தை இழந்துள்ளதாகக் கொள்ளவேண்டும்.

எய் > அய்

எண்ணெய்	- எண்ணை	- எண்ணய்
வெண்ணெய்	- வெண்ணை	- வெண்ணய்
நன்செய்	- நஞ்சை	- நஞ்சய்
புன்செய்	- புஞ்சை	- புஞ்சய்

(c)v-y # தனிக்குறிலை அடுத்து யகர மெய் வருகிறது. **எய்** என்பதையும் **அய்** என்பதையும் தனி ஒலியன்களாகக் கருதமுடியாததுபோல் ஐ (=அய்/அஇ) என்பதையும் தனி ஒலியனாகக் கருத இடமில்லை. இரண்டு அசை உடைய சொற்களில் இறுதியில் எகரம் அகரமாக ஒலிக்கிறது. **எய்** என்னும் இறுதி அசையே **அய்** என ஒலிக்கிறது. இந்த எய்

என்னும் ஒலி பழங்கன்னடத்தில் உள்ளது. யகர ஒற்றுப் பேச்சு வழக்கில் படுத்தொலித்தலால் (de-stress) அதன் இறுதி ஒலி இழந்துவிடுகிறது. ஐகாரம் மொழி முதலிலும் இடையிலும் அய் என நிற்கும். இறுதியில் யகர ஒற்று இழந்து அகர ஒலி மட்டுமே நிற்கிறது. அம்பது போன்ற சொற்களில் முதல்நிலையிலும் யகர ஒற்று இழந்து வழங்கப்படுகின்றன. இதனைக் கீழ்க்காணும் அட்டவணையில் அறியலாம்.

மொழிமுதல்	மொழி இடை	மொழி இறுதி
/ ய் Ø		(அய்/எய்)-ய்Ø (தமிழ்,கன்)
ஐயப்பன்-அய்யப்பன்	வீரையன்	இல்லய் (=இல்லை)
ஐயம்பேட்டை-	-வீரய்யன்	இல்ல (தமிழ்)
அய்யம்பேட்டை		கடய் (தமிழ்)
ஐம்பது அய்ம்பது		கடெய் - கடெ (கன்.)
அம்பது / ய் Ø		காவலனை - காவலன
ஐயர் - அய்யர்		(தொல்.வேற்.மயங்.25)

தமிழ்க் கல்வெட்டுகளிலும் ஐகாரம் இரு வகையாக எடுத்தாளப்பட்டுள்ளன. (ஐ, ஔ)[6] ஐகாரம் ஒரு மூல உயிரொலி அல்ல, அது சந்தியக்கரம் அல்லது கூட்டெழுத்து எனப்படுகின்றது. அகர இகரமும், யகரமும் அண்ணத்திலிருந்து பிறப்பவை. இதனால் ஐகாரத்திற்குப் பதிலாக **அய்** என்பது எழுதப்படுவதுண்டு (வேலுப்பிள்ளை 1971:64).

அய்ந்நூறு (S.I.I. Vol.III,p.8 line 21)
அய்ம்பத்திரண்டாவது (S.I.I. Vol.I,p.130 line 3)
வயிராக்கிய தேவன் (S.I.I. Vol.V,p.192 line 7)
வய்த்த (S.I.I. Vol.V,p.380 line 5)

[ஐ] > [ஏ] ஒலிமாற்றம் (Phonotically)

ஐகாரம் ஏகார ஒலியனாகப் பிற்காலத் தமிழ்க் கல்வெட்டுகளில் வழங்கப்பட்டுள்ளது (வேலுப்பிள்ளை 1972:64).

6. The dipthong ai is written in two different way ai and ay 8th century **ai** ; aimpathinvar yaanai manai puthai **ay:** aympathinvar yaanay manay puthay கணபதிப்பிள்ளை 1936,:1

ஊட்டாமே   - (ஊட்டாமை) (S.I.I. Vol.III,p.2 line 10)
வழுவாமே   - (வழுவாமை) (S.I.I. Vol.XII,p.45 line 23)
கொடாமே- (கொடாமை) (S.I.I. Vol.XIII,p.162 line 2)
இந்த ஏகாம் எகரத்தின் *சார்ந்தொலி* (allophone) ஆகும்.

1.2.2 மாத்திரை : ஐகாரம் நெடில் இல்லை

தமிழ் எழுத்தொலிகள் ஒரு மாத்திரை ஒலிப்பன, இரண்டு மாத்திரை ஒலிப்பன என இரு வகைப்படும். மூன்று மாத்திரை ஒலிப்பன தனி எழுத்தொலியனாக இல்லை எனத் தொல்காப்பியம் வரையறுத்துள்ளது. ஐகாரத்திற்கு இரண்டு மாத்திரைக் கொடுக்கப்பட்டுள்ளது. இது குழப்பத்தை விளைவித்துள்ளது. அ+இ =ஐ ஆகும் என்றும், அ+ய்- ஐ ஆகும் எனவும் தொல்காப்பியம் கூறுகிறது. ஐ > ஆய் ஆக மாறும் என விளிமரபில் ஒரு நூற்பாவில் பேசப்படுகிறது. ஐ ஆய் ஆகும் என்றால் ஐ என்னும் ஒலிக்கு என்ன மாத்திரை, ஆய் என்பதற்கு என்ன மாத்திரை கொடுப்பது என்ற ஐயப்பாடு எழுகிறது.

அ+இ -ஐ (தொல்.1954 எழுத்.21) (இங்கு எத்தனை மாத்திரை)
அ+ய்- ஐ (தொல். 1954 எழுத்.23) (இங்கு எத்தனை மாத்திரை)
(ஐ>ஆய்) (தொல்.1954 சொல்.606) (இங்கு எத்தனை மாத்திரை)

அகரத்தை அடுத்து யகர ஒற்று இணைந்த கூட்டொலியை ஒரு தனி ஒலியனாகக் கருதுவது பொருத்தம் ஆகாது. அதுபோல் அகரத்தை அடுத்து வகர ஒற்று இணைந்த கூட்டொலியான ஔகாரத்தையும் தனி ஒலியனாகக் கருதமுடியாது. மேற்காட்டப்பட்ட சான்றுகள் ஔகாரத்திற்கும் பொருந்தும்.

அ + ய்/இ = அய்/அஇ ➔ ஐ   (a + y/i   = ay/ai ➔ ai)
                          இது இரண்டு மாத்திரையா ?
ஆ+ ய் = ஆய் (ā+ y = āy)   இது இரண்டு மாத்திரையா ?

கை(=**கய்**) இங்கு ஒலிக்கப்படும் மாத்திரை அளவிற்கும் **காய்** என ஒலிக்கப்படும் மாத்திரை அளவிற்கும் பெரும் வேறுபாடுள்ளது. அகரத்தைத் தொடர்ந்து வரும் யகரப் புள்ளியுடன் இணைந்து ஐ என்னும் கூட்டொலி தோன்றும் என்னும் தொல்காப்பியக் கூற்று ஐகாரத்தை நெடிலாகக் கொள்ள முடியாத சூழலை உருவாக்கியுள்ளது. ஐகாரம் 2 மாத்திரை, அய் (*அ*-1மாத்திரை, *ய்*-1/2 மாத்திரை) இரண்டும் இணைந்து ஒரு

மாத்திரை அளவினதாகவே ஒலிப்பதாகத் தோன்றுகிறது. இறுதியில் வரும் யகரம் ஒலிப்புக் குறைவாகவே உள்ளது. அதனைத் தனி ஒலியனாகக் கருதமுடியாத நிலையில் உள்ளது. **ஓரளபு ஆகும் இடனுமார் உண்டே / தேரும் காலை மொழிவயி னான** (தொல்.எழுத்து. 57) என்னும் நூற்பாவிற்கு இளம்பூரணர் ஐகாரக் குறுக்கத்தைக் குறிப்பதாகக் கருதுவர். இடையன் (=இடயன்) மடையன் (=மடயன்). தேருங்காலை என்பதனால் ஐகாரம் முதற்கண் சுருங்காது என்றார் உரையாசிரியர் (இளம்பூரணர்). ஆனால் அய்யன், அய்ந்து, மய்யல், மயல் போன்ற இடங்களில் முதல்நிலையிலும் குறுகி ஒலிக்கிறது. இளம்பூரணர் கருத்துப்படி ஏனைய இடை கடை ஈரிடத்தும் குறுகும் என்பது கருத்தாகின்றது. ஆயினும் இடைக்கண் குறுகுதற்கு மட்டுமே எடுத்துக்காட்டு உள்ளது. நச்சினார்க்கினியரின் உரையில் கோடலால் ஐகாரம் மொழி முதல், இடை, கடை ஆகிய மூன்றிடத்தும் குறுகும் (தொல்காப்பியம். எழுத்து. இளம். 1991:89).

1.2.3 அசை அமைப்பு (Syllabic Structure)

அசை அமைப்பிலும் ஐகாரம் சிக்கல் நிறைந்ததாகவே உள்ளது. ஐகாரம், ஔகாரம் (=அஇ, அஉ) என்னும் கூட்டொலியாக மரபிலக்கணம் கருதினும், அகரத்தைத் தொடர்ந்து வரும் யகர, வகர ஒற்றினைத் தமிழ் யாப்பு அசையாகக் கருதாதது போல அகரத்தைத் தொடர்ந்து வரும் இகர, உகரம் அசைக் குன்றிய (Non Syllabic vowels) உயிர்களாகவே கருதப்படுகின்றன. ஐ (=அய், அஇ) ஔ (அவ், அஉ) ஆகிய இரண்டு வடிவங்களும் அதன் மாற்றொலிகளும் தனி அசையாகக் கொள்ளமுடியாததால் அதனைத் தனி ஒலியனாகக் கருத இடமில்லாமல் போகின்றது. மொழியியல் அடிப்படையில் ஒவ்வொரு உயிரும் ஒரு அசையாகக் கருதப்படும். ஐ என்பது அஇ என்னும் கூட்டொலியாயின் அகரம் ஒரு அசை இகரம் ஒரு அசையாகக் கருத வேண்டும். ஒவ்வொரு அசையும் தனி ஒலியனாகக் கருதப்படும். இங்கு இரு உயிர்களை உடைய, இரு அசை உடைய ஒரு கூட்டொலி எவ்வாறு தனி ஒலியனாகக் கருத முடியும்.

ஐ > அ இ *a -i -yar*
அ ய் *a -y -yar*

ஔ > அ உ *a-u-vai*
அ வ் *a-v-vay*

இங்கு மெய் ஒலியைப் போல உயிர் ஒலிகளும் அசை குன்றிய Non Syllabic அமைப்பினைக் கொண்டது (கோதண்டராமன் 2010:49). தமிழ் அசையிலும் ஐ என்னும் எழுத்து நேரசையாகவும் அகரம் இகரம் இணைந்த எழுத்து நிரையசையாகவும் வரும். மெய்ம்மயக்கத்தில் யகர ஒற்றைத் தொடர்ந்து இரட்டித்த வேறு மெய்கள் வருவதற்குத் தமிழில் இடமுள்ளது. ★**பய்ந்தமிழ்** என்னும் சொல்லைப் போல் ஆராய்ந்து என்னும் சொல்லில் யகர ஒற்றுடன் -***ந்த்***- என்னும் இரு ஒற்று சேர்ந்து வந்துள்ளது. அய், அவ் என எழுதுவதால் புதிய மெய்ம்மயக்கம் தோன்றும் எனக் கருதினால் தற்காலத்தில் பல புதிய அறிவியல் பெயர்கள், அறிஞர் பெயர்கள் எழுதப்படும்போது புதிய மெய்ம்மயக்கங்கள் தோன்றியுள்ளன. அதனைத் தவிர்க்க இயலாதது போல் இதனையும் கொள்ளவேண்டும்.

1.2.4 உருபனியில் செயல்பாடுகள் (Morphological Function)

உருபனியல் நிலையில் ஐகாரம் இரண்டாம் வேற்றுமை உருபாகவும், முன்னிலை ஒருமை விகுதியகவும் செயல்படுகிறது. வேங்கடராஜுலு ரெட்டியார் போன்றோர் இது தொடர்பாக விளக்கங்கள் கொடுத்துள்ளார்கள். ள், ய் என்னும் மெய் ஒலி இறுதியில் வந்தால் ஈற்று அயல் உயிர் ஒலி நீண்டு ஒலிக்கும் என்பது தொல்காப்பிய விளிமரபு சுட்டியுள்ளது. (மக்கள் > மக்காள், தங்கய் > தங்காய்). முன்னிலை ஒருமை விகுதியாக ஐ(=அய்) என்னும் உருபு செயல்படுகிறது. பாடினை (பாடினய் > பாடினாய்). அதுபோல் ஐ தொழிற்பெயர் விகுதியாகவும் செயல்படுகிறது. நடை, இறை, (நடை என்னும் தொழிற் பெயரில் நட என்பது வினையடியாக உள்ளது.

1.2.5 தொடரியல் நிலை (Syntatic Base)

தொடரியல் நிலையிலும், ஐகாரம் சில பொருண்மை மாற்றத்தை ஏற்படுத்துகின்றன. சான்றாக ‘‘***என்னையா சொன்னான்***’’ என்னும் தொடர் இரு வகையாகப் பொருள் கொள்ள இடம் தருகிறது.

1. என்ன ஐயா சொன்னான்

2. என்னை ஆ சொன்னான்

ஐகாரத்தை அகர யகரச் சேர்க்கையாக எழுதுவதால் இந்த மயக்கம் தீர்கிறது.

1. அவன் என்னய்யா சொன்னான்

2. அவன் என்னயா சொன்னான்

(பொற்கோ தொகு-1, 2001:39-46)

தொடரில் வரும்போது பிரித்தும் சேர்த்தும் வரும் நிலையில் மயக்கம் வருகிறது ஐகாரத்தை அய் என எழுதும் போது இவ்வகையான மயக்கம் வருவதில்லை.

1.2.6 பொருண்மை அடிப்படை (Semantic Base)

பொருண்மை அடிப்படையிலும் ஐகாரம் குறிலாகவே ஒலிக்கப்படுகிறது. இதற்கான சான்றுகள் சங்கப்பாடல்களிலும் உள்ளன. *(காண்க-இணைப்பு-3)*

மய் (=மை) கருமை

"மை (=மய்) என்பது கருமை என்னும் பொருண்மையதாகும். இதன் நெடில் வடிவம் மாய் என்பதாகும். மாயவன் (கலி.145.64), மாயன் (திருப்.51), மாயவள் (கலி.29.7), மாயோள் (ஐங்.145.3), மாயோன் (புறம்.57.2) ஆகியவற்றில் பகுதியாகிய மாய் என்பது மை என்பதன் பொருண்மையதாகும். மயில், மயிர் ஆகியவற்றின் பகுதி-மய் என்பதாகும். இது மை என்பதன் எழுத்தொலி வடிவமாகும். ஐகாரம் நெடிலாயின் மை என்பதன் நெடில் வடிவமாக மாய் என்பது எப்படி அமைய முடியும்? அல்லது மயில், மயிர் என்பவற்றில் ஐகாரம் எப்படிக் குறுகி ஒலிக்க முடியும்? எனவே, ஐகாரம் நெடிலாகக் கொள்ளத்தக்கதன்று (கோதண்டராமன், 2004:139).

மய் (=மை) அழி

மய்(=மஞ்சு போதல்), மாய் (அழிந்துபோதல்), மாய்க்கும் ஐந்.111-3, குறுந் 12-3, மாய்க அகம்.258-8, மாய்தல் அகம்.17-15, 333-19, புறம்.27-12, 244-13.

பய் (=பை) பசுமை, நிறம், இளமை, அழகு, உடல்வலிமை

பைந்தமிழ் (=பய்ந்தமிழ்) பயிம், பயம், பயன் 1. Greenness, freshness; பசுமை. *(பிங்.)*, 2. Colour; *நிறம்*, 3. Youth; இளமை. பைதீர் பாணரொடு *(மலைபடு. 40)*, 4. Beauty; *அழகு. (திவா.)* பைவண்ண மணிக்கூடந்தனில் *(பாரத. கிருட்டிணன். 33)*, 5. Strength, vigour; உடல்வலி. *நும்* ***பைதீர்*** *கடும் பொடு (பெரும்பாண். 105.)* பொருண்மை அடிப்படையில் பை(=பய்) என்னும் சொல் வளத்தைக் குறித்து வந்துள்ளது. *(பை-பச்சைக்கொடி, -வருந்தற்குறிப்பு* ***பையென்ற*** *நெஞ்சத்தேம் கலித்.118)* பயம்-புறம்.58, பயம்பு-புறம்.17, பயலை -புறம். 305.

வய்(=வை) கூர்மை

வை- (=வய்= கூர்மை), வயவர் (=வையவர்)-புறம்.20, வயிரக் குறட்டின் வயங்குமணி யாரத்து புறம்.365:4

மய், பய், வய் ஆகிய சொற்கள் பொருண்மை அடிப்படையில் அணுகிய நிலையில் இவை நெடில் இல்லை என்பதும் இதனைத் தனி ஒலியன்னாகக் கருதமுடியாடத நிலையிலும் அகரம் யகர ஒற்றுடன் சேர்ந்த கூட்டுநிலையிலும் உள்ளன என்பதை அறிந்துகொள்ளலாம்.

1.2.7 யாப்புக் கொள்கை அடிப்படையில்

யாப்புக் கொள்கை அடிப்படையில் ஐகாரம் நெடில் எனக் கருதப்படுகிறது. சில இடங்களில் ஐகாரம் நெடில் என்று கொள்வது யாப்பு மரபுக்கு முரணாக உள்ளது.

__கை__யது கடனிறை யாழே __மெய்__யது
புரவல ரின்மையிற் பசியே (புறம்.69)

__ஐ__யுணர் வெய்தியக் கண்ணும் பயமின்றே
__மெய்__யுணர் வில்லா தவர்க்கு. (குறள்.354)

__கை__த்தாயும் அல்லை கணவற்கு ஒரு நோன்பு
__பொய்__த்தாய் பழம் பிறப்பில் போய்க்கெடுக!
(சிலம்பு. கனாத்திறம் உரைத்த காதை 55,56)

கை (=கய்), ஐ (=அய்) ஆகிய முதலசை ஓசைக்கு எதுகையாக மெய், பொய் ஆகிய யகர ஈற்றுச் சொற்கள் பயன்படுத்தபட்டுள்ளன. அகரத்துடன் இணைந்த யகர ஒற்றையும் அசைச்சொற்களாகவே இங்கு கருதப்பட்டுள்ளது. ஆற்றுப்

பெருக்கற்று எனத் தொடங்கும் நல்வழி 9ஆம் பாடலின் ஈற்று அடி **இல்லையென மாட்டார் இசைந்து** என உள்ளது.[7] இங்கு ஐகாரத்தை நெடிலாகக் கருதுவோமாயின் யாப்பிலக்கண மரபுப்படி வெண்பாவின் இலக்கணமான காய்ச்சீர் பெறாமல் கனிச்சீரில் அமைந்து வருகிறது. இங்கு ஐகாரம் குறுகி ஒலிக்கிறது எனக் கொள்வோமாயின் இல்லையென என்பதை (=இல்-(ல்)-அய்-என) என்று கொள்ளலாம். இவ்விடத்திலும் ஐகாரம் அகர யகர ஒற்று சேர்ந்த அமைப்பாகவே உள்ளது. ஐயுணர் (நேர் நிரை) அய்யுணர் (நேர் நிரை) ஆகிய சொற்களைத் தமிழ் யாப்பிலக்கண அசைப்படி அலகிடுதலிலும் சிக்கல் எழவில்லை.

1.3.1 அண்மைக் கால அகழாய்வும் ஐகாரமும்

ஒரு மொழியின் பரவலுக்குச் சமயம் மட்டுமே காரணமாக அமைவதில்லை; முதன்மையான காரணியாகக் கருதவேண்டியது பொருளியல் வணிகப் பரிமாற்றமாகும். மொழி உருவாக்க நிலைக்கும் முன்பே பண்டமாற்றுமுறை வழக்கத்தில் இருந்தது. பரிமாற்றம் பல வகையான வளர்ச்சிக்கு அடிப்படைக் காரணியாக அமைந்துள்ளது. வணிகத்தில் கணிதம், மற்றும் சில குறியீடுகள் தேவைப்படுகின்றன. தமிழில் அசோகன் பிராமி வடிவங்களுக்குப் பின் இந்தியா முழுவதும் எழுத்துவடிவம் பரவியதாக ஐராவதம் மகாதேவன், ஒய்.சுப்பராயலு போன்றோர் கருத்துத் தெரிவித்தனர். ஆனால், அண்மையில் கிடைத்த பொருந்தல் அகழாய்வு தமிழகத்தில் அசோகன் பிராமிக்கு 200 ஆண்டுகளுக்கு முன்பு எழுத்து வழக்கு இருந்துள்ளதை உறுதிப்படுத்துகிறது. இதனுடைய காலம் கி.மு.5ஆம் நூற்றாண்டு

---

7. ஆற்றுப் பெருக்கற் றடிசுடுமந் நாளுமவ்வா(று)
ஊற்றுப் பெருக்கால் உலகூட்டும் - ஏற்றவர்க்கு
நல்ல குடிப்பிறந்தார் நல்கூர்ந்தார் ஆனாலும்
இல்லையென மாட்டார் இசைந்து .

நல்வழி 9

எனக் கால நிர்ணயம் செய்யப்பட்டுள்ளது.[8] பொருந்தலில் கிடைத்த வரிவடிவம் பிராமி எழுத்துமுறையில் உள்ளது என்றும் அது **வய்ர** எனப் படிக்கப்பட்டுள்ளது என்றும் கா.ராஜன் ஹிந்து நாளிதழ்க்கு அளித்த செவ்வி ஒன்றில் குறிப்பிட்டுள்ளார். இது தொடர்பாக The Hindu June 28.2009, *Frontline* October 8.2010 ஆகிய இதழ்களில் கருத்துக்கள் வெளியிடப்பட்டுள்ளன. **வைர > வய்ர** என எழுதப்பட்டுள்ளது; தமிழ் மொழியின் தொன்மையான எழுத்து முறை இதுவே ஆகும். தமிழ் மொழியில் ஐகாரம் அய் என்பதன் குறியீடாக அதாவது வரிவடிவமாகவே கருததக்கது என்பதற்குத் தமிழ் நாட்டில் கிடைத்த பிராமி கல்வெட்டுகள் சான்றாக அமைகின்றன. இருந்தும் இந்த ஒரு சான்றைக் கொண்டு நிறுவுதல் சற்றுக் கடினமாகும்.

1.3.2. தமிழ் பிராமி கல்வெட்டுகளில் ஐகாரம் அமைப்பு

தமிழ் பிராமிக் கல்வெட்டுகளில் ஐகாரம் மூன்று வகையான வடிவங்களில் காணப்படுகின்றன. (அய், ஐ, ஐய்) கல்வெட்டு எண்கள் காண்க இந்நூல் பக்கம் 196-197.

அந்தை	3, 25,26, 27, 29, 31, 32	அந்தைய்	20
அறை	4	அறைய்	3
உறை	10, 24, 60	உறைய்	61, 62
மதிரை	24	மதிரய்	36
வெங்கோமலை	108	மலைய்	85

8. *One of the two underground Chamber of the grave was remarkable for the richness of its goods a skull and skeletal bones; a four legged jar with two kg of pady inside two ring stands inscribed with the same Tamil Brahmi Script reading ""va-y-ra" (meaning diamond) and a symbol of a gem.* A.M.S. (Accelerator Mass Spectrometry) Dating of the Paddy done by Beta Analysis Inc. Miami U.S.A. assigned the paddy to 490 BCE ±30 (The Hindu August 30.2011) "va-y-ra" (meaning diamond) பொருந்தல் அகழாய்வில் கிடைத்த பெருங்கற்படைகாலப் புதைக்குழியில் அதன் உள் இருந்த பானை ஓட்டில், தொன்மையான பிராமி எழுத்துக் கண்டுபிடிக்கப்பட்டுள்ளது. அந்தத் தாழியில் 2கிலோ அளவிற்குத் தானியங்கள் கிடைத்தன. அந்தத் தானியத்தை அமெரிக்காவில் உள்ள ஆய்வு நிறுவனத்தில் கால நிர்ணயம் செய்யப்பட்டுள்ளது The Hindu August 30.2011.

ஐ என்னும் ஒலியன் மொழி முதலிலும், மொழி இடையிலும், மொழி இறுதியிலும் வந்துள்ளன.

1.மொழி முதலில் மகர ஒலிக்கு முன் மட்டுமே வந்துள்ளது.

ஐ < ம் ஐம்பத்தேழன 105

2.மொழி இடையில் மெய் ஒலிக்குப் பின்

மொழி இடையில் க், ச், த், ல், வ், ழ், ற், ன் ஆகிய மெயினைத்தொடர்ந்து வருகிறது. ங், ஞ், ட், ண், ந், ப், ம், ய், ர், ள் ஆகிய மெய்களுக்குப் பின் ஐகாரம் வரவில்லை.

க் >ஐ	முகையுரு	102	ர் > ஐ	மத்திரைகே	38
ச் > ஐ	சைய்	57	ல் >ஐ	பொலாலையன்	55
த் >ஐ	அந்தைய்	20	வ்> ஐ	வைக	16
ற் > ஐ	அறைய்	3	ழ் >ஐ	எழைய்	34
ன் >ஐ	பனைதுறை	50			

3.மொழி இடையில் மெய் ஒலிக்கு முன்

மொழி இடையில் க், த், ய் என்னும் மெய் ஒலிக்கு முன் வருகிந்து. பிற மெய்களுக்கு முன் வரவில்லை.

ai < k மதுரைகே -38, வைக-16

ai < t தைத-90

ai < y ஆந்தைய்-20, எழைய்-34, சைய்-57

13.3.மொழி இறுதியில் மெய் ஒலிக்குப் பின்

மொழி இறுதியில் க், ட், ண், த், ல், வ், ற், ன் ஆகிய மெய் ஒலியைத் தொடர்ந்து இறுதியில் ஐகாரம் வருகின்றது.

k>ai	பொய்கை	91	P>ai	கரண்டை	51
n>ai	எண்ணை	70	t>ai	அதை	30
l>ai	பேதலை	21	v>ai	அறுவை	46
r̲>ai	அறை	4	n̲>ai	சுனை	84

அய்	*மதிரய்*	*- அழகர்மலை-1*
	கொற்றந்தய்	*- குடுமியான்மலை*
	பேர்அய்அம்	*- முதலைகுளம்*
	துறுகய் யுள்ளாரு கல்	*- ஈரெட்டிமலை*

அகரத்தைத் தொடர்ந்து யகர ஒற்று வருவதுபோல் ஐகாரத்தைத் தொடர்ந்து யகர ஒற்றுக் காணப்படுகிறது. ஐகாரம் சமணம் வருவதற்கு முன்பாகவே தமிழில் இணைந்திருக்க வேண்டும்.

ஐய் -(அய்)

மலைய் வண்ணக்கன்	- அரச்சலூர்-1	மலய்
எழைய்ஊர் அரிதின் பளி	- கருங்காலக்குடி	எழய்
உறைய் கோஆதன்	-புகளூர்-1	உறய்
தந்தைய்	-மாங்குளம்-2	தந்தய்
வெள்அறைய்	- மாங்குளம் -3	அறய்
நாகபேரூரதைய்	- முத்துப்பட்டி -1	அதய்
அந்தைய் பிகன் மகன்	- விக்கிரமங்கலம்-3	அந்தய்

மேற்காணும் கல்வெட்டுச் சான்றுகளில் பழைய வடிவம் இதில் தொடர்ந்து வருவதைக் காட்டுகிறது. கல்வெட்டுவோரால் (Scribe) சில இடங்களில் தவறு ஏற்படலாம். எல்லா இடங்களிலும் ஒரே மாதிரியான தரவுகள் கிடைத்துள்ளன. மேற்காணும் கல்வெட்டுகள் பல்வேறுபகுதியில் பல்வேறு காலப்பகுதியில் வெட்டபட்டவை ஆகும். அவற்றில் ஐகாரச் சொல்லைத் தொடர்ந்து யகர ஒற்று வருவது எதேச்சையாக நடைபெற்றது அன்று. ஐகாரத்தின் பழையவடிவமும் புதிய வடிவமும் ஏற்படுத்திய குழப்பத்தின் விளைவாக இவ்வகையான தரவுகள் பிராமிக் கல்வெட்டில் உள்ளன. இவ்வகையான வடிவம் கல்வெட்டுகளிலும் பிற ஆவணத்திலும் தொடர்ந்து வந்துள்ளன.[9] பொருந்தல் அகழாய்வில் கிடைத்த **வய்ர** என்னும் சொல் கூட்டொலியில் (diphthong) எழுதும் வரிவடிவத்தில் இல்லை. அங்குத் தொல்திராவிட வடிவமாக உள்ளது. சமஸ்கிருதத்தின் தாக்கத்தால் **ஐ** என்னும் வடிவம் வந்திருக்க வேண்டும் என்பதை மேற்காணும் சான்றுகள் உறுதிப்படுத்துகின்றன. தொல்காப்பியத்தின் கருத்துப்படி ஐ, ஔ தமிழில் ஏற்றுக்கொள்ளப்பட்ட நெடுங்கணக்காக உள்ளன ஆயினும் இவ்வாறு எழுதுவது தமிழரின் தொல்வடிவம் (proto form) அன்று எனக் கொள்ளலாம்.

9. *முகைய்தீன் வக்குசு உடைய கப்பல் உடைய மணி*, தமிழ் நாட்டிலிருந்து வணிகக் கப்பில் இருந்த மணியில் எழுதப்பட்ட வாசகம், 1867 ஆம் ஆண்டு. காண்க படம், இந்நூல் பக்கம் 195.

1.4. எழுத்துமுறை

தமிழ் மொழிக்கு ஒலிவடிவம் இருந்தது ஆனால், வரிவடிவம் வடநாட்டிலிருந்து வந்த பிராமி வடிவம் தமிழ் நாட்டில் நிலை கொண்டது என்னும் கருத்தும் நிலவுகிறது. சிந்துவெளி எழுத்திலிருந்து பிராமி தோன்றியிருக்கலாம் என்னும் கருத்துடன் ஆராயப்பட்டது. ஆனால், சிந்துவெளியின் காலத்திற்கும் பிராமி எழுத்தின் காலத்திற்கும் இடையில் பல நூற்றாண்டுகள் இடைவெளி உள்ளன. இவ்விரு வடிவங்களுக்கும் எவ்விதமான உறவு உள்ளன என்பதை நிறுவதில் சிக்கல் நிறைந்ததாக உள்ளது. இவ்விரு வடிவங்களுக்கும் இடைப்பட்ட வடிவமாகக் கரோஷ்டி எழுத்து வடிவம் உள்ளது. ''சிந்துவெளி எழுத்திற்கும் கரோஷ்டி எழுத்து முறைக்கும் நெருக்கமான உறவு இருப்பதாகக் கருதுகின்றனர். அசோகன் பிராமியில் சில கரோஷ்டி எழுத்துகள் பதிவாகியுள்ளன. கரோஷ்டி எழுத்திலிருந்து பிராமி தோன்றியதாகவும் சில அறிஞர்கள் கருதுகின்றனர்''(முருகையன், *2011:7)* இந்த வரிவடிவம் தொடர்பான இருவேறுபட்ட கருத்துநிலைகள் பன்னெடும் காலமாக நிலவுகின்றன. வடநாட்டிலிருந்து வரிவடிவங்கள் வந்தவை என்னும் கருத்துடையவர்கள் வர்க்க எழுத்துக்கள் தமிழ் பிராமியில் கலவாதது பற்றியும், வடபிராமி எழுத்துக்களில் இல்லாத நான்கு சிறப்பு எழுத்துக்கள் தமிழில் எவ்வாறு வரிவடிவம் பெற்றது என்பதற்கும் அசோகன் பிராமியிலிருந்து தென்னாட்டில் எழுத்துமுறை பரவியது என்னும் கருத்துடையவர்கள் விடை சொல்லியாக வேண்டும். திராவிட மொழிகளுக்கு உரிய நான்கு எழுத்தொலிகள் தமிழ் பிராமியில் உள்ளன என கே.வி.சுப்பிரமணிய அய்யர் 1924இல் சென்னைப் பல்கலைக்கழகத்தில் நடந்த மூன்றாவது கீழ்த்திசை மாநாட்டில் சான்றுகளுடன் நிறுவினார் *(*Subramaniya Iyer, *1924:275300).* வடமொழியில் உள்ளது போல தமிழில் அம், க்ரு, லு போன்ற கூட்டெழுத்துக்கள் இல்லை. ஐ, ஔ என்னும் இரு ஒலிகள் மட்டுமே காணப்படுகின்றன. பாணினியின் காலத்தில் *(கி.மு.400)* சமஸ்கிருதம் பேச்சுவழக்கில் இருந்தது *(தாமஸ் டிரவுட்மன் 2007:84,85)* மிகப் பழமையான மாங்குளம் கல்வெட்டில் ஐகாரத்தின் உயிர்மெய் வடிவங்களான **தை, கை** ஆகிய வரிவடிவங்கள் கிடைத்துள்ளன ஆனால், ஐகரத்தின் உயிர்

ஊட்டாமே   - (ஊட்டாமை) (S.I.I. Vol.III,p.2 line 10)
வழுவாமே   - (வழுவாமை) (S.I.I. Vol.XII,p.45 line 23)
கொடாமே- (கொடாமை) (S.I.I. Vol.XIII,p.162 line 2)
இந்த ஏகாம் எகரத்தின் சார்ந்தொலி (allophone) ஆகும்.

1.2.2 மாத்திரை : ஐகாரம் நெடில் இல்லை

தமிழ் எழுத்தொலிகள் ஒரு மாத்திரை ஒலிப்பன, இரண்டு மாத்திரை ஒலிப்பன என இரு வகைப்படும். மூன்று மாத்திரை ஒலிப்பன தனி எழுத்தொலியனாக இல்லை எனத் தொல்காப்பியம் வரையறுத்துள்ளது. ஐகாரத்திற்கு இரண்டு மாத்திரைக் கொடுக்கப்பட்டுள்ளது. இது குழப்பத்தை விளைவித்துள்ளது. அ+இ =ஐ ஆகும் என்றும், அ+ய்- ஐ ஆகும் எனவும் தொல்காப்பியம் கூறுகிறது. ஐ > ஆய் ஆக மாறும் என விளிமரபில் ஒரு நூற்பாவில் பேசப்படுகிறது. ஐ ஆய் ஆகும் என்றால் ஐ என்னும் ஒலிக்கு என்ன மாத்திரை, ஆய் என்பதற்கு என்ன மாத்திரை கொடுப்பது என்ற ஐயப்பாடு எழுகிறது.

அ+இ -ஐ (தொல்.1954 எழுத்.21)   (இங்கு எத்தனை மாத்திரை)
அ+ய்- ஐ (தொல். 1954 எழுத்.23)   (இங்கு எத்தனை மாத்திரை)
(ஐ>ஆய்) (தொல்.1954 சொல்.606) (இங்கு எத்தனை மாத்திரை)

அகரத்தை அடுத்து யகர ஒற்று இணைந்த கூட்டொலியை ஒரு தனி ஒலியனாகக் கருதுவது பொருத்தம் ஆகாது. அதுபோல் அகரத்தை அடுத்து வகர ஒற்று இணைந்த கூட்டொலியான ஔகாரத்தையும் தனி ஒலியனாகக் கருதமுடியாது. மேற்காட்டப்பட்ட சான்றுகள் ஔகாரத்திற்கும் பொருந்தும்.

அ + ய்/இ = அய்/அஇ ➔ ஐ (a + y/i   = ay/ai ➔ ai)
                                              இது இரண்டு மாத்திரையா ?
ஆ+ ய் = ஆய் (ā+ y = āy)   இது இரண்டு மாத்திரையா ?

கை(=**கய்**) இங்கு ஒலிக்கப்படும் மாத்திரை அளவிற்கும் **காய்** என ஒலிக்கப்படும் மாத்திரை அளவிற்கும் பெரும் வேறுபாடுள்ளது. அகரத்தைத் தொடர்ந்து வரும் யகரப் புள்ளியுடன் இணைந்து ஐ என்னும் கூட்டொலி தோன்றும் என்னும் தொல்காப்பியக் கூற்று ஐகாரத்தை நெடிலாகக் கொள்ள முடியாத சூழலை உருவாக்கியுள்ளது. ஐகாரம் 2 மாத்திரை, அய் (அ-1மாத்திரை, ய்-1/2 மாத்திரை) இரண்டும் இணைந்து ஒரு

மாத்திரை அளவினதாகவே ஒலிப்பதாகத் தோன்றுகிறது. இறுதியில் வரும் யகரம் ஒலிப்புக் குறைவாகவே உள்ளது. அதனைத் தனி ஒலியனாகக் கருதமுடியாத நிலையில் உள்ளது. **ஓரளபு ஆகும் இடனுமார் உண்டே / தேரும் காலை மொழிவயி னான** (தொல்.எழுத்து. 57) என்னும் நூற்பாவிற்கு இளம்பூரணர் ஐகாரக் குறுக்கத்தைக் குறிப்பதாகக் கருதுவர். இடையன் (=இடயன்) மடையன் (=மடயன்). தேருங்காலை என்பதனால் ஐகாரம் முதற்கண் சுருங்காது என்றார் உரையாசிரியர் (இளம்பூரணர்). ஆனால் அய்யன், அய்ந்து, மய்யல், மயல் போன்ற இடங்களில் முதல்நிலையிலும் குறுகி ஒலிக்கிறது. இளம்பூரணர் கருத்துப்படி ஏனைய இடை கடை ஈரிடத்தும் குறுகும் என்பது கருத்தாகின்றது. ஆயினும் இடைக்கண் குறுகுதற்கு மட்டுமே எடுத்துக்காட்டு உள்ளது. நச்சினார்க்கினியரின் உரையில் கோடலால் ஐகாரம் மொழி முதல், இடை, கடை ஆகிய மூன்றிடத்தும் குறுகும் (தொல்காப்பியம். எழுத்து. இளம். 1991:89).

1.2.3 அசை அமைப்பு (Syllabic Structure)

அசை அமைப்பிலும் ஐகாரம் சிக்கல் நிறைந்ததாகவே உள்ளது. ஐகாரம், ஔகாரம் (=அஇ, அஉ) என்னும் கூட்டொலியாக மரபிலக்கணம் கருதினும், அகரத்தைத் தொடர்ந்து வரும் யகர, வகர ஒற்றினைத் தமிழ் யாப்பு அசையாகக் கருதாதது போல அகரத்தைத் தொடர்ந்து வரும் இகர, உகரம் அசைக் குன்றிய (Non Syllabic vowels) உயிர்களாகவே கருதப்படுகின்றன. ஐ (=அய், அஇ) ஔ (அவ், அஉ) ஆகிய இரண்டு வடிவங்களும் அதன் மாற்றொலிகளும் தனி அசையாகக் கொள்ளமுடியாததால் அதனைத் தனி ஒலியனாகக் கருத இடமில்லாமல் போகின்றது. மொழியியல் அடிப்படையில் ஒவ்வொரு உயிரும் ஒரு அசையாகக் கருதப்படும். ஐ என்பது அஇ என்னும் கூட்டொலியாயின் அகரம் ஒரு அசை இகரம் ஒரு அசையாகக் கருத வேண்டும். ஒவ்வொரு அசையும் தனி ஒலியனாகக் கருதப்படும். இங்கு இரு உயிர்களை உடைய, இரு அசை உடைய ஒரு கூட்டொலி எவ்வாறு தனி ஒலியனாகக் கருத முடியும்.

ஐ > அ இ   *a* -*i* -*yar*   ஒள >   அ உ   *a*-*u*-*vai*
      அ ய்   *a* -*y* -*yar*   அ வ்   *a*-*v*-*vay*

இங்கு மெய் ஒலியைப் போல உயிர் ஒலிகளும் அசை குன்றிய Non Syllabic அமைப்பினைக் கொண்டது (கோதண்டராமன் 2010:49). தமிழ் அசையிலும் ஐ என்னும் எழுத்து நேரசையாகவும் அகரம் இகரம் இணைந்த எழுத்து நிரையசையாகவும் வரும். மெய்ம்மயக்கத்தில் யகர ஒற்றைத் தொடர்ந்து இரட்டித்த வேறு மெய்கள் வருவதற்குத் தமிழில் இடமுள்ளது. ★**பய்ந்தமிழ்** என்னும் சொல்லைப் போல் ஆராய்ந்து என்னும் சொல்லில் யகர ஒற்றுடன் -**ந்த்**- என்னும் இரு ஒற்று சேர்ந்து வந்துள்ளது. அய், அவ் என எழுதுவதால் புதிய மெய்ம்மயக்கம் தோன்றும் எனக் கருதினால் தற்காலத்தில் பல புதிய அறிவியல் பெயர்கள், அறிஞர் பெயர்கள் எழுதப்படும்போது புதிய மெய்ம்மயக்கங்கள் தோன்றியுள்ளன. அதனைத் தவிர்க்க இயலாதது போல் இதனையும் கொள்ளவேண்டும்.

1.2.4 உருபனியில் செயல்பாடுகள் (Morphological Function)

உருபனியல் நிலையில் ஐகாரம் இரண்டாம் வேற்றுமை உருபாகவும், முன்னிலை ஒருமை விகுதியகவும் செயல்படுகிறது. வேங்கடராஜுலு ரெட்டியார் போன்றோர் இது தொடர்பாக விளக்கங்கள் கொடுத்துள்ளார்கள். ள், ய் என்னும் மெய் ஒலி இறுதியில் வந்தால் ஈற்று அயல் உயிர் ஒலி நீண்டு ஒலிக்கும் என்பது தொல்காப்பிய விளிமரபு சுட்டியுள்ளது. (மக்கள் > மக்காள், தங்கய் > தங்காய்). முன்னிலை ஒருமை விகுதியாக ஐ(=அய்) என்னும் உருபு செயல்படுகிறது. பாடினை (பாடினய் > பாடினாய்). அதுபோல் ஐ தொழிற்பெயர் விகுதியாகவும் செயல்படுகிறது. நடை, இறை, (நடை என்னும் தொழிற் பெயரில் நட என்பது வினையடியாக உள்ளது.

1.2.5 தொடரியல் நிலை (Syntatic Base)

தொடரியல் நிலையிலும், ஐகாரம் சில பொருண்மை மாற்றத்தை ஏற்படுத்துகின்றன. சான்றாக ''**என்னையா சொன்னான்**'' என்னும் தொடர் இரு வகையாகப் பொருள் கொள்ள இடம் தருகிறது.

1. என்ன ஐயா சொன்னான்
2. என்னை ஆ சொன்னான்

ஐகாரத்தை அகர யகரச் சேர்க்கையாக எழுதுவதால் இந்த மயக்கம் தீர்கிறது.

1. அவன் என்னய்யா சொன்னான்
2. அவன் என்னயா சொன்னான்

(பொற்கோ தொகு-1, 2001:39-46)

தொடரில் வரும்போது பிரித்தும் சேர்த்தும் வரும் நிலையில் மயக்கம் வருகிறது ஐகாரத்தை அய் என எழுதும் போது இவ்வகையான மயக்கம் வருவதில்லை.

1.2.6 பொருண்மை அடிப்படை (Semantic Base)

பொருண்மை அடிப்படையிலும் ஐகாரம் குறிலாகவே ஒலிக்கப்படுகிறது. இதற்கான சான்றுகள் சங்கப்பாடல்களிலும் உள்ளன. (காண்க-இணைப்பு-3)

மய் (=மை) கருமை

"மை (=மய்) என்பது கருமை என்னும் பொருண்மையதாகும். இதன் நெடில் வடிவம் மாய் என்பதாகும். மாயவன் (கலி.145.64), மாயன் (திருப்.51), மாயவள் (கலி.29.7), மாயோள் (ஐங்.145.3), மாயோன் (புறம்.57.2) ஆகியவற்றில் பகுதியாகிய மாய் என்பது மை என்பதன் பொருண்மையதாகும். மயில், மயிர் ஆகியவற்றின் பகுதி-மய் என்பதாகும். இது மை என்பதன் எழுத்தொலி வடிவமாகும். ஐகாரம் நெடிலாயின் மை என்பதன் நெடில் வடிவமாக மாய் என்பது எப்படி அமைய முடியும்? அல்லது மயில், மயிர் என்பவற்றில் ஐகாரம் எப்படிக் குறுகி ஒலிக்க முடியும்? எனவே, ஐகாரம் நெடிலாகக் கொள்ளத்தக்கதன்று (கோதண்டராமன், 2004:139).

மய் (=மை) அழி

மய்(=மஞ்சு போதல்), மாய் (அழிந்துபோதல்), மாய்க்கும் ஐந்.111-3, குறுந் 12-3, மாய்க அகம்.258-8, மாய்தல் அகம்.17-15, 333-19, புறம்.27-12, 244-13.

பய் (=பை) பசுமை, நிறம், இளமை, அழகு, உடல்வலிமை

பைந்தமிழ் (=பய்ந்தமிழ்) பயிம், பயம், பயன் 1. Greenness, freshness; பசுமை. *(பிங்.)*, 2. Colour; *நிறம்*, 3. Youth; இளமை. பைதீர் பாணரொடு (*மலைபடு. 40*), 4. Beauty; *அழகு.* (*திவா.*) பைவண்ண மணிக்கூடந்தனில் (*பாரத. கிருட்டிணன். 33*), 5. Strength, vigour; உடல்வலி. *நும்* ***பைதீர்*** *கடும் பொடு* (*பெரும்பாண். 105.*) பொருண்மை அடிப்படையில் பை(=பய்) என்னும் சொல் வளத்தைக் குறித்து வந்துள்ளது. (*பை-பச்சைக்கொடி, -வருந்தற்குறிப்பு* ***பையென்ற*** *நெஞ்சத்தேம் கலித்.118*) பயம்-*புறம்.58*, பயம்பு-*புறம்.17*, பயலை -*புறம். 305.*

வய்(=வை) கூர்மை

வை- (=வய்= கூர்மை), வயவர் (=வையவர்)-*புறம்.20*, வயிரக் குறட்டின் வயங்குமணி யாரத்து *புறம்.365:4*

மய், பய், வய் ஆகிய சொற்கள் பொருண்மை அடிப்படையில் அணுகிய நிலையில் இவை நெடில் இல்லை என்பதும் இதனைத் தனி ஒலியன்னாகக் கருதமுடியாடத நிலையிலும் அகரம் யகர ஒற்றுடன் சேர்ந்த கூட்டுநிலையிலும் உள்ளன என்பதை அறிந்துகொள்ளலாம்.

1.2.7 யாப்புக் கொள்கை அடிப்படையில்

யாப்புக் கொள்கை அடிப்படையில் ஐகாரம் நெடில் எனக் கருதப்படுகிறது. சில இடங்களில் ஐகாரம் நெடில் என்று கொள்வது யாப்பு மரபுக்கு முரணாக உள்ளது.

> ***கையது*** *கடனிறை யாழே* ***மெய்யது***
> *புரவல ரின்மையிற் பசியே* (புறம்.69)

> *ஐயுணர் வெய்தியக் கண்ணும் பயமின்றே*
> *மெய்யுணர் வில்லா தவர்க்கு.* (குறள்.354)

> ***கைத்தாயும்*** *அல்லை கணவற்கு ஒரு நோன்பு*
> ***பொய்த்தாய்*** *பழம் பிறப்பில் போய்க்கெடுக!*
> (சிலம்பு. கனாத்திறம் உரைத்த காதை 55,56)

கை (=கய்), ஐ (=அய்) ஆகிய முதலசை ஓசைக்கு எதுகையாக மெய், பொய் ஆகிய யகர ஈற்றுச் சொற்கள் பயன்படுத்தபட்டுள்ளன. அகரத்துடன் இணைந்த யகர ஒற்றையும் அசைச்சொற்களாகவே இங்கு கருதப்பட்டுள்ளது. ஆற்றுப்

பெருக்கற்று எனத் தொடங்கும் நல்வழி 9ஆம் பாடலின் ஈற்று அடி ***இல்லையென மாட்டார் இசைந்து*** என உள்ளது.[7] இங்கு ஐகாரத்தை நெடிலாகக் கருதுவோமாயின் யாப்பிலக்கண மரபுப்படி வெண்பாவின் இலக்கணமான காய்ச்சீர் பெறாமல் கனிச்சீரில் அமைந்து வருகிறது. இங்கு ஐகாரம் குறுகி ஒலிக்கிறது எனக் கொள்வோமாயின் இல்லையென என்பதை (=இல்-(ல்)-அய்-என) என்று கொள்ளலாம். இவ்விடத்திலும் ஐகாரம் அகர யகர ஒற்று சேர்ந்த அமைப்பாகவே உள்ளது. ஐயுணர் (நேர் நிரை) அய்யுணர் (நேர் நிரை) ஆகிய சொற்களைத் தமிழ் யாப்பிலக்கண அசைப்படி அலகிடுதலிலும் சிக்கல் எழவில்லை.

1.3.1 அண்மைக் கால அகழாய்வும் ஐகாரமும்

ஒரு மொழியின் பரவலுக்குச் சமயம் மட்டுமே காரணமாக அமைவதில்லை; முதன்மையான காரணியாகக் கருதவேண்டியது பொருளியல் வணிகப் பரிமாற்றமாகும். மொழி உருவாக்க நிலைக்கும் முன்பே பண்டமாற்றுமுறை வழக்கத்தில் இருந்தது. பரிமாற்றம் பல வகையான வளர்ச்சிக்கு அடிப்படைக் காரணியாக அமைந்துள்ளது. வணிகத்தில் கணிதம், மற்றும் சில குறியீடுகள் தேவைப்படுகின்றன. தமிழில் அசோகன் பிராமி வடிவங்களுக்குப் பின் இந்தியா முழுவதும் எழுத்துவடிவம் பரவியதாக ஐராவதம் மகாதேவன், ஒய்.சுப்பராயலு போன்றோர் கருத்துத் தெரிவித்தனர். ஆனால், அண்மையில் கிடைத்த பொருந்தல் அகழாய்வு தமிழகத்தில் அசோகன் பிராமிக்கு 200 ஆண்டுகளுக்கு முன்பு எழுத்து வழக்கு இருந்துள்ளதை உறுதிப்படுத்துகிறது. இதனுடைய காலம் கி.மு.5ஆம் நூற்றாண்டு

---

7. ஆற்றுப் பெருக்கற் றடிசுடுமந் நாளுமவ்வா(று)
ஊற்றுப் பெருக்கால் உலகூட்டும் - ஏற்றவர்க்கு
நல்ல குடிப்பிறந்தார் நல்கூர்ந்தார் ஆனாலும்
இல்லையென மாட்டார் இசைந்து .

நல்வழி 9

எனக் கால நிர்ணயம் செய்யப்பட்டுள்ளது.[8] பொருந்தலில் கிடைத்த வரிவடிவம் பிராமி எழுத்துமுறையில் உள்ளது என்றும் அது **வய்ர** எனப் படிக்கப்பட்டுள்ளது என்றும் கா.ராஜன் ஹிந்து நாளிதழ்க்கு அளித்த செவ்வி ஒன்றில் குறிப்பிட்டுள்ளார். இது தொடர்பாக The Hindu June 28.2009, *Frontline* October 8.2010 ஆகிய இதழ்களில் கருத்துக்கள் வெளியிடப்பட்டுள்ளன. **வைர** > **வய்ர** என எழுதப்பட்டுள்ளது; தமிழ் மொழியின் தொன்மையான எழுத்து முறை இதுவே ஆகும். தமிழ் மொழியில் ஐகாரம் அய் என்பதன் குறியீடாக அதாவது வரிவடிவமாகவே கருததக்கது என்பதற்குத் தமிழ் நாட்டில் கிடைத்த பிராமி கல்வெட்டுகள் சான்றாக அமைகின்றன. இருந்தும் இந்த ஒரு சான்றைக் கொண்டு நிறுவுதல் சற்றுக் கடினமாகும்.

1.3.2.தமிழ் பிராமி கல்வெட்டுகளில் ஐகாரம் அமைப்பு

தமிழ் பிராமிக் கல்வெட்டுகளில் ஐகாரம் மூன்று வகையான வடிவங்களில் காணப்படுகின்றன. *(அய், ஐ, ஐய்)* கல்வெட்டு எண்கள் காண்க இந்நூல் பக்கம் **196-197.**

அந்தை	3, 25,26, 27, 29, 31, 32	அந்தைய்	20
அறை	4	அறைய்	3
உறை	10, 24, 60	உறைய்	61, 62
மதிரை	24	மதிரய்	36
வெங்கோமலை	108	மலைய்	85

8. *One of the two underground Chamber of the grave was remarkable for the richness of its goods a skull and skeletal bones; a four legged jar with two kg of pady inside two ring stands inscribed with the same Tamil Brahmi Script reading ""va-y-ra" (meaning diamond) and a symbol of a gem.* A.M.S. (Accelerator Mass Spectrometry) Dating of the Paddy done by Beta Analysis Inc. Miami U.S.A. assigned the paddy to 490 BCE ±30 (The Hindu August 30.2011) "va-y-ra" (meaning diamond) பொருந்தல் அகழாய்வில் கிடைத்த பெருங்கற்படைகாலப் புதைக்குழியில் அதன் உள் இருந்த பானை ஓட்டில், தொன்மையான பிராமி எழுத்துக் கண்டுபிடிக்கப்பட்டுள்ளது. அந்தத் தாழியில் 2கிலோ அளவிற்குத் தானியங்கள் கிடைத்தன. அந்தத் தானியத்தை அமெரிக்காவில் உள்ள ஆய்வு நிறுவனத்தில் கால நிர்ணயம் செய்யப்பட்டுள்ளது The Hindu August 30.2011.

ஐ என்னும் ஒலியன் மொழி முதலிலும், மொழி இடையிலும், மொழி இறுதியிலும் வந்துள்ளன.

1.மொழி முதலில் மகர ஒலிக்கு முன் மட்டுமே வந்துள்ளது.

ஐ < ம் ஐம்பத்தேழன 105

2.மொழி இடையில் மெய் ஒலிக்குப் பின்

மொழி இடையில் க், ச், த், ல், வ், ழ், ற், ன் ஆகிய மெயினைத்தொடர்ந்து வருகிறது. ங், ஞ், ட், ண், ந், ப், ம், ய், ர், ள் ஆகிய மெய்களுக்குப் பின் ஐகாரம் வரவில்லை.

க் >ஐ	முகையுரு	102	ர் > ஐ	மத்திரைகே	38
ச் > ஐ	சைய்	57	ல் >ஐ	பொலாலையன்	55
த் >ஐ	அந்தைய்	20	வ்> ஐ	வைக	16
ற் > ஐ	அறைய்	3	ழ் >ஐ	எழைய்	34
ன் >ஐ	பனைதுறை	50			

3.மொழி இடையில் மெய் ஒலிக்கு முன்

மொழி இடையில் க், த், ய் என்னும் மெய் ஒலிக்கு முன் வருகிந்து. பிற மெய்களுக்கு முன் வரவில்லை.

ai < k மதுரைகே -38, வைக-16

ai < t தைத-90

ai < y ஆந்தைய்-20, எழைய்-34, சைய்-57

13.3.மொழி இறுதியில் மெய் ஒலிக்குப் பின்

மொழி இறுதியில் க், ட், ண், த், ல், வ், ற், ன் ஆகிய மெய் ஒலியைத் தொடர்ந்து இறுதியில் ஐகாரம் வருகின்றது.

k>ai	பொய்கை	91	P>ai	கரண்டை	51
n>ai	எண்ணை	70	t>ai	அதை	30
l>ai	பேதலை	21	v>ai	அறுவை	46
r̲>ai	அறை	4	n̲>ai	சுனை	84

அய் மதிரய் - அழகர்மலை-1

கொற்றந்தய் - குடுமியான்மலை

பேர்அய்அம் - முதலைகுளம்

துறுகய் யுள்ளாரு கல் - ஈரெட்டிமலை

அகரத்தைத் தொடர்ந்து யகர ஒற்று வருவதுபோல் ஐகாரத்தைத் தொடர்ந்து யகர ஒற்றுக் காணப்படுகிறது. ஐகாரம் சமணம் வருவதற்கு முன்பாகவே தமிழில் இணைந்திருக்க வேண்டும்.

ஐய் -(அய்)

மலைய் வண்ணக்கன்	- அரச்சலூர்-1	மலய்
எழைய்ஊர் அரிதின் பளி	- கருங்காலக்குடி	எழய்
உறைய் கோஆதன்	-புகளூர்-1	உறய்
தந்தைய்	-மாங்குளம்-2	தந்தய்
வெள்அறைய்	- மாங்குளம் -3	அறய்
நாகபேரூரதைய்	- முத்துப்பட்டி -1	அதய்
அந்தைய் பிகன் மகன்	- விக்கிரமங்கலம்-3	அந்தய்

மேற்காணும் கல்வெட்டுச் சான்றுகளில் பழைய வடிவம் இதில் தொடர்ந்து வருவதைக் காட்டுகிறது. கல்வெட்டுவோரால் (Scribe) சில இடங்களில் தவறு ஏற்படலாம். எல்லா இடங்களிலும் ஒரே மாதிரியான தரவுகள் கிடைத்துள்ளன. மேற்காணும் கல்வெட்டுகள் பல்வேறுபகுதியில் பல்வேறு காலப்பகுதியில் வெட்டபட்டவை ஆகும். அவற்றில் ஐகாரச் சொல்லைத் தொடர்ந்து யகர ஒற்று வருவது எதேச்சையாக நடைபெற்றது அன்று. ஐகாரத்தின் பழையவடிவமும் புதிய வடிவமும் ஏற்படுத்திய குழப்பத்தின் விளைவாக இவ்வகையான தரவுகள் பிராமிக் கல்வெட்டில் உள்ளன. இவ்வகையான வடிவம் கல்வெட்டுகளிலும் பிற ஆவணத்திலும் தொடர்ந்து வந்துள்ளன.[9] பொருந்தல் அகழாய்வில் கிடைத்த **வய்ர** என்னும் சொல் கூட்டொலியில் (diphthong) எழுதும் வரிவடிவத்தில் இல்லை. அங்குத் தொல்திராவிட வடிவமாக உள்ளது. சமஸ்கிருதத்தின் தாக்கத்தால் **ஐ** என்னும் வடிவம் வந்திருக்க வேண்டும் என்பதை மேற்காணும் சான்றுகள் உறுதிப்படுத்துகின்றன. தொல்காப்பியத்தின் கருத்துப்படி ஐ, ஔ தமிழில் ஏற்றுக்கொள்ளப்பட்ட நெடுங்கணக்காக உள்ளன ஆயினும் இவ்வாறு எழுதுவது தமிழரின் தொல்வடிவம் (proto form) அன்று எனக் கொள்ளலாம்.

---

9. *முகைய்தீன் வக்குசு உடைய கப்பல் உடைய மணி*, தமிழ் நாட்டிலிருந்து வணிகக் கப்பில் இருந்த மணியில் எழுதப்பட்ட வாசகம், 1867 ஆம் ஆண்டு. காண்க படம், இந்நூல் பக்கம் 195.

1.4. எழுத்துமுறை

தமிழ் மொழிக்கு ஒலிவடிவம் இருந்தது ஆனால், வரிவடிவம் வடநாட்டிலிருந்து வந்த பிராமி வடிவம் தமிழ் நாட்டில் நிலை கொண்டது என்னும் கருத்தும் நிலவுகிறது. சிந்துவெளி எழுத்திலிருந்து பிராமி தோன்றியிருக்கலாம் என்னும் கருத்துடன் ஆராயப்பட்டது. ஆனால், சிந்துவெளியின் காலத்திற்கும் பிராமி எழுத்தின் காலத்திற்கும் இடையில் பல நூற்றாண்டுகள் இடைவெளி உள்ளன. இவ்விரு வடிவங்களுக்கும் எவ்விதமான உறவு உள்ளன என்பதை நிறுவதில் சிக்கல் நிறைந்ததாக உள்ளது. இவ்விரு வடிவங்களுக்கும் இடைப்பட்ட வடிவமாகக் கரோஷ்டி எழுத்து வடிவம் உள்ளது. "சிந்துவெளி எழுத்திற்கும் கரோஷ்டி எழுத்து முறைக்கும் நெருக்கமான உறவு இருப்பதாகக் கருதுகின்றனர். அசோகன் பிராமியில் சில கரோஷ்டி எழுத்துகள் பதிவாகியுள்ளன. கரோஷ்டி எழுத்திலிருந்து பிராமி தோன்றியதாகவும் சில அறிஞர்கள் கருதுகின்றனர்"(முருகையன், 2011:7) இந்த வரிவடிவம் தொடர்பான இருவேறுபட்ட கருத்துநிலைகள் பன்னெடும் காலமாக நிலவுகின்றன. வடநாட்டிலிருந்து வரிவடிவங்கள் வந்தவை என்னும் கருத்துடையவர்கள் வர்க்க எழுத்துக்கள் தமிழ் பிராமியில் கலவாதது பற்றியும், வடபிராமி எழுத்துக்களில் இல்லாத நான்கு சிறப்பு எழுத்துக்கள் தமிழில் எவ்வாறு வரிவடிவம் பெற்றது என்பதற்கும் அசோகன் பிராமியிலிருந்து தென்னாட்டில் எழுத்துமுறை பரவியது என்னும் கருத்துடையவர்கள் விடை சொல்லியாக வேண்டும். திராவிட மொழிகளுக்கு உரிய நான்கு எழுத்தொலிகள் தமிழ் பிராமியில் உள்ளன என கே.வி.சுப்பிரமணிய அய்யர் 1924இல் சென்னைப் பல்கலைக்கழகத்தில் நடந்த மூன்றாவது கீழ்த்திசை மாநாட்டில் சான்றுகளுடன் நிறுவினார் (Subramaniya Iyer, 1924:275300). வடமொழியில் உள்ளது போல தமிழில் அம், க்ரு, லு போன்ற கூட்டெழுத்துக்கள் இல்லை. ஐ, ஔ என்னும் இரு ஒலிகள் மட்டுமே காணப்படுகின்றன. பாணினியின் காலத்தில் (கி.மு.400) சமஸ்கிருதம் பேச்சுவழக்கில் இருந்தது (தாமஸ் டிரவுட்மன் 2007:84,85) மிகப் பழமையான மாங்குளம் கல்வெட்டில் ஐகாரத்தின் உயிர்மெய் வடிவங்களான **தை, கை** ஆகிய வரிவடிவங்கள் கிடைத்துள்ளன ஆனால், ஐகரத்தின் உயிர்

எழுத்து என்று கருதும் வடிவம் மிகப் பிற்காலமான கி.பி.4ஆம் நூற்றாண்டைச் சேர்ந்த திருநாதர்குன்று கல்வெட்டில் முதன்முதலில் கண்டெடுக்கப்பட்டுள்ளது.

தொன்மத்தின் அடிப்படையில் **பிராமி** என்னும் பெயர் எழுத்து வடிவத்திற்கு உருவாக்கப்பட்டுள்ளது. ஆனால், தமிழ் எழுத்தைக் குறிக்கத் **தமிழி** என்னும் மொழியின் பெயர் குறிக்கப்பட்டுள்ளது. கி.பி.1இல் தோன்றிய **சமவயங்க சுத்த** என்னும் பிராகிருத மொழியில் எழுதப்பட்ட சமண நூலில் **தமிழி** என்னும் சொல் பதிவாகியுள்ளதைச் சுட்டலாம். கி.பி.6ஆம் நூற்றாண்டில் தோன்றிய **லலிதவிஸ்தர** என்னும் சமஸ்கிருதத்தில் எழுதப்பட்ட பவுத்த நூலில் **திராவிடி** என்னும் சொல் பதிவாகியுள்ளது. (Velupillai 1980:6) திராவிடி என்னும் சொல் தெலுங்கு, கன்னடம், கிரந்தம் ஆகிய எழுத்து வடிவம் ஒன்றாக இருப்பதால் அதனைக் குறிக்கப்பயன்பட்டது (இரா.நாகசாமி,2010:9). தமிழ் எழுத்துமுறைகளை ஆரியர்கள் எடுத்துக்கொண்டு சமஸ்கிருதத்திற்குத் தேவையான சில எழுத்துக்களைச் சேர்த்து கிரந்த எழுத்துக்களை உருவாக்கியுள்ளனர் எனத் திராவிட மொழிகள் பற்றி முதன்முதலில் ஆய்வு செய்த அறிஞர் **எல்லிஸ்** (Velupillai 1980:15) குறிப்பிட்டுள்ளார். ஆரியர்கள் சிந்துப் பகுதிக்கு வந்த பின்னும் எழுத்துமுறை அவர்களிடம் இல்லை என்பதை ஆர்.எஸ்.சர்மா[10] சுட்டிக்காட்டியுள்ளார். *Negotiations with the Past: Classical Tamil in Contemporary Tamil* என்னும் நூலில் ஜார்ஜ் ஹார்ட்-இன் முன்னுரையில் தமிழ் நெடுங்கணக்குமுறையே இந்திய நெடுங்கணக்குமுறையாக உள்ளது என்னும் கருத்து எண்ணத்தக்கது.[11] இந்திய எழுத்துமுறை *(Indian*

---

10. கிறித்துவ சகாபதம் தொடங்குவதற்கு முன்னரேயே எழுதுங்கலையில் தமிழர்கள் தேர்ச்சிப் பெற்றிருந்தனர் என்பதில் ஐயமில்லை. *(*ராம் சரண் சர்மா, பண்டைக்கால இந்திய, ப.284, 2004*)*

11. It has become common for Tamils to see their heritage as going back to the great Tamil Classical tradition begun in sangam times. This is natural, as ancient Tamil Literature is one of the major feature that gives Tamil its identity. This is reflected in many ways &the Tamil alphabet, for example, is the only Indian alphabet that cannot represent all the Sanskrit phonemes, and this is because it was developed at a time before sankrit became an indis pensable model for south Asian language. (**George L.Hart** *2006::1)*

Palaeography) பற்றிக் குறிப்பிடும் ப்ஃஹுலர், *(*Buhler*)* பல ஆவணங்கள் பனை ஓலையில் எழுதப்பட்டுவந்துள்ளன. இது தென்னிந்தியாவில் மிகுதியாகக் கிடைக்கும் பொருள் ஆகும். இது பொதுவாக எழுதுவதற்கும் கடிதம் மற்றும் அலுவலக ஆவணமாகவும் பயன்படுவதாகும்[12]. ''சிந்துவெளி ஆய்வில் கிடைத்த எழுத்துமுறை திராவிட மொழியுடன் தொடர்புடையது என ஹிராஸ் பாதிரியார் கூறியுள்ளார். இங்கு, காணப்படும் எழுத்துமுறை இன்னும் படித்தறிவதற்கு இயலாமல் உள்ளது. சிந்துவெளியில் கிடைத்த பானை ஓடுகளில் காணப்படும் குறியீடுகளும், தென்னிந்தியா, இலங்கை முதலான இடங்களில் காணப்படும் பானை ஓட்டுக் குறியீடுகளும் ஒரே மாதிரியாக உள்ளன''[13]. இந்தியத் துணைக்கண்டம் முழுவதும் ஒரே விதமான எழுத்தோ அல்லது குறியீடோ ஆரியர் வருகைக்கு முன் நிலவின. இங்கு வந்த ஆரியர்களிடம் எழுத்துமுறை இல்லை என்பதை

12. *the Buddhists believed Palm-trees to have been used for writing from immemorial times.. In Southern India, raw palm-leaves were, and still are, commonly used for letters, for private of official documents, as well as in the indigenous schools. T.Burrow The Sanskrit Language (1955) taken by* A.Subbiah 1973: 64-74

13. The need to evolve a script may have been influnced by the use of the Aramic Script in Achaemenid Persia, spreading through Achaemenid administration and trad. A script assits both administration and commercial actives. The inscription of Ashoka dating to the third century B.C. are the earliest examples of writing (other than the Harappan Script) and seem to assume some familiarity with a Script . The script may therefore go back atleast a few genarations Although panini refers to a script in his famous grammar of Sanskrit the ***Ashtadhyayi,*** Compossed *in the fifth century B.C. this could have been the Iranian Aramaic which was Familiar to the Literati of the north-west. That date of potsherd excavated from fifth century B.C. levels at Anuradhapura in Sirlanka with graffiti in brahmi would make this the earliest evidence of brahmi but the find remains controversial. Isolated examples would require more supporting evedience before the date can be accepted.* **Romila Thapor,** 2003, *The Penquin History of Early India from the Origins to A.D.1300, Pa.162, 163*

ரிக்வேதம் தெளிவுபடுத்துகிறது[14]. **சமணர்கள் வந்த பின்னர் எழுத்துமுறை வந்தது என்னும் கருத்து இப்போது தகர்க்கப்பட்டிருக்கிறது.** ஆயினும் கிறித்துவப் பாதிரிமார்கள் வந்த பிறகு தமிழகத்தில் கல்வி பரவலாக்கல் செய்யப்பட்டது போல் சமணம் வந்த பிறகு கல்வி பரவலாக்கல் நிகழ்ந்திருக்க வேண்டும் என்னும் கருத்து அறிஞர்களிடம் நிலவுகின்றது (வேலுப்பிள்ளை 2004: 34, 35). கல்வி (Literacy) சமணக் கல்வி அல்லது போதனைகள் அல்லாத சங்க இலக்கியத்தியத்தின் மரபுகளான அகம், புறம், திணை போன்றவைகள் எப்படித் தமிழகத்தில் வந்தன. இதுபோன்ற இலக்கிய வகைமைகள் வடநாட்டிலோ அல்லது சமண பவுத்த இலக்கியத்திலோ காணப்படவில்லை என்பது எண்ணத்தக்கது. சமணம் பவுத்தம் ஆகிய தத்துவங்கள் இசை, மற்றும் இன்ப நுகர்வு போன்றவைக்கு எதிரானவை. சமணம் இசையை எதிர்க்கிறது. யசோதரா காவியத்தில் இசையால் ஓர் இளவரசி யானைப் பாகனுடன்

14. *நம்முடைய பாரத இந்திரன் எவ்வளவு பராக்கிரமசாலி அசுரர்களுடைய நூற்றுக்கணக்கான நகரக் கோட்டைகளை நொறுக்கிவிட்டான். அசுரர்களின் நகரக் கோட்டை செம்பினால் கட்டப்பட்டவை என்கிறார்களே அது உண்மையா? அசுரர்களிடன் செம்புமுதலிய உலோககள் இருக்கின்றன. ஆனால் அந்தக் கோட்டை சுட்டமண்ணினால் கட்டப்பட்டவை (செங்கலிற்கு வடமொழியில் இஸ்டிகா என்று பெயர்- சங்கப்பாடல்களில் இச்சொல் வருகின்றன இட்டிகை நெடுஞ்சுவர் விட்டம் வீழ்ந்தன்ன. அகம்.167). இன்னொரு அற்புதம் நீ கேள்விபட்டிருக்கவே மாட்டாய் அசுரர்கள் வாய்திறந்து பேசாமலே சம்பாஷிக்கிறார்கள் வாய்திறந்து பேசாமலே சம்பாஷிக்கிறார்களா? ஆம், வாய்திறந்து பேசாமலே அவர்கள் சம்பாஷிக்க முடிகிறது. மண், கல், அல்லது தோல் முதலிய ஏதாவது ஒன்றில் ஒரு அசுரன் சில அடையாளங்களைக் கிழித்து மற்றவரிடம் கொடுப்பான் அடுத்தவன் எல்லா விஷயங்களையும் தெரிந்து கொள்வான். நாம் இரண்டு மணிநேரம் பேசியும் விளங்கவைக்க முடியாத விஷயத்தை அவன் இரண்டு மூன்று கோடுகளை இழுத்து விளங்க வைத்துவிடுகிறான். இந்த விஷயத்தை ஆரியர்களாகிய நாம் இதுவரை அறியவே மாட்டோம். இப்போதுதான் நம்முடைய ஆரியர்கள் இந்தக் கோடுகளைக் கற்றுக்கொள்ள ஆரம்பித்திருக்கிறார்கள் ஆனால் வருஷகணக்காக முயன்றும் அவர்கள் இன்னும் பூரணமாகக் கற்றுக்கொள்ள முடியவில்லை.* (ராகுலசாங்கிருத்தியாயன்,1995, பக்.90-93)

சென்று தன் வாழ்க்கையை இழந்தாள் என்பது கதையின் மையப்பொருளாகச் சுட்டப்பட்டுள்ளது. வணிகம் அண்டை நாட்டுடனான அரசியல், போரில் இறந்துபட்ட வீரர்களுக்குக் கல்நடுதல், அதில் அவரின் பெயரினைக் குறித்தல் ஆகிய சமூக வரலாற்று நடவடிக்கைகள் இங்கு பன்னெடுங்காலமாக இருந்து வந்துள்ளன. எழுத்துமுறை தோன்றுவதற்கான சமூக அரசியல், மற்றும் பொருளியல் காரணிகள் தமிழ்ச் சமுதாயத்தில் வலுவாக உள்ளன.

1.5. முடிவுகள்

ஐகாரம் தொடர்பான கால்டுவெலின் கருத்து, சற்று வித்தியாசமாக அமைந்துள்ளது. தமிழ் ஐகாரம் (அ+இ) அகர இகரக் கூட்டு என்றும், வடமொழி ஐகாரம் (எ+இ) எகர இகரக் கூட்டு என்றும் தன் கருத்தைச் சுட்டியுள்ளார். பழந்தமிழில் ஐகாரம் இல்லை என்றும் பிறமொழி கலப்பின் காரணமாகவே தமிழில் கூட்டொலி நிகழ்ந்திருக்க வேண்டும் என்பதும் கால்டுவெல் போன்ற அறிஞர்களின் கருத்தாகும். வடமொழியில் ஒவ்வொரு காலக்கட்டத்திலும் ஐகார ஒலியின் கூட்டு நிலையில் பல மாற்றங்கள் காணப்படுகின்றன.

ஆ+ய்(=ஐ)	பி.எஸ்.சுப்பிரமணியசாஸ்திரி,
ஆ+இ, அ+ஈ (=ஐ)	தைத்திரீயப்ராதி சாக்கியம், மஹாபாஷ்யம்[15],
ஐ, ஔ அ+இ, அ+உ (=ஐ, =ஔ)	ரிக்வேதபிராதிசாக்கியம் சாகடாயனார்

---

15. அகரம் வாயடி சிறுது குறுகிப் பிறக்கும் என வடமொழி இலக்கணங்களில் கூறியிருப்பினும் தென்னாட்டில் அஃது அங்காந்து ஒலித்தற்குக் காரணம் தமிழ் மொழியில் அகரம் அவ்வாறு ஒலித்தலே எனலாம். அகர இகரம் ஐகாரம் ஆகும் (தொல்.எழுத்து.54) ஐகாரத்திற்குப் பிரதியாக அய் என எழுதப்பெறும் என்றதும் விளங்கும். வடமொழியில் ஐகாரத்திற்குப் பிரதியாக ஆய் வரும், அய் வராது. ஆயினும், இக்காலத்தில் வடமொழி ஐகாரம், தமிழ் மொழி போல் ஒலிக்கப்படினும் ஒரு காலத்தில் ஆஇ என்றும் மற்றொரு காலத்தில் அஈ என்றும் ஒலிக்கப்பட்டது என தைத்திரீயப்ராதி சாக்கியம், மஹாபாஷ்யம் முதலிய நூல்களில் பதிவாகியுள்ளன. இப்போது அஇ என ஒலித்தற்குக் காரணம் தமிழ்மொழி ஐகாரம் அவ்வாறு ஒலித்தலே காரணம். பி.எஸ்.எஸ். சாஸ்திரி (1936).

போன்றோர் விளக்கம் அளித்துள்ளனர். காலந்தோறும் ஐகாரத்திற்குப் பல கூட்டுவடிவங்கள் உள்ளதாக வரலாற்று நிலையில் அறியமுடிகிறது. தமிழில் உள்ள ஐகாரம் மாத்திரையின் அளவில் இரண்டு, ஒன்றரை, ஒன்று என மாற்றங்கள் பெற்றுக் காணப்படுகின்றது. ஆயினும், கூட்டுநிலையில் (ஐ = அஇ, அய்) தொல்காப்பியத்திலிருந்து எவ்வித மாற்றமும் காணப்படவில்லை. ஆயினும் அகர இகரம் ஐகாரம் ஆகும் என்பதிலும், அகர யகர ஒற்று ஐகாரம் ஆகும் என்பதிலும் ஐகாரம் அகரமாக மாறும் என்பதிலும் அகர ஒலியனே அடிப்படையாக அமைந்துள்ளது.

கன்னட மொழியில் **சப்தமணிதர்பணா** என்னும் நூலின் உரையாசிரியர் நஞ்சையா என்பவர் உயிர் ஒலியன்களில் ஏ, ஓ, ஐ, ஔ ஆகிய நான்கும் சந்தியக்கரக் கூட்டுயிர்களைக் குறிப்பிடுகிறார்[16].இது சமஸ்கிருத தாக்கத்தின் விளைவாகும். பிராகிருதம், பாலி ஆகிய மொழிகளில் தொடக்கத்தில் ஐகாரம், ஔகாரம் என்னும் உயிர் எழுத்தொலிகள் இல்லை. பிராகிருத மொழியில் தொடக்கத்தில் எட்டு உயிர்கள் மட்டுமே உள்ளன. பின்னாளில் சமஸ்கிருதத்திற்காக ஐந்து எழுத்துக்கள் சேர்க்கப்பட்டுள்ளன.[17] தமிழ் மொழியிலும் பிராமிக் கல்வெட்டில் எட்டு உயிர் ஒலியன்களே கிடைக்கின்றன. எகர ஒகரங்கள் தொடக்கத்தில் குறிலாகவும் நெடிலாகவும் படிக்கப்பட்டுள்ளன. இது உயிர்மெய் வடிவிலும் இம்முறை பின்பற்றபட்டுள்ளது. இன்றும் சில பழைய ஓலைச் சுவடியில் எகர ஒகரங்கள் குறில் நெடில் வேறுபாடு இல்லாமல் உள்ளன. சொற்களின் பொருளுக்கு ஏற்றவாறு குறிலாகவோ நெடிலாகவோ படித்து அறிந்துகொள்ள வேண்டும்.

16. *Nanjayya the commentory of Sabdamanidarpana says that the vowels e:, o:, ai, and au are called Sandhyaksaras because they are combinotions of two simple vowels (Phonologys of kannada, K.P.Bhat p.265-268 Studies in Early Darvidion Grammars 1978) Ed. S.Agasthialingom, K.Kumaraswami Raja.*

17. *ai, and au, in Prakrit should strictly be written aï, and aü to distinguish them from the Sanskrit dipthongs ai , au but as the latter do not occur in Prakrit the dots can be admitted without any ambiquity.* (Alfred Woolner 1917,Introduction to Prakrit, p. ix.)

இவ்வகையான பயிற்சி இன்றும் சுவடி படிப்போரிடம் காணப்படுகின்றது.

ஐகாரம் இல்லை என்னும் கருத்து முன்வைக்கப்படும் போது தொல்காப்பியம் முதலான மரபிலக்கண நூல்களில் உள்ள ஐகாரம் தொடர்பான கருத்துக்கள் மரபிலக்கணக் கோட்பாட்டுநிலையில் வலுவிழக்க வாய்ப்புள்ளது. பேச்சுவழக்கிலும் பிற திராவிட மொழிகளிலும் ஐகாரம் நெடில் ஒலியாகக் கருத வாய்ப்பில்லை. தமிழில் சமஸ்கிருத மொழிகளின் தாக்கம் நிகழ்திருக்கிறது என்பதற்கான சான்றுகளில் ஐகாரம், ஔகாரம் ஆகிய உயிர் ஒலிகள் அல்லாத மெய்ஒலிகளிலும் இதனைக் காணலாம். தமிழின் சிறப்பெழுத்தான **ழ்,ள்,ற்,ன்** ஆகிய நான்கும் தமிழ் நெடுங்கணக்கில் பின்னுக்குத் தள்ளப்பட்டுள்ளன. இவ்வகையான மாற்றம் தொல்காப்பியத்திற்கு முன்பே நிகழ்ந்திருக்க வேண்டும். இதனை இந்தியத் துணைக்கண்டம் முழுமைக்குமான எழுத்துமுறை கொண்டுவர வேண்டும் என்னும் எண்ணத்தின் வெளிப்பாடாகக் கொள்ளலாம். தொல்காப்பியம் வல்லொலி பிறப்புப் பற்றிக் கூறுமிடத்து **க ச ட த ப ற** என்னும் இவ்வொலிகள் பிறப்புமுறை (articulate functions) அடிப்படையில் '**ற**' என்னும் ஒலி டகரத்திற்கும் தகரத்திற்கும் இடையில் பிறக்கும் ஒலியாகும். கல்வெட்டில் இவ்வொலியின் பிறப்புத் தெளிவாக உள்ளது. டகரத்தின் வடிவமும் அதன்கீழ் தகரத்தின் வடிவமும் இணைந்து காணப்படுகின்றது (காண்க- படம்-1). தமிழில் ஐ, ஔ என்னும் ஒலிகளை நீக்கி அய், அவ் என எழுதத் தொடங்குவொமேயானால் தமிழ் மொழியில் உள்ள 38 எழுத்துக்கள் தவிர்க்க வாய்ப்புள்ளது. தற்காலத்தில் எழுதப்படும் நூல்களில் ஐகாரத்திற்குப் பதிலாக அய் என எழுதும் வழக்கம் வந்துகொண்டிருக்கிறது.[18] வாய்மொழி வழக்கில் மட்டுமிருந்த சமஸ்கிருதம் பொது ஆண்டு 150ஆம்

---

18. அ). கயிலை நாதர் பதிப்பகம் (பேராசிரியர் அ.சிவபெருமான் அவர்களின் பதிப்பகம்)

ஆ).ஆங்கிலேயர் மற்றும் அய்ரோப்பியர் வருக்கைக்குப் பின்னர், இந்தியத் துணைக் கண்டம் ஓர் ஆட்சியியல் வரம்புக்குள் கொண்டுவரப்பட்டது. (பரமக்குடி என்கிற படுகளம், கா.இளம்பரிதி, 2011, ப.9)

ஆண்டிற்குப் பிறகே எழுத்துருவம் பெற்றது. அதாவது ஏறத்தாழ பிராகிருதம் எழுதப்பட்டு 400 ஆண்டுகள் கழிந்த பின்னரே சமஸ்கிருதம் வரிவடிவம் மெற்றது (முருகையன் 2011:7) என்னும் கருத்தின் அடிப்படையில் நோக்கின் பிராகிருதம், பாலி ஆகிய மொழிகளில் தொடக்கத்தில் ஐகாரம் ஔகாரம் என்னும் கூட்டொலிகள் இல்லாமல் இருந்து பின்னர் சமஸ்கிருதத்திலிருந்து எடுத்துக்கொள்ளப்பட்டது (Alfred C.Woolner, 1917) என அல்ஃபிரட் உல்நர் கருதுகிறார். தமிழ் பிராமியிலும் தொடக்கத்தில் எட்டு உயிரொலியன்களே உள்ளன. எகர ஒகர குறில்களைப் புள்ளி வைத்து எழுதும் வழக்கம் பற்றித் தொல்காப்பியம் அடையாளப்படுத்தியுள்ளது. தமிழ்க் கல்வெட்டுகளில் கி.பி.2ஆம் நூற்றாண்டிற்குப் பின்னரே புள்ளி வைத்து எழுதும் வழக்கம் காணப்படுகின்றது. மொழியியல் அடிப்படையிலும் கல்வெட்டுச் சான்றுகளை முன்வைத்தே இங்கு ஐகாரம் விளக்கப்பட்டுள்ளது. சமஸ்கிருத மொழியில் கூட்டொலிகள் மிகுதியாகக் காணப்படுவதால் ஐகரம் ஔகாரம் ஆகிய கூட்டொலிகள் அங்கிருந்து தமிழில் பெறப்பட்டவையாகக் கருத இடமுள்ளது. கோட்பாட்டுநிலையில் ஐகாரம் ஔகாரம் நெடில் ஒலி அல்ல என்று ஒலியியல், அசை, உருபனியல், பொருண்மையியல் ஆகியவற்றின் அடிப்படையில் நிறுவப்பட்டுள்ளது.

படம்-1

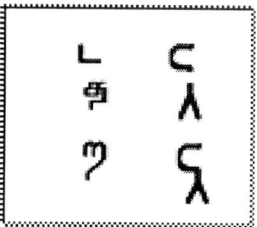

இடை அண்ணம்

ட ற

ச த

கடை அண்ணம் க ப முன் அண்ணம்

இணைப்பு - 1

தொல்காப்பியத்தில் ஐகாரம் தொடர்பான நூற்பாக்கள்

1. ஆ ஈ ஊ ஏ ஐ, ஓ ஔ என்னும் அப்பால் ஏழும்,
ஈரளபு இசைக்கும் நெட்டெழுத்து என்ப. (தொல்.1954,எழுத்து.4)

2. ஔகார இறுவாய்,
பன்னீர் எழுத்தும் உயிர் என மொழிப. (தொல்.1954,எழுத்து.8)

3. ஐ ஔ என்னும் ஆயீர் எழுத்திற்கு,
இகர உகரம் இசை நிறைவாகும். (தொல்.1954,எழுத்து.9)

4. நெட்டெழுத்து ஏழும் ஓர் எழுத்து ஒருமொழி.
(தொல்.1954,எழுத்.10)

5. அகர இகரம் ஐகாரம் ஆகும். (தொல்.1954,எழுத்து.21)

6. அகர உகரம் ஔகராம் ஆகும். (தொல்.1954,எழுத்து.22)

7. அகரத்து இம்பர் யகரப் புள்ளியும்,
ஐ என் நெடுஞ்சினை மெய்பெறத் தோன்றும்.
(தொல்.1954,எழுத்து.23)

8. ஓர் அளபு ஆகும் இடனுமாருண்டே,
தேரும் காலை மொழி வயினான. (தொல்.1954,எழுத்து.57)

9. இகர யகரம் இறுதி விரவும். (தொல்.1954,எழுத்து.25)

10. பன்னீர் உயிரும் மொழி முதலாகும்.
(தொல்.1954,எழுத்து.26)

11. சகரக் கிளவியும் அவற்று ஓரற்றே,
அ ஐ ஔ என்னும் மூன்று அலங்கடையே.
(தொல்.1954,எழுத்து.29)

12. உயிர் ஔ எஞ்சிய இறுதி ஆகும். (தொல்.1954,எழுத்து.36)

13. ஐயின் முன்னரும் அவ்வியல் நிலையும்
(தொல்.இளம்.1991-128)

14. ஐகார ஔகாரங் கானொடுந் தோன்றும்
(தொல்.இளம்.1991-138)

15. இஈ ஐவழி யவ்வும்..... (தொல்.இளம்.உரை1991)
......

16. ஐகார வேற்றுமை திரிபென மொழிப(தொல்.இளம்.1991-158)
..... (தொல்.இளம்.1991-159)

17. சுட்டு ஐயென் இறுதி (தொல்.இளம்.1991-169)

18. ஐகார இறுதிப் பெயர்நிலை முன்னர்
வேற்றுமை யாயின் வல்லெழுத்து மிகுமே.
(தொல்.1954,எழுத்து.280)

19. சுட்டுமுதல் இறுதி உருபியல் நிலையும்
(தொல்.1954,எழுத்து.281)

20. விசைமரக் கிளவியும் ஞெமையும் நமையும்
அவைமுப் பெயரும் சேமர இயல.(தொல்.1954,எழுத்து.282)

21. பனையும் அரையும் ஆவிரைக் கிளவியும்
நினையுங் காலை அம்மொடு சிவணும்
ஐயென் இறுதி அரைவரைந்து கெடுமே
மெய் அவண் ஒழிய என்மனார் புலவர்.
(தொல்.1954,எழுத்து.283)

22. பனையின் முன்னர் அட்டுவரு காலை
நிலையின் றாகும் ஐ என் உயிரே
ஆகாரம் வருதல் ஆவயி னான (தொல்.1954,எழுத்து.284)

23. கொடிமுன் வரினே ஐஅவண் நிற்பக்
கடிநிலை இன்றே வல்லெழுத்து மிகுதி
(தொல்.1954,எழுத்து.285)

24. மழையென் கிளவி வளியியல் நிலையும்
(தொல்.1954,எழுத்து.287)

25. வேட்கை முன் அவா.....
(தொல்.1954,எழுத்து.288)

26. கு ஐ ஆன் என வரூஉம் இறுதி,
அவ்வொடும் சிவணும் செய்யுளுள்ளே.
(தொல்.1954, சொல்.592)

காவலோனைக் களிறஞ்சுமே / காவலோனக் களிறஞ்சுமே
ஆசிரியர்க்கு / ஆசிரியர்க்க

27. அவைதாம்
இ,உ, ஐ,ஒ என்னும் இறுதி
அப்பால் நான்கே உயர்திணை மருங்கில்
மெய்ப்பொருள் சுட்டிய விளிகொள் பெயரே.
(தொல்.1954, சொல்.)

28. அவற்றுள்

இ ஈ ஆகும் ஐ ஆய் ஆகும். (தொல்.1954, சொல்.606)

முறைப்பெயர் மருங்கின் ஐ என் இறுதி
ஆவொடு வருதற்கு உரியவும் உளவே
(தொல்.1954, சொல்.)

29. அவற்றுள்

முன்னிலைக் கிளவி
இ ஐ ஆய் என வரூஉம் மூன்றும்
ஒப்பத் தோன்றும் ஒருவர்க்கும் ஒன்றற்கும்
(தொல்.1954, சொல்.)

இணைப்பு - 2
ஐகாரம் தொடர்பாக வாதிட்டோர் பட்டியல்

செந்தமிழ்ச்செல்வி

1. நெடுங்கணக்கு அரிவரி செந்தமிழ்ச் செல்வி 1934
2. தமிழ்த்தாய்க் கொலை 1,2,3 செந்தமிழ்ச் செல்வி 26
3. தமிழ் எழுத்து மாற்றம், 09.1951, செந்தமிழ்ச் செல்வி 26-1
4. தமிழ் எழுத்து மாற்றம் ஞா.தேவநேயன், 11.1951, செந்தமிழ்ச் செல்வி 26-3
5. உண்மை வெளிப்படுகிறது, திரு சித்தயோகி, சாமி சுந்தர மகாலிங்கம், 01.1952, செந்தமிழ்ச் செல்வி 26-5
6. தமிழ் ஐ ஒள எழுத்துக்கள், கா.அப்பாத்துரை செந்தமிழ்ச் செல்வி 26-6,1951-52:301-304
7. தமிழ் எழுத்துச் சீர்திருத்தம், 12.1978, செந்தமிழ்ச் செல்வி 53-4
8. ஐ ஒள அய் அவ் தானா? ஞா.தேவநேயன், செந்தமிழ்ச் செல்வி 53-6, ப.(273)
9. தமிழ் நெடுங்கணக்கு செந்தமிழ்ச் செல்வி 53
10. தமிழ் எழுத்து மாற்றம் தன்மானத் தந்தையார் கொள்கையா, ஞா.தேவநேயன், 03.1980, செந்தமிழ்ச் செல்வி 54-7
11. எழுத்துச் சீர்திருத்ததிற்குத் தமிழ் அறிஞர்கள் எதிர்ப்பு, செந்தமிழ்ச் செல்வி 56
12. வடிவ மாற்றம், இரா.இளங்குமரன், 06.1988,செந்தமிழ்ச் செல்வி 62-10
13. இது, ஒரு குண்டா? துண்டா? இரா.இளங்குமரன், 06.1990, செந்தமிழ்ச் செல்வி 64-11

குறளியம்

14. தமிழ் எழுத்துச் சீர்திருத்தம் தேவைதானா வ.சுப.மாணிக்கம், குறளியம்.
15. மூச்சுக் காற்று இரா.இளங்குமரன். 1.1.1999, குறளியம் 19-06,07.

தெளிதமிழ்

16. எச்சரிக்கம், ம.இலெ.தங்கப்பா தெளிதமிழ், 13.02.2010

தென்மொழி

17. தமிழ் எழுத்து வடிவடிவச் சீரழிப்பு விழிப்புத் தேவை, விழிப் புணர்வோன், தென்மொழி 03.2010
18. தென்மொழி 15-5, தமிழக அரசின் எழுத்துச் சீர்திருத்தம், பாவலரேறு பெருஞ்சித்திரன். 11.1978,
19. பெரியார் சீர்திருத்தம் என்னும் பெயரில் தமிழ்தான் திறந்த மடமா? 1979

தமிழ் அமைப்புகள்

20. தமிழ் எழுத்து சில சிந்தனை வெ.கோவலங்கண்ணன், சிங்கப்பூர்த் தேசியப் பல்கலைக்கழகத் தமிழ்ப்பேரவை ஆய்வரங்கம் 28.8.1983
21. தமிழர் அறக்கட்டளை வேண்டுகோள், பொறிஞர் ஆ.கருப்பையா, மேலாண்மை அறங்காவலர், தமிழ் அறக்கட்டளை 12.03.2010,

கட்டுரைகள்

22. ஐ, ஔ, இரா.இளங்குமரன் எழுத்துச் சீர்திருத்தமா? எழுத்துச் சீரழிப்பா? 2009, தொகுப்பு, இரா.இளங்குமரன்
23. தமிழில் எழுத்துச் சீர்திருத்தம், தங்கப்பா, எழுத்துச் சீர்திருத்தமா? எழுத்துச் சீரழிப்பா? தொகுப்பு, இரா.இளங்குமரன் ப.84-93
24. எழுத்துச் சீர்திருத்தம் எங்கே போய் முடியும் வ.சுப.மாணிக்கம், 1.04.1989. பதிப்பளிப்பு, மணிவாசகர்ப் பதிப்பகம்
25. எழுத்துச் சீர்திருத்தம் தேவையா, ம,பொ.சிவஞானம், 12.1995 பூங்கொடிப் பதிப்பகம்
26. Script Reform in Tamil, V.Sp.Manickam, 1977 Sociolinguistics and Dialectology Seminar Paper pp 522-529 Ed. Agastialingam and K.Karunakaran; Annamalai University.
27. எழுத்துச் சீர்மை, உலகநாதன்,மு. --1979
28. எழுத்துச் சீர்திருத்தத்தால் தட்டெழுத்துக்கு நன்மை உணடா? கணபதி, கலைமகள், பிப்.1979
29. தமிழ் எழுத்துச் சீர்திருத்தம், புலவர் குழந்தை, 1968.

30. தமிழ் எழுத்துச் சீரமைப்பு, வா.செ.குழந்தைசாமி, தமிழியல்துறை, மதுரை காமராசர் பல்கலைக்கழகம், 1979
31. புதிய தமிழ் வடிவம் கொடுமுடி சண்முகப் பிரகதம் --1979
32. எழுத்துச் சீர்திருத்தம் செ.வை.சண்முகம்,1985,அனைத்திந்தியத் தமிழ்மொழியியற் கழகம்,அண்ணாமலை நகர்.
33. எழுத்துச் சீர்மை, ம.பொ.சி.
34. பண்டைத் தமிழ் எழுத்துக்கள் தி.ந.சுப்பிரமணியம், மறு.பதி.2004 உலகத் தமிழாராய்ச்சி நிறுவனம்.
35. தமிழ் வரிவடிவம் ஆராய்ச்சி அ.சி.சுப்பையா, 1935
36. எழுத்துச் சீர்மை சு.செல்லப்பன், 1974 பக்.209, 217
37 எழுத்துச் சீர்திருத்தம் (தொகு.) அ.ச.ஞானசம்பந்தம், 3ஆம் பதி. 1978
38 எழுத்துச் சீர்மை, வி.கே.தில்லைநாயகம், --1979
39. தமிழ் எழுத்தில் சீர்திருத்தம், கே.எஸ்.நாதன், குடியரசு, 27.1.1935
40. தமிழ் எழுத்து மாற்றம் பித்தன் பிதற்றல் குடியரசு 17.3.1935
41. எழுத்துக்களில் தமிழ், பேனா ஒட்டி 1951
42. எழுத்துச் சீர்திருத்தம் தெ.பொ.மீ. பெரியார் சுயமரியாதைப் பிரசார வெளியீடு,பதி-3, 1978
43. தமிழ் வளர்ச்சியும் தமிழ் எழுத்துச் சீர்திருத்தமும், கொண்டல் சு.மகாதேவன், 1974
44. எழுத்துச் சீர்மை தெ.பொ.மீ. -- 1979
45. தமிழ் எழுத்தில் திருத்தம் முருகப்பா, குமரன் இதழ், காரைக்குடி, 4.9.1930
46. எழுத்துச் சீர்திருத்தம் ஓர் வரலாறு எஸ்.மோகன் பாபு, விடுதலை, 24.12.1978
47. எழுத்தில் சீர்திருத்தம் பெரியார் ஈ.வே.ரா. பகுத்தறிவு, 30.12.1937
48. தமிழ் எழுத்தில் சீர்திருத்தம் பெரியார் ஈ.வே.ரா. குடியரசு, 20.11.1935
49. எழுத்துச் சீர்திருத்தம் தொகுப்பு, பெரியார் சுயமரியாதைப் பிரசார வெளியீடு, பதி-31978
50. எழுத்துச் சீர்மை, கி.வா.ஜா.
51. தமிழ் எழுத்துச் சீர்திருத்தம், தெ.பொ.மீ, மொழியியல்-தொகுதி-2, 1979
52. தமிழ் எழுத்துச் சீர்மை, வி.கே,தில்லை நாயகம், மொழியியல்-தொகுதி-2, 1979
53. திருத்துவோம் தமிழ் எழுத்துக்களை இ.ஜே.சுந்தர் மொழியியல் -தொகுதி-2, 1979

54. பொறித்தமிழ் மொழியியல்-தொகுதி-2 1979
55. தமிழ் எழுத்துச் சீர்திருத்தம் இரா.கிருஷ்ணமூர்த்தி, மொழியியல் -தொகுதி-2 1979
56. செ.வை.சண்முகம்,1973, The Phonological Interpretation of diphthongs in Old Tamil, Indian Linguistics.

இணைப்பு-3
சங்க இலக்கியத்தில் பதிவான அகரம் யகரம் இணைந்த சொற்கள்

சொல்	பதிவுகள்
அமயம்	நெடு.75; மது.477, 649; குறி.45; மலை.375
அயிர்	அகம்.30-7, 84-7, 113-20
அயிர்த்தன்று	அகம்.315-5
அயிர்ப்பு	நற்.46-6
அயிர	முல்.92
அயிராது	மலை.491
அயிரி	அகம்.253-20
அயிரை	நற்.272-5; குறு.128-3
அயில்	சிறு.7, 52, 253; முல்.34; மது.67
அயினி	நற்.254-7, புறம்.77-8, மலை.467
கயில்	ஐங்.72-1; பரி.12-18
கயிறு	பெரு.56; முல்.40
சையம்	பரி.11-14
தயிர்	அகம்.87-7, குறு.167,
பயிர்	அகம் 14-11
பயிர்த்தல்	நற்.338-12
பயில்	அகம்.11.9
பயினி	குறு.69
பயின்று	அகம்.50-6, 276-10, நற்.0.5, 294-3, பரி.தி.1-15
மயில்	குறு.156-7; புற.41-13
மயிர்	திரு.313; சிறு.44; நற்.73-7
வயிர்	திரு.120; முல்.92
வயிரம்	அகம்.127-8, 178-1, பதி.16-16
வயிரியம்	மலை.164

இணைப்பு - 4

தமிழ் பிராமிக் கல்வெட்டுகளில் ஐகார ஈற்றுச்சொற்கள்

(கல்வெட்டு எண்கள் காண்க இந்நூல் பக்கம் 196-197)

அடா..றை	16	அதை	30
அந்தை	3,25,26, 27,29,31, 32	அந்தைய்	20
அறுவை	46	அறை	4
அறைய்	3	உறை	9, 24, 60
உறைய்	61, 62	எண்ணை	70
எழைய்	34	கடிகை	88
கரண்டை	51	கொற்றந்தை	67
கொற்றை	93	சந்தந்தை	29
சம்பொய்கை	90	சுனை	84
சைய்	57	தந்தைய்	2
தை	86, 87	தைத	90
நல்முழஉகை	17	நாகபேரூரதைய்	56
நிசீதிகை	104, 105	பனைதுறை	50
பிடந்தை	66	பேதலை	21
பொய்கை	91	பொலாலையன்	55
பொறை	61	மத்திரைகே	38
மதிரய்	36	மதிரை	24
மலைய்	85	முகையுரு	102
முழாகை	7	விந்தை	57
வெங்கோமலை	108	வைக	16

2
தமிழில் கல்வெட்டாய்வின் வரலாறு

2.1.எழுத்தியல் வரலாறு

கல்வெட்டுகள், வரலாறு எழுதுவதற்குத் தேவையான அடிப்படைச் சான்றுகளுள் முதன்மையானதாகும். இவற்றுடன் நாணயங்கள், பானை ஓடுகள், மற்றும் செப்புப்பட்டையங்கள் ஆகியவை அடிப்படை ஆவணங்களாகும்.

கல்வெட்டுகள்	Inscriptions
நாணயம்	Coins
பானை ஓடுகள்	pottery
செப்புப்பட்டையங்கள்	Copper Plats

Epigraphy என்னும் சொல்லிற்கு இணையான தமிழ்ச் சொல்லாக 'எழுத்துப்பொறிப்பியல்' என்னும் சொல்லைக் கையாளலாம். தமிழகத்தில் கற்பாறை, பானைஓடு, பனைஓலை, முத்திரை, காசு(நாணயம்) ஆகியவற்றில் எழுத்துப்பொறித்திருப்பதால், தமிழகத்தில் பன்னெடுங்காலமாகத் தொடர்ந்து எழுத்து, வழக்கில் இருந்து வந்துள்ளது என்பதை வெளிப்படுத்துகிறது. கல்லில் எழுதுவது காலத்தால் நிலைத்து நிற்கக் கூடியவை; எந்த இடத்தில் எழுத்து வெட்டப்படுகிறதோ அந்தக் கருத்து அங்குள்ள பகுதியோடு நெருங்கிய தொடர்புடையதாக இருக்கும். சங்க காலங்களில் போரில் சாவு எய்திய மறவர்களுக்குக் கல் நட்டுப் பெயரும் புகழும் எழுதப்பட்டுள்ளன. 'பெயரும் பீடும் எழுதி' (அகம்.131:10-11) என்னும் சான்று அகநானூற்றுப் பாடலில் இடம்பெற்றுள்ளது. சங்கப்பாடல்களில் நடுகல் தொடர்பான பல பதிவுகள் காணப்படுகின்றன. ஓலைகள் காலந்தோறும் படி எடுக்கப்பட்டு

வந்தன. பல நிலைகளில் அது காலம் கடந்து வாழும் தன்மையைப் பெற்று இருக்கவில்லை. கல்வெட்டுகளும், செப்புப்பட்டயங்களும் மன்னர் ஆட்சி நடைபெற்ற வரை அது வழக்கில் இருந்தன. ஒரு சில இடங்களில் ஆங்கிலேயர் ஆட்சியிலும், தற்காலத்திலும் அந்த மரபு தொடர்ந்து வருகின்றன.

பிராமிக் கல்வெட்டுக்கள், சேர, சோழ, பாண்டியர் கல்வெட்டுகள் மற்றும் பிற ஆவணங்களை உள்ள எழுத்துக்களை ஆய்வு செய்த ஆளவிற்குத் தற்காலத்தில் வைக்கப்பட்டுள்ள கல்வெட்டுகளைப் பற்றிய ஆய்வுகள் மேற்கொள்வில்லை. அந்தக் கல்வெட்டு, அரசியல் சார்புடையாதாக இருந்தாலும் அதனுள் வழங்கும் மொழிக்கும் எழுத்திற்கும் வரலாற்றோடு தொடர்பு உடைவை என்பதைக் கவனத்தில் கொண்டு 1901 முதல் 2000 வரை உள்ள இந்த 100 ஆண்டுகளில் தமிழகத்தில் அரசாங்கத்தார் அல்லாது பிற நிறுவனங்களால் வெட்டப்பட்ட கல்வெட்டுகளை ஆவணப்படுத்த வேண்டும். இது மொழி வரலாற்றுக்கும் எழுத்தியல் வரலாற்றுக்கும் செய்யவேண்டிய கடமையாகும்.

2.2.தமிழகத்தில் கல்வெட்டு ஆய்வு

தமிழகத்தில் கிடைத்த கல்வெட்டுகள் பற்றிய ஆய்வுகள் ஆங்கிலேயர் ஆட்சியில் ஆங்கிலேயரால் தொடங்கப்பட்டன. 1906ஆம் ஆண்டில் டி.டி.சந்விக் (D.T.Chadwick) என்னும் அதிகாரி 'மருகால்தலை' என்னும் பகுதியில் உள்ள பூவிமுதையார் மலையில் பிராமிக் கல்வெட்டைக் கண்டறிந்து அதனைத் திருநெல்வேலியில் இணை ஆட்சியாராகப் பணியிலிருந்த எல்.எ.காமியட் (L.A.Cammiade) என்பவரிடம் தெரிவித்தார். இது முதல் பதிவாகக் கருதப்பட்டாலும் 1903ஆம் ஆண்டிலேயே வெங்கையா ராவ் என்பவர் 'மேலூர்' பக்கத்தில் உள்ள 'கீழவளவு' என்னும் இடத்தில் பிராமி எழுத்தினைக் கண்டறிந்தார். இது பிராமி எழுத்துத் தொடர்பான முதல் பதிவாகும். ஆனால், இந்தக் கண்டுபிடிப்பின் முக்கியத்துவம் அப்போது அங்கீகரிக்கப் படவில்லை எனக் கமில் சுவலபில்[1] குறிப்பிடுள்ளார்.

1.However, it was not the first to be actually discovered. This honour belongs to the short Kilavalavu record discovered near melur by Venkoba Rao as early as 1903. But its importance was then not recognized.

1906ஆம் ஆண்டு சந்விக் கண்டறிந்த பிராமிக் கல்வெட்டினைத் திரு.வெங்கையா, திரு.கே.வி.சுப்பிரமணிய ஐயர், ஆகியோர் சோதித்து அறிந்தனர். இக்கல்வெட்டுகள், புத்த துறவிகளின் இயக்கதினரது (Buddhist movement document) என்றும், இதில் உள்ள மொழி பாலி என்றும் வெங்கையா கருதினார். இந்த எழுத்துக்கள் மக்களுக்குப் புரியாததால் ஊர்ப் புறங்களில் மக்கள் இதனைப் பேய் எழுத்து என்று கருதினர்.

1907 ஆம் ஆண்டு முதல் 1918ஆம் ஆண்டு வரை பலர் இதில் ஈடுபட்டிருந்தனர். பிராமிக் கல்வெட்டுக்களைக் கண்டறிந்தவர்களில் முதன்மையானவர்கள் ஹச்.கிருஷ்ண சாஸ்திரி, கே.வி.சுப்பிரமணிய ஐயர், வி.வெங்கையா, சமியட், வில்பர்ட், ராதாகிருஷ்ண ஐயர் ஆகியோர் குறிப்பிடத்தக்கவர்கள். பாறைக்குகைகளில் உள்ள கல்படுக்கைகளில் பிராமிக் கல்வெட்டுகள் தமிழ்ப் பேசும் பகுதியில் கண்டுபிடிக்கப்பட்டன. A.R.E.(Annual Report of Epigraphy) என்று சுருக்கமாக அழைக்கப்படும் சாஸன ஆண்டறிக்கையில் 1912, 1915, 1918 ஆகிய காலப்பகுதியில் பெரும்பாலான கல்வெட்டுகளைத் தொடக்க காலத்தில் பதிப்பித்தவர் ஹரிப்பிரசாத் கிருஷ்ண சாஸ்திரி ஆவார். அவர், 1918 ஆம் ஆண்டு செப்டம்பர்6 அறிக்கையில் (பக்.6-7) மிகுந்த வேதனையுடன் பின் வருமாறு எழுதுகிறார். ''தென்னிந்தியாவில் கிடைக்கக் கூடிய பிராமி எழுத்துக்களை இதுவரை யாரும் திறனாய்வோ மாற்றுக்கருத்தோ வழங்கவில்லை''[2] எனக் குறிப்பிடுகிறார். இவரே அந்த முயற்சியை மேற்கொண்டார். பிராமி எழுத்துக்களை ஆராய்ந்து அதனை ஆய்வு கட்டுரையாக ஆக்கி 1919ஆம் ஆண்டு 'பூனா'வில் நடைபெற்ற முதல் கீழ்த்திசை மாநாட்டில் 'The Caverns and Brāhmi Inscription of Southern India'[3] என்னும் தலைப்பில் ஹச்.கிருஷ்ண சாஸ்திரியால் சமர்ப்பிக்கப் பட்டது. பண்டார்க்கர் ஆராய்ச்சி நிறுவனம் இந்த ஆய்வுத் தொகுப்பை வெளியிட்டுள்ளனர். கிருஷ்ண சாஸ்திரியாரின் பணியைத் தொடர்ந்து மேற்கொண்டவர் கே.வி.சுப்பரமணிய ஐயர் 1924இல் சென்னையில் நடைபெற்ற மூன்றாவது கீழ்த்திசை ஆய்வு

2.The Brahmi cave inscriptions of Southern India which were brought to the notice of Scholars about ten years ago and which were also submitted to some for critical study still remain uninterpreted. Kamil Zvelebil Brahmi Hybrid Tamil Inscriptions, Tamil Culture, Vol.XII, No:1 Jan&Mar.1966 pp.13&50.

3. H.Krishna Sastri, *Proccedings and Transation of First Oriential Conference* 1922, pp.327, 348

மாநாட்டில் 'The Earliest Monuments of the Pandya Country and their Inscriptions'[4] என்னும் தலைப்பில் ஆய்வுக் கட்டுரை ஒன்றைச் சமர்ப்பித்துள்ளார்.

தமிழகத்தில் காணப்படும் பிராமிக் கல்வெட்டுகளின் மொழி பழைய தமிழ் என்றும் அதில் பிராகிருந்த சொற்கள் கலந்துள்ளன என்றும் கிருஷ்ணசாஸ்திரி கருதினார். அதே போல் கே.வி.சுப்பிரமணிய ஐயரும் அந்தக் கல்வெட்டுகளின் மொழி பழந்தமிழ் ஒலிப்பாக உள்ளது, குறிப்பாகத் தமிழின் சிறப்பெழுத்தான ழ்,ள்,ற்,ன் ஆகிய நான்கும் எழுத்தும் இதில் பதிவாகியுள்ளது ஆகவே இக்கல்வெட்டின் மொழி தமிழ் என நிறுவியுள்ளார். சி.நாராயணராவ் என்பவர் 1938இல் கிருஷ்ண சாஸ்திரியின் கருத்தை மறுத்துச் சில கருத்துக்களை வெளியிட்டுள்ளார். தமிழகத்தில் கிடைக்கும் பிராமி எழுத்துக்கள் எல்லாம் பிராகிருத ஆவணமாக உள்ளன என்றார். இந்த ஆய்வில் பிராகிருத இலக்கண வடிவம் கண்டுபிடிக்கவில்லை மாறாகப் பிராகிருத சொற்கள் மட்டுமே உள்ளன. மொழியில் அடிப்படையாக இரண்டு பொருள்கள் உள்ளன. ஒன்று இலக்கணப் பொருள், மற்றொன்று சொற்பொருள். இந்த ஆவணத்தில் உள்ள இலக்கண வடிவமும் பொருளும் தமிழ் மொழியின் கூறுகளைக் கொண்டுள்ளன. இது போன்ற இடங்களில் இலக்கணம் ஒரு மொழியின் வரலாற்றை மீட்டுருவாக்கம் செய்ய துணை நின்றுள்ளது என்பது கருத்தில் கொள்ளத்தக்கது. இதில் இலக்கணக் கூறுகளைக் கணக்கில் கொள்ளவில்லை என்றால் தமிழ்ப்பிராமி எழுத்துக்கள் பிராகிருதமாக மாறியிருக்கும். ஐம்பது அறுபதுகளில் தமிழ் கல்ச்சர் என்னும் இதழில் அறிஞர்கள் ஆய்வுக்கட்டுரைகள் எழுதிவந்தனர். 1954ஆம் ஆண்டு எப்ரல் திங்கள் வ.அய்.சுப்பிரமணியம் The Importance of Tamil Epigraphy (Vol.III, No.2) என்னும் கட்டுரை ஒன்றை எழுதியிருந்தார் அப்போது அவர் B.A. (Hons.) மட்டுமே முடித்திருந்தார். தமிழ் எழுத்துப்பொறிப்பில் குறித்த முக்கியத்துவத்தை அந்த கட்டுரை விளக்குவதாக அமைந்திருந்தது. தமிழ்நாட்டில் மட்டும் அல்லாமல் கேரளா, மைசூர், ஆந்தரபிரதேசம், இலங்கை ஆகிய பகுதிகளில் தமிழ்க் கல்வெட்டுகள் கிடைப்பதைச் சுட்டிக்காட்டி இந்தத் துறையின் இன்றியமையாமைக் குறித்து, கல்வெட்டில்

4. K.V.Subramaniya Iyear 1925, *Proccedings and Transation of Third Oriential Conference.*

வரும் சில சொற்களைக் கொண்டும் இக்கட்டுரை விளக்கிச்செல்கிறது. அதன் பின் நீண்ட இடைவெளிக்குப் பிறகு 1956ஆம் ஆண்டு சி.எ.ராவ் அவர்களின் கட்டுரைக்கு எதிர்வினையாகத் தமிழ் கல்ச்சர் என்னும் ஆய்வு இதழில் கே.கே.பிள்ளை, சங்க இலக்கியச் சான்றுகளுடன் ஒப்பிட்டு ஓர் ஆய்வுக் கட்டுரை வெளியிட்டுள்ளார். அதிலும் தமிழகத்தில் கண்டுபிடிக்கப்பட்ட பிராமிக் கல்வெட்டுகள் சங்க காலத்தைச் சேர்ந்ததாகும், அது தமிழ் மொழிக்குரியது என்று சான்றுகள் காட்டப்பட்டுள்ளன[5]. சி.என்.ராவ்-இன் வாதங்கள் கே.கே.பிள்ளையால் நிராகரிக்கப்பட்டன. தமிழ் பிராமி ஆவணத்தின் மொழி சரியாக அடையாளப்படுத்தப்பட்டது. பிராகிருத சொற்கள் தமிழில் கலந்து எழுதப்பட்ட மொழி என நிறுவப்பட்டது (hybrid language) கலவை மொழி என முதல் முதலில் பதிவு செய்தவர் கே.கே.பிள்ளை (1956) ஆவார். டி.என்.சுப்பிரமணியம் 1957ஆம் ஆண்டு கல்வெட்டுகளில் வரிவடிவத்தை ஆராய்ந்து தென்னிந்திய கோயில் சாசனங்கள் (South Indian Temple Inscriptions) என்னும் நூலில் குறிப்பிட்டுள்ளார். இந்நூலில் கொடுக்கப்பட்ட ஆய்வு முடிவுகள் ஹச்.கிருஷ்ணசாஸ்திரியின் முடிவுகளுக்கு இது துணைசெய்யும் வகையில் அமைந்துள்ளன. மேற்காணும் இத்தகைய சூழலில் 1964ஆம் ஆண்டு செக்-நாட்டு திராவிடவியல் அறிஞர் கமில் சுவலபில் தமிழ்ப் பிராமிக் கல்வெட்டுகளை முதன்முதலில் மொழியியல் ஆய்வுக்கு உட்படுத்தி ஆர்ச்சிவ் ஓரியண்டல் (Archi Orientalni) என்னும் இதழில் நீண்ட கட்டுரை வடிவில் வெளியிட்டு இருந்தார். அதன் பின் இரண்டாண்டுகள் கழித்து,

---

[5]. Circumstantial evidences all show that they were the abodes of Buddhist monuments of Ceylon, containing similar inscriptions (*Arikamedu* itself appears to have been a Buddhist centre. Not far removed from the Roman warehouse at *Arikaamedu* Lies the *Kakkayan tope*, where a stone image of the Buddha has been discovered) Little wonder, therefore, that the inscriptions are dominated by the prakrit element, though the authors of these records seem to have struggled hard at making themselves understood by the people of the Locality. In these circumstances it is extremely problematic to hold that the Languages of these inscriptions are truly representative of the standard of the Tamil Language.) The Brahmi Inscriptions of South India K.K.Pillai (Tamil Culture-*1956*)

தமிழ் கல்ச்சர் இதழில் 1966இல் இக்கட்டுரை மீண்டும் வெளியிடப்பட்டது. இக்கட்டுரையில் 14 பகுதிகளில் கிடைத்த 34 கல்வெட்டுக்களை ஆய்வுக்கு உட்படுத்தி இருந்தார். கல்வெட்டின் சொற்களும் மொழிபெயர்ப்பும் என்னும் தலைப்பின் கீழ் 34 கல்வெட்டுத்தொடர்களுக்கும் இடம், அந்த இடத்தின் மாவட்டம், கண்டறிந்தவர், கல்வெட்டுத் தொடர் மற்றும் மொழிபெயர்ப்பு ஆகியவைக் கொடுக்கட்டிருந்தன. சான்றாக,

1.MRUKALTALAI (abbr.Maru)

Site:	P/viluPaiyarmalai at Marulaltalai, a village in the Tirunelveli District. The inscription is well legible.
Found in :	V.Venkayya, Epigraphical Report for 1907, HKS 332&3, KVSA 287&8
Text :	ven(a)1 kosipa12 kuPupita3 kala4 ka; (a) canam (a) 5
Translation:	kosipa? of the ven country (or Velir chief K.) cause to cut the auspicious abode.

கல்வெட்டுத் தொடர்களில் காணப்படும் சொற்களுக்கு ஓர் சொல்லடைவு செய்து. அதனை அடிப்படையாக வைத்து விளக்கமுறையில் அகராதியியல் மற்றும் இலக்கணவியல் அடிப்படையில் பகுப்பாய்வு செய்யப்பட்டுள்ளன. ஆய்வின் முடிபுகளைக் கூறுமிடத்து, ஒலிநிலை, சொல்நிலை சந்தி (morphophonology) ஆகியவை விளக்கப்பட்டுள்ளன. சொல்லியலில் காலத்தைப் பற்றிக் குறிப்பிடும்போது தமிழ்ப் பிராமியில் இறந்தகாலம் காட்டும் உருபு மட்டுமே உள்ளது என்றும் அது எவ்வாறு வினைப்பகுதியுடன் இணைகின்றன என எடுத்துக்காட்டியுள்ளார்.

தமிழ் குகைக் கல்வெட்டுகள் பற்றிய முதல் நூல் 1967ஆம் ஆண்டு டி.வி.மகாலிங்கம் அவர்கள் வெளியிட்டுள்ளார். Early South Indian Palaeography இந்நூல் 17இடங்களில் கிடைத்த 54 கல்வெட்டுகள் பற்றி விரிவாக விளக்கப்பட்டுள்ளன. அதில் தமிழின் சிறப்பு எழுத்துகளின் (ள், ழ், ற், ன்) அடிப்படையில் இந்த கல்வெட்டுக்களின் மொழி தமிழ் என நிறுவப்பட்டுள்ளது. 1966 ஆம் ஆண்டு தமிழ்ப்பிராமி எழுத்தும் மொழி தொடர்பான ஆய்விலும் இரண்டு முக்கியமான நிகழ்வுகள் நடந்தன. ஐ.மகாதேவன் தமிழ்ப்பிராமி கல்வெட்டுகளுக்கு ஒரு தரவகமாக

ஆக்கி அதனை நூலாக வெளியிட்டுள்ளார். (Corpus of the Tamil Brahmi on Inscription 1966, 1968) அதே ஆண்டு சென்னையில் இரா.நாகசாமி அவர்களால் கல்வெட்டிற்கு ஒரு கருத்தரங்கத்தை நடத்தி ஒரு நூலாக வெளிவந்துள்ளது. இதனுடைய தொடர்ச்சியாக 1970ஆம் ஆண்டு பாரிசில் நடைபெற்ற உலகத்தமிழ் மாநாட்டில் இரா.நாகசாமி தமிழ்நாட்டில் தொல்லியலும் எழுத்துப் பொறிப்பியலும் சமீபகால வளர்ச்சினுடைய மதிப்பீடு (Archaeology and Epigraphy in Tamil Nadu: A Survey of Recent Developments) என்னும் தலைப்பில் கட்டுரை வாசித்துள்ளார்.

2.3. ஆய்வு நிறுவணங்களில் கல்வெட்டு மொழி ஆய்வு

கல்வெட்டுகள் பற்றிக் கட்டுரைகள், நூல்கள் என ஒரு புறம் வளர்ச்சி அடைந்துகொண்டிருக்கும் நிலையில் பல்கலைக் கழகங்களிலும் அது தொடர்பான ஆய்வுகள் வளரத்தொடங்கின. குறிப்பாகத் திராவிட மொழிகளினுடைய கல்வெட்டுகள் பல்கலைக்கழகங்களில் விளக்கமுறையிலும் வரலாற்று நிலையிலும் ஆய்வுகள் மேற்கொள்ளப்பட்டுள்ளன. இவ்வகையான ஆய்வுகள் முதலில் லண்டனில் ஆக்ஸ்போடு பல்கலைக்கழகத்தில் 'டியுனர்' Tunner என்னும் பேராசிரியர் கீழ்த் தொடங்கின. டியுனர் என்னும் பேராசிரியரிடம் கர்நாடகப் பகுதியைச் சேர்ந்த நரசிம்மையாவும், இலங்கையைச் சேர்ந்த பேராசிரியர் கணபதிபிள்ளையும் ஒருசாலை மாணாக்கர்களாகத் தென்னிந்திய கல்வெட்டுகளை விளக்கமுறை மொழியியல் ஆய்வுக்கு உட்படுத்தினர்.

எ.என்.நரசிம்ஹ 6, 7ஆம் நூற்றாண்டு பழம் கன்னட கல்வெட்டுகளின் இலக்கணத்தை வெளிப்படுத்தும் வகையில் அவர் ஆய்வு அமைந்திருந்தது. (A Grammar of the Old Kanarese Inscriptions 6th and 7th Centuries A.D). கணபதிபிள்ளை 7, 8ஆம் நூற்றாண்டின் கல்வெட்டுகளை மொழி ஆய்வுக்கு உட்படுத்தியிருந்தார் (The Study of the Language of the Tamil Inscriptions of the seventh and eighth Centuries A.D.). இருவரும் தனது டாக்டர் பட்டத்திற்காக லண்டனில் ஆக்ஸ்போடு பல்கலைக்கழகத்தில் ஆய்வினை மேற்கொண்டார். 1934ஆம் ஆண்டு நரசிம்ஹா தனது ஆய்வைச் சமர்ப்பித்தார் 1941இல் மைசூரில் இந்நூல் வெளிவந்து. அதன்பின் ஓர் ஆண்டு கழித்து 1935ஆம் ஆண்டு கணபதிபிள்ளை சமர்ப்பித்தார். 2004இல் தான் நூல் வடிவில் வந்தது இதற்கு இடையில் இந்த ஆய்வேடு

காணாமல் போனதாகவும், அதனைக் கணபதிபிள்ளை சொன்னதாக வேலுப்பிள்ளை குறிப்பிட்டுள்ளார். நரசிம்ஹா நாடுதிரும்பியதும் ஒரு கல்லூரியில் பணியாற்றுகிறார். அவரிடம் ஆய்வு மேற்கொண்ட ஜி.எஸ்.கெய் என்பவர் 8, 9, 10ஆம் நூற்றாண்டு பழம் கன்னடக் கல்வெட்டுகளில் உள்ள இலக்கணக் கூறினை வரலாற்று ஆய்வு அணுகுமுறையுடன் தனது ஆய்வினை 1946ஆம் ஆண்டு மேற்கொள்கிறார். இந்த ஆய்விற்கு இலங்கையில் பேராதனியா பல்கலைக்கழகத்தில் பணியாற்றிக் கொண்டிருந்த கணபதிபிள்ளை அவர்களின் ஆய்வுக் குறிப்புகளை நரசிம்ஹா கேட்டுக் கொண்டதற்கிணங்க மைசூருக்கு அனுப்பி வைத்துள்ளார். 1956ஆம் ஆண்டு டெக்கான் ஆய்வு நிறுவனத்தில் (A.C. Sekhar) சேகர் என்பவர் மலையாள மொழியின் வளர்ச்சியினை 10,-13ஆம் நூற்றாண்டு கல்வெட்டுகளின் மூலம் ஆய்வு மேற் கொண்டிருந்தார். இந்நிலையில் தமிழகத்தில் தமிழ்க் கல்வெட்டுகளுக்கும் தமிழ் மொழிக்கு உள்ள முக்கியத்துவம் தமிழகத்தில் அறியவருகின்றன. இந்த ஆய்வினை முதல் முதலில் தெ.பொ.மீ அவர்கள் தொடங்கி வைத்துள்ளார். அவரின் வழிகாட்டுதலின் கீழ்ச் சென்னைப் பல்கலைக்கழகத்தில் தமிழ்க் கல்வெட்டுகளின் மொழி தொடர்பான முதல் எம்லிட் ஆய்வு 1959ஆம் ஆண்டு ஜெயாகுமாரி என்பவரால் மேற்கொள்ளப்பட்டது. கணபதிபிள்ளை லண்டனில் சமர்ப்பித்துக் கால் நூற்றாண்டிற்குப் பின் இந்த ஆய்வு தமிழகத்தில் மேற்கொள்ளப்பட்டது. தெ.பொ.மீனாட்சி சுந்தரனார் அண்ணாமலைப் பல்கலைக் கழகத்தில் பேராசிரியராகப் பணிமேற் கொண்டதன்பின் 1961இல் பாகிரதி என்பவர் கல்வெட்டுகளின் மொழி என்னும் தலைப்பில் 1050 முதல் 1250 ஆகிய கால இடைவெளியில் கிடைத்த கல்வெட்டுகளைக் கொண்டு தனது எம்.லிட். ஆய்வினை மேற்கொண்டிருந்தார். அவரைத் தொடர்ந்து 1962ஆம் ஆண்டு கௌசல்யா 1250 முதல் 1350க்கு இடைப்பட்ட காலத்தில் கிடைத்த கல்வெட்டுகளைக் கொண்டு அதில் மொழி அமைப்பினை விளக்கித் தனது எம்.லிட் ஆய்வினைச் சமர்ப்பித்துள்ளார். செ.வை.சண்முகம் 1968ஆம் ஆண்டு தமது முனைவர் பட்ட ஆய்விற்காக 14ஆம் நூற்றாண்டு முதல் 17ஆம் நூற்றாண்டிற்கு இடைபட்ட காலத்தில் கிடைத்த கல்வெட்டுகளைக் கொண்டு அதன் மொழி அமைப்பினை வெளிப்படுத்தியுள்ளார். இந்த ஆய்வேடு பல நல்ல கூறுகளைக் கொண்டிருப்பதாக ஆ.வேலுப்பிள்ளை குறிப்பிட்டுள்ளார்.

(Velupillai 1980:158) 1967ஆம் ஆண்டு ச.அகத்தியலிங்கம் அவர்களுடன் இணைந்து (The language of Incription 1250-1350) என்னும் தலைப்பில் 1250 - 1350 இடைபட்ட ஒரு நூற்றாண்டு கல்வெட்டுகளின் மொழி அமைப்பினை மொழியியல் பின்னணியில் வெளிப்படுத்தும் விதமாக இந்நூல் வெளியிடப் பட்டுள்ளது. அதே ஆண்டில் இலங்கையில் ஆ.வேலுப்பிள்ளை கணபதிபிள்ளை அவர்களிடம் கலாநிதி பட்டத்திற்காகப் பிற்கால பாண்டியர்களான மாறவர்ம மற்றும் ஜடவர்மபாண்டியர் கல்வெட்டுக்களில் மொழி ஆய்வினை மேற்கொண்டிருந்தார். அதன்பின்னர் மற்றொரு கலாநிதி பட்டத்திற்கான வேலுப்பிள்ளை இலண்டனில் உள்ள ஆக்ஸ்போடு பல்கலைக்கழகத்தில் பர்றோவிடம் கணபதிபிள்ளை அவர்களால் அனுப்பி வைக்கப்படுகிறார். 1964ஆம் ஆண்டு தனது இரண்டாவது காலநிதி பட்டத்தை லண்டன் ஆஃக்ஸ்போடு பல்கலைக்கழகத்தில் 800 முதல் 920 வரை உள்ள கல்வெட்டுகளை ஆய்வு செய்து சமர்ப்பித்துள்ளார். 1969ஆம் ஆண்டு கொரடா மகாதேவ சாஸ்திரி [6] என்னும் அறிஞர் 'தெலுங்கு மொழிக்கான வரலாற்று இலக்கணம்' என்னும் பொருளில் ஆய்வு செய்து வெங்கடேஸ்வரா பல்கலைக்கழகத்தின் மூலம் தனி நூலாக வந்துள்ளது. இந்நூல் கி.மு.2 முதல் கி.பி.10ஆம் நூற்றாண்டு வரையில் கிடைத்த கல்வெட்டுகளை ஆய்வின் தரவாகக் கொண்டுள்ளது. பேரா.இர.பன்னீர்செல்வம் 1969இல் பேரா.வ.அய். சுப்பிரமணியம் அவர்களிடம் தனது முனைவர் பட்டத்திற்காகக் கி.பி. 7ஆம் நூற்றாண்டு முதல் 9ஆம் நூற்றாண்டு வரை உள்ள கல்வெட்டுகளை மொழி ஆய்வு செய்து கேரளப் பல்கலைக்கழகத்தில் சமர்ப்பித்தார். கணபதிபிள்ளை, ஜெயாக்குமாரி ஆகியோர் ஆய்வு மேற்கொண்டிருந்தாலும் பேராசிரியர் வ.அய்.சுப்பிரமணியம் தமிழ் வரலாற்றிலக்கணம் எழுத ஆர்வம் கொண்டிருந்ததால் இந்த ஆய்வு மேற்கொள்ள வழிகாட்டி இருக்கலாம் (Velupillai 1980:160) என வேலுப்பிள்ளை குறிப்பிட்டுள்ளார். மேலும் வ.அய்.சு. அவர்களே சில கல்வெட்டுகளுக்குச் சொல்லடைவு செய்து அட்டையில் வைத்திருந்தாகவும் அதனைத் தன்னிடம் வழங்கியதாகப் பேரா. இர.பன்னீர்செல்வம் அவர்கள் இந்நூலாசிரிடம் தெரிவித்திருந்தார். 1967ஆம் ஆண்டு சாதவாகனரின் இருமொழி நாணயம் பற்றி இரா.நாகசாமி கட்டுரையின் தொடர்ச்சியாகக் கூடுதலான புதிய பார்வையுடன்

---

6. Mahadeva Sastri, K., *Historical Grammar of Telugu (200 B.C. 1000 A.D)*, Sir Venkateswara University Andra Pradash 1969).

மொழியியல் பின்புலத்தில் 1969ஆம் ஆண்டு, இண்டோ இரானியன் (*Indo Iranian Journal* Vol. XI, No.4) ஆய்விதழில் பன்னீர்செல்வம்[7] அவர்களால் ஓர் ஆய்வுக் கட்டுரை வெளியிடப்பட்டது. பிராமி மொழித் தொடர்பான ஆய்வில் இந்த இருமொழி நாணயம் (Bilingual Coin) குறித்த ஆய்வு மிகுந்த முக்கியத்துவம் வாய்ந்ததாகும். தமிழ்நாட்டில் மட்டும் அல்லாமல் இலங்கையிலும் தமிழ் பிராமிக் கல்வெட்டு மொழி குறித்த ஆய்வுகள் நடந்துள்ளன. ஆ.வேலுப் பிள்ளையின் '*சாசனமும் தமிழும்*'(1971), கல்வெட்டுகளில் காணப்படும் வட்டார வழக்குகளை ஆராய்ந்து (*A Study of the Dialects of Inscriptional Tamil* 1976) திராவிட மொழியியற் கழகத்தின் மூலம் வெளியிட்ட நூலும், தமிழ் மொழி ஆய்விற்குக் கல்வெட்டியல் சான்றுகள் என்னும் பொருண்மையில் அமைந்த (Epigraphical Evidences for Tamil Studies 1980) என்னும் நூலும் குறிப்பிடத்தகுந்ததாகும். ஐராவதம் மகாதேவன் அவர்களின் பணி குறித்துத் தனியாகவே ஆய்வுகள் மேற்கொள்ளும் அளவிற்குத் தொடர்ந்து கல்வெட்டு ஆய்வுகளுக்காகத் தன்வாழ்நாள் முழுமையும் அர்ப்பணித்தவர். அவரின் தொடக்க கால ஆய்வுகளை முன்னர் குறிப்பிட்டிருந்தாலும் 2003[8]ஆம் ஆண்டு பிராமிக் கல்வெட்டுகளைத் தொகுத்து மிக நேர்த்தியாக ஆராய்ந்து வெளியிட்டுள்ளார். பிராமிக் கல்வெட்டுக்களின் தொடக்க கால வரலாறு மொழி அமைப்பு, ஒளிப்படங்களுடன் பிராமி கல்வெட்டு மொழிக்கு ஓர் சொல்லடைவுடன் அமைந்துள்ளார். அந்நூல் மிக முக்கியமான ஆவணமாகத் திகழ்கிறது. கிட்டத்தட்ட அந்நூலிற்கு மட்டும் 40 ஆண்டுகாலம் கரு கொண்டு பெறப்பட்டது நூலாகும். இந்நூலினைச் செம்மொழித் தமிழாய்வு மத்திய நிறுவனம் மறுபதிப்பு செய்துள்ளது.

---

7. Panneerselvam, R., 1969, Futhur Light on the Bilingual Coin of the Sathavahanas *Indo Iranian Journal* Vol. XI, No.4 Mouton The Hague PP. 281-288
8. Iravatham Mahadevan, 2003, Early Tamil Epigraphy From the Earliest Times to the sixth century A.D. Chennai, Cre-A: India.

3

தமிழ்-பிராமிக் கல்வெட்டுகளில் ஒலிமாற்றங்கள்

3.1. பிராமிக் கல்வெட்டுகள்

தமிழ் மொழியில் உள்ள மிகப் பழமையான கல்வெட்டுகள் பிராமிக் கல்வெட்டுகள் என அழைக்கப்படுகின்றன. இதனைத் 'தமிழ் பிராமி' எனவும் 'தமிழி' எனவும் வழங்கப்படுகிறது. இதனுடைய காலம் கி.மு. 3ஆம் நூற்றாண்டிலிருந்து கி.பி.6ஆம் நூற்றாண்டு வரைக் காணப்படும் கல்வெட்டுகளாகும். இது மூன்று பிரிவுகளாகப் பிரிக்கப்படுகின்றது. புள்ளி இல்லாத பழந்தமிழ் பிராமி, புள்ளி உடைய பின்னை தமிழ் பிராமி, வட்டெழுத்து. வட்டெழுத்தையும் புள்ளியையும் உடைய கல்வெட்டு வட்டெழுத்துக் கல்வெட்டு என வழங்கப்படுகிறது. இது பிராமிக் கல்வெட்டுகளில் மாற்றம் அடைந்து வந்துள்ளதைக் காட்டுகிறது. பிராமி என்னும் எழுத்து வடிவம் கடன்பெற்ற வடிவம் என்றும் தென்னிந்தியாவில் வழங்கப்பட்ட வடிவம் என்றும் கருத்துகள் நிலவுகின்றன. தென்னிந்தியாவில் குறிப்பாகத் தமிழ் மொழிக்கு என்று தனியான வட்டமான எழுத்து வழக்குடையவை வட்டெழுத்து என்னும் கருத்தும் உண்டு. பிராமி தமிழில் கலந்து பிராமி வடிவிலே தொடக்ககாலத்தில் எழுதப்பட்டு அதன் பின்னர் இங்கு வழங்கிய வடிவம் இணைந்து வட்டெழுத்து வடிவமாக உருவானதாகவும் கருதப்படுகிறது. இந்த மூன்று வகையான எழுத்துமுறை கொண்ட கல்வெட்டுகள் கி.மு.3 முதல் கி.பி.6 வரை வழங்கப்பட்டுள்ளன.

தமிழ்க் கல்வெட்டுகளில் பலவகையான ஆய்வுக்கு உட்படுத்தப்பட்டுள்ளன. குறிப்பாக வரலாற்று மீட்டுரு

வாக்கத்திற்குப் பெரிதும் துணைநின்றாலும், அதனுடைய மொழி அமைப்பும் ஆய்வுக்கு உட்படுத்தப்பட்டுள்ளது. கி.பி. 7ஆம் நூற்றாண்டு முதல் கி.பி.18ஆம் நூற்றாண்டு கல்வெட்டுகள் வரை மொழி ஆய்வுக்கு உட்படுத்தப்பட்டுள்ளது. இந்த ஆய்வினைத் தொடங்கி வைத்தவர் இலங்கையைச் சேர்ந்த பேரா. கணபதிப்பிள்ளை ஆவார். அவர் 1936ஆம் ஆண்டு லண்டன் ஆக்ஸ்போர்டு பல்கலைக்கழகத்தில் டியுனர் என்னும் பேராசிரியரின் மேற்பார்வையில் இந்த ஆய்வை மேற்கொண்டு சமர்ப்பித்தார். ஆ.வேலுப்பிள்ளை இலங்கையில் கணபதிப்பிள்ளையிடம் ஒரு கலாநிதி பட்டமும், இங்கிலாந்து ஆக்ஸ்போர்டு பல்கலைக்கழகத்தில் பேராசிரியர் பர்றொ அவர்களிடம் ஒரு கலாநிதி பட்டமும் தமிழ் சானங்களை மையமாக வைத்துப் பெற்றுள்ளார். அதனைத் தொடர்ந்து ஜெயாக்குமாரி, பாகிரதி, கௌசல்யா, செ.வை.சண்முகம், ரெ.பன்னீர்செல்வம் போன்றோர் தமிழ் கல்வெட்டுகளின் மொழி ஆய்வினை நிகழ்த்தியுள்ளனர் ஆனால், பிராமிக் கல்வெட்டுகளில் விரிவானமுறையில் ஆராயப்படவில்லை. ஐராவத மகாதேவன் தனது நூலில் (Early Tamil Epigraphy) பிராமிக் கல்வெட்டின் இலக்கணம் எழுதப்பட்டுள்ளது. அதில் மேலும் விரிவாக ஆராய இடமுள்ளது. பிராமிக் கல்வெட்டில் காணப்படும் ஒலி மாற்றத்தைத் தொகுத்து ஆராய்வது இக்கட்டுரையின் நோக்கமாகும்.

3.2. பிராமிக் கல்வெட்டுகளில் ஒலி மாற்றங்கள்

1. கல்வெட்டு எழுதப்படும் போது எழுதுவோரால் அல்லது ஒலிப்பினைக் கேட்டு எழுதப்படும்போது தவறுகள் ஏற்படலாம். இதனை (Scribe Error) எழுதுவோரால் ஏற்படும் பிழைகள் ஆகும்.
2. எழுதப்படும்போது எந்தப் பகுதியில் எழுதப்படுகிறதோ அந்தப் பகுதியில் வழங்கப்படும் வழக்குகளின் (Dialect) செல்வாக்கால் ஏற்படும் மாற்றங்கள்.
3. மிகைத்திருத்தம் (Hyper Corrections)
4. ஒலியியல் விதிக்கு உட்பட்டு அடையும் மாற்றங்கள் (phonological rule based changes)

மேற்கூறிய காரணங்களால் பிராமிக் கல்வெட்டுகளில் ஒலி மாற்றங்கள் நிகழ்ந்துள்ளன.

3.2.1. எழுதுவோரால் ஏற்படும் பிழைகள்

கல்வெட்டு எழுதப்படும் போது (writing System) எழுத்து முறையில் தவறுகள் ஏற்படலாம். இதனை எழுதுவோரால் ஏற்படும் பிழைகள் (Scribe Error) எனலாம். 1847ஆம் ஆண்டு வந்த தொல்காப்பிய முதல் பதிப்பின் முகப்புப் பக்கத்தில் (கரலிகதங்களால் ஆய வழுக்களை நீக்கி) என எழுதப்பட்டுள்ள வாசகங்கள் ஓலைச்சுவடியில் எழுதுவோரால் ஏற்படும் பிழை நிகழும் என்பதற்கு இது சான்றாக அமைந்துள்ளது. ஓலைச் சுவடியில் இவ்வகையான பிழைகள் காணப்பட்டதன் விளைவாகவே எழுதினவன் ஏட்டக் கெடுத்தான் என்னும் வழக்காறு எழுந்துள்ளது. உ.வே.சா., சி.வை.தா, வையாபுரிப் பிள்ளை போன்றோர் இதுபோன்ற பிழைகள் ஏட்டில் இருப்பதைக் களைந்து சுத்தப் பதிப்பை உருவாக்கியுள்ளனர் என்பது அவர்கள் பதிப்பித்த பழம் நூல்களின் முன்னுரையில் குறித்துள்ளனர். பிராமிக் கல்வெட்டிலும் இது போன்று எழுதுவோரால் ஏற்படும் பிழைகள் உள்ளன.

ண் > ண்ண் வாண்ணிகன் (வாணிகன்)

எண்ணெ வாண்ணிகன் - புகளூர்க்கல்வெட்டில் காணப்படுகிறது. இதனுடைய காலம் கி.பி. 2-4 இடைப்பட்டவை ஆகும்.

★ ல் > வ் பொன்கொல்லன் > பொன்கொல்வன் (பொற்கொல்லன்)

ந் > ண் நாகன் > ணாகன்

ன் > ந் அதியன்நெடுமான் அஞ்சி > அதியந்நெடுமாந் அஞ்சி

மேற்காணும் சான்றுகளில் கொல்லன் என்பதற்குப் பதிலாகக் கொல்வன் என வந்துள்ளது. லகரமும் வகரமும் இன்றைக்குப் பெரும் வேறுபாடு காணப்படவில்லை என்றாலும் பிராமிக்

★ வகரம் லகரம்

'லகரமும் வகரமும்' இன்றைக்குப் பெரும் வேறுபாடு காணப்படவில்லை என்றாலும் பிராமிக் கல்வெட்டில் பெரும் வேறுபாடு உள்ளது

கல்வெட்டில் பெரும் வேறுபாடு உள்ளது. இருந்தும் இவ்வகையான மாற்றாம் நிகழ்தற்கான காரணம் புலப்படவில்லை.

3.2.2. மிகைத்திருத்தம்

மொழிகளில் காணப்படும் மாற்றங்களில் மிகைத்திருத்தம் (Hyper Correction) சிறுபான்மையாக நடந்தேறியுள்ளன. மொழியின் வரலாற்று நிலையை உணராமல் அதன் ஒலிப்பு நிலையைச் சரியாகப் புரிந்துகொள்ளாமல், பொதுவான தகுமொழியில் உள்ள ஒலியினை இவ்வாறு இருப்பதே சரி என மாற்றம் செய்வது மிகைத்திருத்தமாகும். நவின இலக்கியங்களில் இவ்வகையான மாற்றங்கள் பார்க்கமுடிகின்றன. சான்றாக ஓடுறான், பாடுறான் போன்ற சொற்களின் மூல வடிவம் ஓடுதான், பாடுதான் என்று அமைந்திருக்க வேண்டும். பேச்சு வழக்கில் தகரம் ரகரமாக மாறி வரும் (விதை > விரை, மிதிச்சான் > மிரிச்சான்) அடிச்சுதான் > அடிக்குரான் என்று அமையவேண்டிய வடிவம் அடிக்கிறான் என்பது ஒப்புமை விரிவாக்கத்தின் (Analogical Extend) மூலம் நிகழ்ந்துள்ளது. நிகழ்காலம் உணர்த்தும் உருபில் வரும் வல்லின நகரம் தகர ரகர மாற்றத்தில் ரகரத்திற்குப் பதிலாக நகரத்தை வைத்து எழுதுகின்றனர். இவ்வகையான மாற்றம் மிகை மாற்றமாகும். பிராமிக் கல்வெட்டிலும் இவ்வகையான மாற்றங்கள் நிகழ்ந்துள்ளன.

ய் > க்

இளஞ்சடிகன் (இளஞ்செழியன்)
சடிகன் (செழியன்)

யகர ககர மாற்றங்களைப் பொருத்த வரையில் ஒலியனியல் விதி அடிப்படை ககரம் யகரமாகவும் வகரமாகவும் மாறும் இடங்கள் உண்டு.

க் > வ்

பாகற்காய் > பாவக்காய்
மகன் > மவென்
மகள் > மவ

மேற்காட்டுகளைப் போல் ககரம் நேரடியாக யகரமாக மாறுவதில்லை ககரம் ஒலிப்பில்லாத் தடை ஒலி (Voiceless Plosive) ககரம் முதலில் உரசொலியாக (fricative) மாறிய

பின்னர் ககரம் யகரம் கடையண்ண ஒலியாதலால் யகரம் ககரமாக மாறும். இது வட்டார வழக்கின் தாக்கம் உள்ளது. பிராமிக் கல்வெட்டில் காணப்படும் யகரம் ககரமாக எழுதப்பட்டுள்ளது. இது மிகைத் திருத்தமாகும்.

3.2.3. வல்லின ஒற்று இரட்டித்து வரவேண்டிய இடங்கள் இரட்டாமல் வருதல்

PP > P

ச்ச் > ச்	பெருந்தச்சன்	> பெருந்தசன்
ட்ட் > ட்	பிட்டன்	> பிடன்
த்த் > த்	ஈத்த	> ஈதா
ப்ப் > ப்	உப்பு	> உபு
	கொடுப்பித்த	> குடுபித
	கொடுப்பித்தோர்	> குடுபிதோர்
ற்ற் > ற்		
	கீரன்கொற்றி	> கீரன்கொறி

இரட்டித்து வரவேண்டிய இடங்களில் ஒற்று இரட்டிக்காமல் தனித்து வரும் நிலை வல்லினத்திற்கு மட்டும் அல்லாமல் வேறு பிற மெய்களுக்கும் பொருந்தும். *உண்ணல் > உணல்* குறுந்.262-5, *உண்ணின் > உணின்* புறம்.20-14, 184-3 *என்னும் > எனும்* நற்.326-9, புறம்.134-1 போன்ற சான்றுகள் சங்க இலக்கியங்களில் கிடைக்கின்றன. மேற்காட்டப்பட்ட (பெருந்தசன், பிடன், ஈதா, உபு, கொறி) சான்றுகள் பிராமிக் கல்வெட்டில் காணப்படும் வெடிப்பொலி இரட்டிக்காமல் வந்துள்ளதைக் காட்டுகிறது.

3.2.4. ஒலியியல் விதி மாற்றங்கள்

ஒலியனியல் விதிக்கு உட்படு அடைந்த மாற்றங்கள் பல பிராமிக் கல்வெட்டுகளில் காணப்படுகின்றன. சான்றாக 1.(இ > எ/உ) மாற்றம், 2.எ > அ மாற்றம், 3.ஒ > உ மாற்றம், 4.உ > இ/அ/ஒ மாற்றம் 5.அய் > இ மாற்றாக reflection ஆக இகரமாக மாறும் மாற்றம் ஆகிய ஐந்து வகையான மாற்றங்கள் உயிர் ஒலியில் காணப்படுகின்றன.

3.2.4.1. இ > ஆ,எ உ மாற்றம்

இகரம் பிராமிக் கல்வெட்டில் மூன்று வேறுபட்ட ஒலிகளாக மாற்றம் அடைந்துள்ளன. அவை ஆ,எ,உ (காண்க: இணைப்புகள்.1 உயிரொலி மாற்றம்) ஆகியவை ஆகும். முதல் தரவில் *'ஆசிரியர்'* என்பது *'ஆசாரியர்'* என்பது எழுதுவோர் ஏற்படுத்தும் பிழை அல்லது வடமொகளின் தாக்கம் எனக் கொள்ளவேண்டும். அதனைத் தொடர்ந்து இகரம் எகரமாகவும், உகரமாகவும் மாற்றம் அடைந்துள்ளது. ஒலிகளின் சூழல்களுக்கு ஏற்ப ஓரினமாக மாறியுள்ளன. *'இளமகன்'* என்பது *'எளமகன்'* என வந்துள்ளது இகரத்தைத் தொடர்ந்து அடுத்த அசையில் வரும் அகரம் இகரத்தை எகரமாக மாற்றியுள்ளது இது பின் வழி ஓரினமாக்கலாகக் கொள்ளலாம். அதுபோல் *'குமிழ் ஊர்'* என்பது *'குமுழ் ஊர்'* என்னும் மாற்றம் உகரத்தைத் தொடர்ந்து வரும் இகரம் உகரமாக மாற்றம் அடைந்துள்ளது. இது முன் வழி ஓரினமாக்கலாகக் கொள்ளலாம்.

3.2.4.2.எ > அ மாற்றம்

எகரம் அகரமாக அடைந்துள்ள மாற்றம் குறிப்பிட்ட ஒரே பெயர்ச் சொல்லில் காணப்படுகிறது. (காண்க: உயிர் ஒலி மாற்றம் 2)

செழியன்	>	நெடுஞ்	ச ழி ய ன்
		நெடிஞ்	ச ழி ய ன்
		இளஞ்	ச டி க ன்
		ச டி க ன்	

செழியன் என்னும் சொலில் உள்ள எகரத்தைத் தொடர்ந்து இரண்டாவது அசையில் வரும் அகரம் அதற்கு முன் உள்ள எகரத்தை அகரமாக மாற்றியுள்ளன எனக் கொள்ளவும் இடம் உள்ளது.

3.2.4.3. ஒ > உ மாற்றம்

உகரத்திற்கு முன் உள்ள ஒ என்னும் முன்னுயிர் (ஒ > உ) உகரமாக மாறியுள்ளது.

ஒ > உ /# உ

கொடுப்பித்த > குடுபித

கொடுப்பித்தோர் >குடுபிதோர்

கொடுப்பித்த என்பது *குடுபித* என்று உள்ளது. *கொடுப்பித்தோர்* என்பது குடுபிதோர் என்று உள்ளது. பிற இடங்களில் *கொடு* என்னும் வினை *கொட்டுபித்த* என்றும் *கொடுபி* என்றும் வந்துள்ளது. பின் வரும் சான்றுகளால் அறியலாம். அவை,

கொட்டுபித்தஅ	R.P. மாங்குளம் - 1 T.B. Inscr. 2nd B.C & 1st A.D.
கொட்டுபிதோன்(2)	V.F. திருவாதவூர் -1 T.B. Inscr. 2nd B.C & 1st A.D.
கொடுபி . . .	R.P. வரிச்சியூர் 1T.B. Inscr. 2nd B.C & 1st A.D.
கொடுபிதஅவன்	P.N.அழகர்மலை-9 T.B. Inscr. 2nd B.C & 1st A.D.
கொடுபிதவன்	P.N. திருப்பரங்குன்றம் -1 T.B. Inscr. 2nd B.C & 1st A.D.
	V.F. கொங்கர்புளியங்குளம் -1T.B. Inscr. 2nd B.C & 1st A.D.
கொடுபிதோன்(3)	V.F. மாங்குளம் - 3 T.B. Inscr. 2nd B.C & 1st A.D.
	அரிட்டாபட்டி T.B. Inscr. 2nd B.C & 1st A.D.
	மாங்குளம் - 5 T.B. Inscr. 2nd B.C & 1st A.D.

3.2.4.4. உ > இ/ஒ.

உகரம் இரு விதமான ஒலியன்களாக மாற்றம் அடைந்து வந்துள்ளன. அவை இகர ஒகரம் ஆகும். இகரப் பின்னுயிர் பின் வழி ஓரினமாக்கல் மூலமும், ஒகரம் இரண்டாவது அசையில் வரும். அகரம் முதல் அசையில் வரும் உகரத்தை ஒகரமாக மாற்றியுள்ளது. இந்த மாற்றத்தைத் திராவிட மொழியில் நிகழும் ஒலிமாற்றங்களைப் பற்றி மிக விரிவாக எழுதியுள்ளனர். குறிப்பாக உகர ஒகர மாற்றத்திற்கு விதிகளையும் வகுத்துள்ளனர். ஒலி மாற்றங்கள் இயல்பாக நிகழ்ந்துவிடுவது இல்லை. ஓர் ஒலியன் மாறுவதற்கு அவ்வொலிக்கு முன் பின் உள்ள ஒலிகளின் தாக்கம் முக்கிய பங்கு வகிக்கின்றன.

உ > இ / எ	நெடுஞ்செழியன் > நெடிஞ்சழியன்	
ஒ / அ	புகழ்	> பொகழ்
	புகை	> பொக (பேச்சு வழக்கு)

நெடுஞ்செழியன் என்பது *நெடிஞ்சழியன்* என அடைந்துள்ள மாற்றம், இரண்டாவது அசையில் உள்ள உகரம் நான்காவது அசையில் உள்ள இகரத்தின் தாக்கமும் முதல் மற்றும் மூன்றாவது அசையில் வரும் பின் இடை உயிரான எகரமும் முக்கிய காரணமாகக் கொள்ளலாம்.

3.2.4.5. அய் > இ

ஐகாரம் (=அய்) வரலாற்று நிலையில் மூன்று விதமான திரிபுகளைக் கொண்டுள்ளது. அது பெரும்பாலும் அகரமாகவும், எகரமாகவும் இகரமாகவும் மாறும் தன்மை கொண்டது. பிராமிக் கல்வெட்டில் அய் என்னும் ஒலி இகரமாக மாறியதற்கான சான்றுகள் உள்ளன.

அய் > இ	எருமை நாடு > எருமி நாடு
	துறுகை > துறுகய்

எருமை என்னும் சொல்லில் ஐ என்பது அய் என்னும் ஒலிப்பில் உள்ளது. அய் என்னும் கூட்டுநிலை உள்ள ஒலி யகர ஒற்றை இழந்து அகரமாகவும் அல்லது சில இடங்களில் அகர உயிர் ஒலி இழந்து யகர ஒலி நிற்கும் யகரம் இறுதியில் வரும் போது உயிர் ஒலி இகரத்துடன் உழந்தும் வரும். (இகர யகரம் இறுதி விரவும் தொல்.எழுத்து.58).

ய் > யி	செய்த	>	செயித
	செய்தான்	>	செயிதான்
	செய்வித்த	>	செயிவித்த

3.2.4.6. ன் > ந்

அதியன்நெடுமான் அஞ்சி > அதியந்நெடுமாந் அஞ்சி
*மெய் ஒலியைப் பொறுத்தவரை ஒலிக்கப்படும் நிலையில் ஓர் ஒலி தனக்கு நெருக்கமான இன ஒலிகளுடன் மாறி வழங்கப்படுவதால் இவ்வகையான மாற்றம் நிகழ்கிறது. குறிப்பாக அண்ண ஒலி னகரமும் (*alveolar nasal*) பல்லண்ண ஒலி நகரமும் (*dental nasal*) கல்வெட்டில் தம்முள் மயங்கி ஒலிக்கின்றன.*

3.2.4.7. ழ் > ட்

இளஞ்செழியன்	> இளஞ்சடிகன்
செழியன்	>சடிகன்

ழகர டகர மாற்றம் பிராமிக் கல்வெட்டுகளில் மட்டும் அல்லாமல் சங்கப் பாடல்களும் காணப்படுகின்றன.

ஒன்பொறி சேவல் எடுப்ப (எழுப்ப) ஏற்று எழுந்து. (புறம் 383) ஏம இந்துயில் எடுப்பியோயே. (குறு.107) பிராமிக் கல்வெட்டில் செழியன் என்னும் பெயர்ச்சொலில் உள்ள ழகரம் டகரமாகத் திருந்து வந்துள்ளது.

இணைப்புகள் - 1

உயிரொலி மாற்றம்

1.இ > ஆ	ஆசிரியர்	> ஆசாரியர்
எ	இளமகன்	> எளமகன்
உ	குமிழ் ஊர்	> குமுழ் ஊர்
2.எ > அ	செழியன்	> நெடுஞ்சழியன்
		நெடிஞ்சழியன்
		இளஞ்சடிகன்
	மாங்குளம் - 2 T.B. Inscr. 2nd B.C & 1st A.D.	சடிகன்

3.அ> ஆ	ஈத்த	> ஈதா
4.ஒ > உ	கொடுப்பித்த	> குடுபித
	கொடுப்பித்தோர்	> குடுபிதோர்
5.உ > இ	நெடுஞ்செழியன்	> நெடிஞ்சழியன்
அ	அந்துவன்	> அந்தவன்
ஒ	புகழ்	> பொகழ்.
6.அய்> இ	எருமை நாடு	> எருமி நாடு
	துறுகை	> துறுகய்

மெய் ஒலிமாற்றம்

1.	ச் > ஸ்	சாலகன்	> ஸாலகன்
	ச்ச் > ச்	பெருந்தச்சன்	> பெருந்தசன்
2.	ட்ட்> ட்	பிட்டன்	> பிடன்
3.	த்த் > த்	ஈத்த	> ஈதா
4.	ப்ப் > ப்	உப்பு	> உபு
		கொடுப்பித்த	> குடுபித
		கொடுப்பித்தோர்	> குடுபிதோர்
5.	ற்ற் > ற்	கீரன்கொற்றி	> கீரன்கொற்றி
6.	ண் > ண்ண்	வாணிகன்	> வாண்ணிகன்
7.	ந் > ண்	நாகன்	> ணாகன்
8.	ன் > ந்	அதியன்நெடுமான்அஞ்சி > அதியந்நெடுமாந் அஞ்சி	
9.	ய் > க்	இளஞ்செழியன்	> இளஞ்சடிகன்
		செழியன்	> சடிகன்
		ஆசிரியர்	>ஆசிரிகரு
	ய் > யி	செய்த	> செயித
		செய்தான்	> செயிதான்
		செய்வித்த	> செயிவித்த
10.ல > வ்		பொன்கொல்லன் (பொற்கொல்லன்)	> பொன்கொல்வன்
11.ழ் > ட்		இளஞ்செழியன்	> இளஞ்சடிகன்
		செழியன்	> சடிகன்

ஒலித்துணை உகரம் ஆசிரிகரு , தாயரு, புண்ருத்தான்

4
வரலாற்றுநிலையில் இறவாக் கால உந்தீற்றுப் பொது முற்றுவினை

4.1. மொழியின் வாக்கிய அமைப்பு

மொழியின் இலக்கண அமைதி மிக இன்றியமையாதது. அதனை மிகந்த கவனத்துடன் அணுகவேண்டிய ஒன்று. ஒரு மொழியில் சொற்களும் பொருளும் மாறும் ஆனால் வாக்கிய அமைப்பு மாறாது. ஆற்றில் நீர் ஓடிக்கொண்டிருப்பது போல ஒரு மொழியில் உள்ள சொற்களும் பொருளும் மாற்றமடைந்து கொண்டிருக்கும் ஆனால் அந்த ஆற்றின் கரை போல வாக்கிய அமைப்பு மாறாத தன்மை உடையது. திராவிட மொழிகளைப் பொறுத்த வரை எழுவாய், செயப்படுபொருள் வினைமுற்று (பயனிலை) (SOV) என்னும் வாக்கிய அமைப்பை உடையது. இதனை வைத்துக்கொண்டு ஒரு மொழிக்குடும்பத்தை அடையாளப்படுத்த முடியும். "திராவிட மொழிகளுக்கும் சமஸ்கிருத மொழிக்குமான உறவுகளில் மிக முக்கியமானதாகத் திராவிட மொழிகள் சமஸ்கிருத மொழிச் சொற்களைக் கடன் வாங்கிக்கொண்டது. சமஸ்கிருத மொழி திராவிட மொழியின் வாக்கிய அமைப்பைக் கடன் பெற்றுள்ளது" (Bh.Krishnamoorthy 2003:35&37) என்பது அதன் வாக்கிய அமைப்பைக் கொண்டு நிறுவலாம். வினைமுற்றே வாக்கியத்தின் உயிர் நிலை ஆகும். தமிழ் மொழி பெரும்பான்மை

வினைத் தொடர்களே பெற்றுள்ளன. பெயர்த் தொடராயின் உள்வினை மறைந்திருக்கும். திராவிட மொழிகளில் வினைமுற்று வடிவம் சிற்சில மாற்றம் அடைந்திருந்தாலும் ஓர் அடிப்படை ஒற்றுமை அமைந்திருக்கும். வினைமுற்றுக்கள் தொல் திராவிடத்தில் பால் காட்டாமல் இருந்திருக்க வேண்டும். மொழியின் தொடக்க காலத்தில் திணை, பால், எண், இடம் காட்டும் விகுதிகள் இல்லாமல் இருந்தது அவை பிற்காலத்தில் வளர்ச்சி அடைந்தன. (Jules Bloch 1959:59). தொல்காப்பியம் கூறும் *'பெயரில் தோன்றும் பாலறிக் கிளவியும் / வினையில் தோன்றும் பாலறி கிளவியும் / மயங்கல் கூடாது தம்மர பினவே'(தொல்.சொல்.11)* என்னும் நிலைக்கு மொழி மாற்றம் அடைந்துள்ளது. எனவே காலத்தால் முந்தியது எது என்பது பரிணாமக் கொள்கை (Evolvtion) படியும், மொழி வளர்ச்சியில் உண்டான வேறுபாடுகள் எல்லாம் சான்றாக அமைகின்றன. இதனை மொழி பற்றிய அறிவியல் கொள்கைகள் தற்போது நிரூபிக்கின்றன.

*4.2.*செந்தமிழ் நாடும் கொடுந்தமிழ் நாடும்

மொழியின் படிநிலை வளர்ச்சி மூன்று நிலைகளில் மாற்றம் அடைந்துள்ளன. 1.பேச்சு நிலையிலிருந்து எழுத்து நிலைக்கு, 2.எழுத்து நிலையிலிருந்து இலக்கிய நிலைக்கு, 3.இலக்கிய நிலையிலிருந்து இலக்கணநிலைக்கு இவ்வகையான திருத்தங்களைப் பெறுவதற்குமுன் மொழி இயற்கை மொழியாக (Natural Language) இருந்தது. ''பூர்வகாலத் தமிழின் அமைதிகள் சிலவும் தமிழ் மக்களின் பண்டை வழக்க ஒழுக்கங்கள் சிலவும் மலையாள நாட்டில் இன்றும் இறவாது நிலவுகின்றன.'' (சிவராசபிள்ளை1929:6) பண்டைய காலத்தில் தமிழ் நாட்டினை இரு நிலைகளாகப் பிரித்துள்ளனர் அவை, செந்தமிழ் நாடு, கொடுந்தமிழ் நாடு எனப் பிரித்திருந்தனர். கொடுந்தமிழ் என்பது இயற்கைத்தமிழ், பழந்தமிழ் மக்களிடம் சாதாரணமாக வழங்கி வந்தது எனக் கொள்ளவேண்டும். (பெஸ்கி எழுதிய கொடுந்தமிழ் இலக்கணத்தை இந்த ஆய்வுடன் ஒப்பிட்டுக் காண வேண்டும்) மலையாளம் இன்றும் இயற்கை மொழியின் கூறுகள் பலவற்றைப் பெற்றுள்ளது. குறிப்பாக உந்நு என்னும் வினை முற்று விகுதியைக் சுட்டலாம். சங்க காலத்தில் தமிழ் மொழியைப் போல மலையாளம் தனி மொழியாகத்

தோன்றவில்லை. மலையாளத்தின் மொழிக்கூறு கிராமிய மொழியாக (Provincial Dialect) இருந்துள்ளது. மலையாளத்தில் வழங்கும் உந்நு[1] என்னும் நிகழ்கால வினைமுற்று விகுதி தமிழில் உள்ள ★உந்து என்பதன் திரிபாகும். சங்க காலத்திலே அது வழக்கிழந்துவிட்டதாகக் கருதப்படுகிறது. உந்தீற்று முற்றுவினையின் படிநிலை குறித்து இங்கு வரலாற்று நிலையில் விளக்கப்படுகிறது.

4.3.செய்யும் - செய்யுந்து வினைமுற்று வடிவம்

செய்யும் என்னும் வினைமுற்று வடிவம் பற்றி பலர் ஆராய்ந்துள்ளனர். செய்யும் முக்காலத்திற்கும் பொருந்தும் என்னும் கருத்தும் நிலவுகின்றன. தொல்காப்பியம் செய்யும் என்னும் வாய்பாடு தமிழில் படர்க்கை, உயர்திணைப் பன்மையிலும், தன்மை, முன்னிலையிலும் வராது என்று வரையறுத்துள்ளது[2]. தன்மைப் பன்மைக்கு கு/து வருகிறது. (உண்கு, செய்து) செய்யும் என்னும் முற்றுவினை வடிவம், காலம் காட்டும் பால் காட்டாது. இது ஒரு காலகட்டத்தில் இருதிணை ஐம்பால் மூவிடத்திற்கும் பொதுவாய் வந்துள்ளது. ''செய்யும் என்னும் வாய்பாட்டு வடிவம் பழைய வடிவமாகும். மூன்று காலத்திற்கும் பொது வினை வடிவங்களாகும். செயும் வாய்பாட்டில் வேரும் உம் விகுதியும் சேர்ந்துள்ளது. வேருடன் -கு அல்லது -து என்னும் சொல்லாக்க அசை பெற்ற பின்னர் -உம் விகுதி பெறும் வடிவங்களும் உண்டு. செய்கு, செய்கும், செய்து, செய்தும். பழைய பயனிலைகளுடன் திணை, பால், எண், இடம் காட்டும் விகுதிகள் சேர்க்கப்பட்டு, பின்னர் உண்டான சொற்களிலிருந்து தமிழிலேயே இவ்வடிவத்தைத் திரும்பப் பெறலாம். செய்யும் என்பதிலிருந்து செய்யுமோர்

1-மலையாள மொழிக்கூறு.

தன்மை	முன்னிலை	படர்க்கை
ஞான் செய்யுந்நு	நீ செய்யுந்நு	அவன் செய்யுந்நு
ஞங்கள் செய்யுந்நு	நிங்கள் செய்யுந்நு	அவள் செய்யுந்நு
		அவர் செய்யுந்நு
		அது செய்யுந்நு
		அவ செய்யுந்நு

2. ''பல்லோர் படர்க்கை முன்னிலை தன்மை
அவ்வயின் மூன்றும் நிகழுங்காலத்துச்
செய்யும் என்னும் கிளவியோடு கொள்ளா'' (தொல்.நூ.712)

★ இந்தக் குறியீடு தொல் (proto language) வடிசத்தைக் குறிக்கும்

எனும் பின்னைய வடிவத்தை ஓர் விகுதியைச் சேர்த்துப் பெறுகிறோம். ★செய்யுந்து என்பதில் து விகுதி அஃறிணை ஒருமை விகுதி எனப் பிரிக்கப்படுமாயின் *செய்யுந்-* கிடைக்கும். புறநானூறு 24ஆம் பாடலில் செய்யுந்து என்பது இதே வாய்ப்பாட்டில் உள்ள பிற பெயர்ப் பயனிலைகட்கு எதிராகவும், பின்னர் இறுதியில் பெயருடனும் பயன்படுத்தப்பட்டுள்ளது. இதே போல் செய்யுநன் என்பதிலிருந்து *-அன்* நீக்கப்பட்டால் நகரத்தில் முடியும் வடிவம் கிடைக்கிறது. இந்த நகரம் ஒருமை விகுதியாக உணரப்பட வில்லையாயின், அதனுடன் பன்மைப் பெயர்ப்பதிலி விகுதிகள் சேர்க்கப்படலாயின. (மீனாட்சிசுந்தரம் 2007:33)

உந்தீற்று இறவாக் கால வினைமுற்றுத் திராவிட மொழிகளில் குறிப்பிடத்தகுந்தது. இவ்வகை வினை செவ்வியல் தமிழ் இலக்கியமான புறநானூற்றில் பதிவாகியுள்ளன. திராவிட வினைமுற்று வடிவங்கள் தொடக்கத்தில் பால் காட்டாத தன்மை உடையது. மேலும், பால் காட்டும் வடிவமாக மாற்றம் அடைந்ததை வைத்துத் திராவிட மொழிக்கூறினையும் தொல் திராவிட மொழிக்கூறினையும் வரையறுக்கலாம். (Kothandaraman 2010:5)[3] உந்தீற்று முற்றுவினை பற்றி கால்டுவெல் (1856), கேரளபாணினியம், கே.என்.சிவராசபிள்ளை (1929), ஜூல்ஸ் பிளாக் (1959) தெ.பொ.மீனாட்சிசுந்தரன் (1965 மறு,ப.2007) இரா.கோதண்டராமன் (2004) ஆகியோர் வரலாற்று நிலையில் ஆய்வு மேற்கொண்டு தமது கருத்தினை வெளிப்படுத்தியுள்ளனர்.

செயுந்து வாய்பாட்டு வினைகள் செயும் (=செய்யும்) வாய்பாட்டு வினைகளில் அடியாகத் தோன்றியதைப் போலவே செயிந்து வாய்பாட்டு இறந்தகாலப் பொதுவினைகளும் செயிம் வாய்பாட்டு வினைகளின் அடியாகத் தோன்றியனவாகக் கருதத் தோன்றுகிறது. (உம் உந்தாகும் இடனுமார் உண்டே (தொல்.சொல். இடை.44) என்னும் தொல்காப்பிய நூற்பாவைக் கருத்தில் கொண்டே இக்கருத்து எடுத்துக்கொள்ளப்படுகிறது.

---

3 . Nonpast finite construction of ceyuntu type is a remarkable innovation in Dravidian. The finite system of this type is attested in Puranaanuuru one of the anthologies of Classical Tamil. Dravidian finite system was impersonal earlier and from it the personal finite system has evolved a process that was consolidated to the extant possible in the Proto&Dravidian itself. (Kothandaraman 2010:5,6)

தொடக்கத்தில் மக்கள் முழுச் சொற்களையே பயன்படுத்தியுள்ளனர், வழக்கில் பயின்றுவரும் சொற்கள் தன் அளவில் குறுகும் என்னும் கோட்பாட்டு நிலையை மேற்கொண்டால், மேற்காணும் நூற்பா பொருந்தாமல் போகலாம்.) செயுந்து மற்றும் செயிந்து வாய்பாட்டு வினைகளில் நிகழும் துகரக் கிளவி தொடக்கத்தில் பொது வினைமுற்று விகுதியாக (Impersonal Finite Marker) நிகழ்ந்திருக்க வேண்டும் என்று தோன்றுகிறது (கோதண்டராமன் 2004:8). *-உம்து* நிகழ் காலம்; *-இம்து* இறந்த காலம் எனக் கொள்ள இடமுள்ளது.

4.2.உந்து ஈற்று வினைச் சொல்லும் பண்டைத் தமிழும்.

உந்தீற்று வினைச் சொல் புறநானூற்றில் 7 புலவர்கள் 10பாடல்களில் கையாண்டுள்ளனர். மாங்குடிகிழார் (2), ஒருசிறைப் பெரியனார் (1), பரணர் (2), கருவூர் கதப்பிள்ளை (1), புறத்திணை நன்னாகனார் (1), கோவூர்கிழார் (2), மதுரை நக்கீரர் (1), பெயர்தெரியாத புலவர் (1) ஆகக் கூடுதல் 11 பாடல்களில் உந்து ஈற்று வினை உள்ளது[4] (சிவராசபிள்ளை 1929:10-11). இவற்றில் 3பாடல்கள் சிதைவு இல்லாதது அவை 24, 137, 386. மீதம் உள்ள 8 பாடல்கள் இடை இடையே சிதைந்துள்ளன. 352, 400 ஆகிய செய்யுள்கள் முழுவதும் சிதைந்துள்ளன. இதில் 2 பாடல்களுக்குப் பழைய உரை உள்ளது. புறம்.24, 137 ஆகிய

---

4. உந்தீற்று வினையைப் பயன்படுத்தியவர் அட்டவணை

புலவர்,	பாடப்பாட்டோர்,	பாடல் எண்
1. மாங்குடிகிழார்	தலையாலங்கானத்துச் செருவென்ற நெடுஞ்செழியன்	புறம்.24
2. மாங்குடிகிழார்	வாட்டாற் றெழினி யாதன்	புறம். 396
3. ஒருசிறை பெரியனார்	நாஞ்சில் வள்ளுவன்	புறம்.137
4. பரணர்	நாஞ்சில் வள்ளுவன்	புறம்.343
5. பரணர்	நாஞ்சில் வள்ளுவன்	புறம்.352
6. கருவூர்க் கதப்பிள்ளை	நாஞ்சில் வள்ளுவன்	புறம்.380
7. புறத்திணைநன்னாகனார்	கரும்பனூர்கிழான்	புறம்.384
8. கோவூர் கிழார்	சோழன் குளமுற்றத்து துஞ்சிய கிள்ளி	புறம்386
9. கோவூர் கிழார்	சோழன் நலங்கிள்ளி	புறம்.400
10.மதுரை நக்கீரர்	சோழ நாட்டுப்பிடவூர் கிழான் மகன் பெருஞ்சாத்தன்	புறம்.395
11.புலவர் பெயரில்லை	சோழ நாட்டுப்பிடவூர் கிழான் மகன் பெருஞ்சாத்தன்	புறம்.339

பாடல்களில் வரும் உந்தீற்றுச் சொற்களைப் பழைய உரையாசிரியர் பெயரெச்சமாகக் கொண்டுள்ளனர். புறம் 24ஆம் பாடலில் வரும் பாயுந்து, தூங்குந்து, தரூஉந்து ஆகிய மூன்றும் பெயரெச்சமாகக் கொண்டு அப்பாடலில் 19ஆம் அடியில் வரும் மிழலை என்னும் பெயரைக்கொண்டு முடித்துள்ளனர். அதே பாடலில் 16ஆம் அடியில் வரும் பாயும் என்னும் சொல்லுக்குப் பாயுந்து என்னும் பாடவேறுபாடும் உண்டு. உரைக்காரின் கொள்கைப்படி 395ஆம் பாடலில் வரும் உந்தீற்றுச் சொற்களைப் பெயரெச்சமாகக் கொள்ளவதற்கு இடமே இல்லை. அதுபோல் புறம்386ஆம் பாடல் சோழன் குளமுற்றத்துத் துஞ்சிய கிள்ளி வளவனைப் பாராட்டி கோவூர்க் கிழார் பாடியது. இதில் நிலைக்குந்து, ஒலிக்குந்து என்னும் வினைச்சொற்கள் மேலை அடிகளில் நிற்கும் ததும்பின, குறும்பின்று என்பவைப் போல வினைமுற்றுச் சொற்களே. மேற்கூறிய நான்கு வினைமுற்றுச் சொற்களையும் அன்ன என்னும் இடைச்சொல் பின் வரும் வாக்கியத்தோடு இணைக்கிறது. புறம்395, 24 ஆகியப் பாடல்களில் இவ்வாக்கிய அமைப்பு ஒற்றுமையைக் காணலாம்.

4.3. உந்தீற்று வினையின் காலம்

உந்து ஈற்று வினையின் காலம் தொல்காப்பியர் இலக்கணம் எழுதும் காலத்திற்கு முன்பே வழக்கிழந்திருக்க வேண்டும் என்பதற்குச் சில காரணங்கள்.

1. தொல்காப்பியர் காலத்தில் உந்தீற்று வினைமுற்று இல்லாதிருந்து பிற்காலத்தில் தோன்றியிருக்கலாம்.
2. அவரது காலத்திலேயே இப்பிரயோகம் இருந்து அதனை இழிவழக்காகக் கருதி அன்னார் அழித்திருக்கலாம்.
3. பண்டைக் காலத்து நின்று நிலவி தொல்காப்பியர் காலத்து அவ்வுந்தீற்று வினைமுற்று வழக்கற்றுப் போயிருக்கலாம் (சிவராசபிள்ளை 1929:10,11).

தொல்காப்பியர் உந்தீற்று வினை முற்றுக்கள் சுட்டப்படாமைக்கு மேற்காட்டிய மூன்று காரணங்களில் ஏதேனும் ஒன்றைச் சுட்டலாம். வட்டார வழக்காகக் கருதியிருக்கலாம் என்று எண்ணினாலும் அதற்கும் வாய்ப்பு

5.(ஐ >அ) காவலனை > காவலோனக் களிறஞ் சும்மே. தொல்காப்பியம்,(சேனா) 1989:270).

இல்லை எனெனில் ஐகாரம் அகரமாக மாறும் என்னும் நூற்பா இன்றைய குமரி மாவட்ட வழக்கிற்குப்பொருந்துகிறது.[5] நாஞ்சில் நாட்டு வள்ளுவனைப் பாடிய ஒருசிறை பெரியனார் பாடலில் வரும் உந்தீற்று வினைச்சொற்களை வழக்காக எடுத்தால் செந்தமிழ்ப் புலவராகிய மதுரை நக்கீரர் பாடலிலும் உந்தீற்று வினைச்சொற்கள் காணப்படுகின்றன ஆகவே, அதனை வழக்காகக் கொள்ள இடமில்லை. இது தென்னிந்திய முழுவதும் அதாவது எல்லா திராவிட மொழிகளிலும் வழக்கில் இருந்திருக்க வேண்டும்.

4.4.உந்தீற்று வினையும் தொல்காப்பியமும்.

தொல்காப்பியம் இடையியலில் "உம் உந்தாகும் இடனுமார் உண்டே" (தொல்.சொல்.இடை.44) என விளக்கியுள்ளது. இந்நூற்பாவுக்குச் சேனாவரையர் "வினை செயல் மருங்கில் காலமொடு வருவனவற்றுள் உம் ஈறு உந்து ஆயத் திரிதலும் உடைத்து; நீர்க்கோழி கூப் பெயர்க்குந்து, நாரிநறவினாண்மகிழ் தூங்குந்து வினை செயல் மருங்கில் காலமொடு வருவனவற்றுள் என்பது ஏற்புழிக்கோடல் என்பதனால் பெற்றாம். இடனுமாருண்டே என்றது இத்திரிபு பெயரெச்சத்திற்கு ஈறாய வழியென்பது கருதிப்போலும் (தொல்காப்பியம் 1868:129), இஃது உம் என்னும் இடைச்சொல் திரியும் என்கிறது. உம் உந்து ஆகும் இடனுமாருண்டே "வினை செயல் மருங்கில் காலமொடு வருவனற்றுள் உம் ஈறு உந்தாய்த் திரிதலும் உடைத்து. இடனுமாருண்டே என்றதனான் இத்திரிபு பெயரெச்சத்திற்கே கொள்க (தொல்.1892 நச்சி:294) என நச்சினார்க்கினியார் பொருள்கொள்ள புறநானூற்றுச் சொல்லடைவில் *பெய்ர்க்குந்து* (புறம்395-11) (*செய்யும்* will do), *தூங்குந்து* (புறம்.24-6) (*ஆடும்* will dance), (புறம்.400-14) (மிகும் will increase) எனப் பொருள் கொடுக்கப்பட்டுள்ளது. இது தொல்காப்பியர் காலத்தில் வழக்கிழந்துவிட்டது. கோவூர் கிழார் பாடல்களில் காணப்படுவதால் அவரின் காலப்பகுதியை ஒட்டியே இந்தச் சிக்கலுக்கான தீர்வை ஆராய வேண்டும் எனினும் அடிப்படை இலக்கண அமைப்பை (Fundamental Grammatical structure) யாராலும் மாற்ற முடியாது. கோவூர் கிழார் பாடலில் வரும் வினை, முற்றுவினை இது அவர்காலத்தில்

வழங்கப்பட்டது. தொல்காப்பியர் இந்த உந்து என்பதை இடைச்சொல்லில் இணைத்துள்ளார். தமிழ் இலக்கணக் கூறுகள் பெயர், வினை, உரி என்பன ஒழிய மற்ற சொல் எல்லாம் இடைச்சொல் என்று சொல்லலாம். மொழி உற்பத்திக் காலத்தின் முன் தோன்றியவை. பெயர் - பொருட்குறிப்பு, வினை - இயக்கக் குறிப்பு, உரி - நிலைப்பண்புக் குறிப்பு இவற்றை நீக்கின் மீதம் உள்ளவை இடைச்சொல் என அழைக்கப்படுகிறது. இதனை மூன்று வகையாகப் பிரிக்கலாம்.

4.5. இடைச்சொல்

இடைச்சொல்லை மூன்றாகப் பிரிக்கலாம் அவை 1. முழுச்சொல் தனியே நின்று பொருள் தரும் (போல், புரைய, அன்ன) 2. தனியே நின்று பொருள் தரினும் (ஏ, ஐ, உம்,) தனியே இயங்காது, 3. பிற மொழியுடன் சேர்ந்தாலும் பொருள் இல்லாதது (அம், அன் போன்ற சாரியை).

தொல்காப்பியர் கூற்றுப்படி -உம், -உந்து இரண்டும் இடைச்சொல் இது மேற்காட்டியதில் இரண்டாவது வகையாகும். உம் என்னும் இடைச்சொல் எட்டுப்பொருள் தரும் என இடையியலில் விளக்கப்பட்டாலும். சொல்லதிகாரக் கிளவி யாக்கத்தில் இரு நூற்பாக்கள் உம் தொடர்பாக உள்ளது. 'இனைத்தென அறிந்த சினைமுதற் கிளவிக்கு வினைபடு தொகுதியின் உம்மை வேண்டும்' (தொல்.சொல்.33), மன்னாப் பொருளும் அன்ன இயற்றே (தொல்.சொல்.34) (சேனாவரையர் உரை. 1923:39, பவளக்கோட்டு நீல யானை சாதவாகன கோயிலுள்ளும் இல்லை) தமிழ் வினைமுற்று வாக்கியத்தில் செய்யும் வாய்பாட்டு வினை வருவதைக் காணமுடிகின்றன. அஃறிணை படர்க்கை ஒன்றன் பால், பலவின்பால் ஆகிய இடங்களில் செய்யும் வாய்பாட்டு வினைமுற்று வடிவங்கள் இன்றும் வழக்கில் உள்ளன. செய்யும் வாய்பாடு எதிர்காலத்தை உணர்த்தும் பெயரெச்ச வினைகளில் வருகின்றன. செய்யும் என்னும் வாய்பாட்டு வினை, பெயருக்கு முன் வரும் போது பெயரெச்சமாகவும் பெயருக்குப் பின் வரும்போது முற்று வினையாகவும் வருகிறது. (பெயரெச்சம் - பாயும் புலி வினைமுற்று - புலி பாயும்). உம் உந்தாகும் இடம் என்பது தொல்காப்பியர் எந்த அடிப்படையில் இதனைக் கொண்டு வந்தார் என அறிதற்கில்லை.

உந்து என்பது *உம்* என்னும் பெயரெச்ச விகுதியின் திரிபென நன்னூலார் கொண்டுள்ளார். *செய்யுமெ னெச்சவீற் றுயிர்மெய் சேறலுஞ், செய்யுளு ளும்முந் தாகலு லுற்றேல், உயிரு முயிர்மெய்யு மேகலு முளவே*(நன். 341). நன்னூலார் இதனைச் செய்யுள் வழக்கு எனக் கொள்கிறார். தொல்காப்பியர் காலத்திலே இது வழக்கிழந்துவிட்டது. புலவர் ஆண்ட வழக்காலும், பெயரெச்சமாக வரவில்லை; வினை முற்றாகவே வருகிறது. நன்னூலார் தொல்காப்பியத்தைப் பொன்னே போல் போற்றி, எந்த ஆய்வுக்கும் உட்படாமல் அவர் கூறியது போலவே சுட்டியுள்ளார். *-உந்து* என்னும் விகுதியின் மூலம் எனத் தமிழ் இலக்கண நூலார் கொள்ளவும் *-உம்* மலையாளத்தில் திணை, பால், எண், இடம், ஆகிய வேறுபாடு இன்றி எல்லாம் வினைமுற்றாக வருகிறது.

நான் செய்யும்	நீ செய்யும்	அவன் செய்யும்
		அவள் செய்யும்
ஞங்கள் செய்யும்	நிங்கள் செய்யும்	அவர் செய்யும்
		அது செய்யும்
		அவை செய்யும்

தமிழில் உம் எதிர்காலத்தைக் காட்டும் உருபாகும். நன்னூலில் உயர்திணைப் பன்மை படர்க்கை, முன்னிலையிலும் தன்மையிலும் செல்லாது. செய்யும் என்னும் வினைமுற்று திணை, பால் இடங்களுக்குப் பொதுவாம். அவன் உண்ணும், அவள் உண்ணும், அவர் உண்ணும், அது உண்ணும், அவை உண்ணும். என வரும். *பல்லோர் படர்க்கை முன்னிலை தன்மையில் / செல்லா தாகும் செய்யுமென் முற்றே.* (நன். 348) செய்யும் என்னும் நிகழ்கால முற்றுவினை என்று மயிலைநாதர் (நன்.347) இங்கு விதந்து கூறுவார் (தாமோதரன் 1999:416)

	இறந்த காலம்	எதிர்காலம்
தன்மை பன்மை	யாம் உண்டும்	யாம் உண்கும்
	யாம் வந்தும்	யாம் வருதும்
முன்னிலை பன்மை	நீர் செய்யும்	நீர் உண்ணும்

-உம் விகுதிகள் *-கும், -டும், -தும், -றும்* என்ற விகுதிகள் எனத் தொல்காப்பியம் காட்டிவருவதை நன்னூல் எந்த மாற்றுக் கருத்தும் இல்லாமல் ஏற்றுக்கொண்டது. *-உம்* தன்மையில் வராது என்பது பிற்காலத்தில் ஏற்பட்டது.

ஒருமை	பன்மை
யான் உண்டு	யாம் உண்கும்
யான் உண்டு	யாம் உண்கும்

உண்கும் / உண்கு + உம், உண்+கும் எனத் தொல்காப்பியரும் நன்னூலாரும் பிரித்ததில் ஏற்பட்ட குழப்பம். மேலும், பொருள் கொண்டதிலும் தொல்காப்பியத்திற்கும் நன்னூலிற்கும் வேறுபாடுகள் உள்ளன. '*யாம் உண்டும்*' என்பதைத் தொல்காப்பிய உரை '*யாம் உண்போம்*' என்று எதிர்காலத்தையும், நன்னூல் '*யாம் உண்டோம்*' என இறந்தகாலத்தையும் சுட்டியுள்ளது. 'நீ உண்டி' என்னும் வினைக்கு இளம்பூரணர் 'நீ உண்டாய்' என இறந்த காலத்தையும் நச்சினார்க்கினியர் 'நீ உண்பாய்' என எதிர்காலத்தையும் காட்டுவதாக உரைகள் சுட்டுகின்றன. -*உம்* ஈற்று வினை விகுதி தமிழிலும் மலையாளத்திலும் எதிர்காலத்தைக் காட்டுகிறது. மலையாளத்தில் -*உந்து* என்னும் உருபு நிகழ்காலத்தைக் காட்டுவது இன்றும் வழங்கப்படுகிறது.[6]

4.6.கால்டுவெல் ஆய்வும் மறுப்பும்

தமிழ் மொழியில் நிகழ்கால உருபு ★உந்து காணப்படாமையால் கால்டுவெல்லும் கேரளபாணினீயம் என்னும் மலையாள இலக்கண நூல் ஆசிரியரும் மலையாளத்தில் வழங்கும் உந்நு என்பது கிறு, கின்று, என்னும் உருபின் திரிபாகக் கொண்டு ஆய்வு செய்துள்ளனர். கால்டுவெல் கின்று > குந்து என வரும் எனக் கூறினார். இந்தக் கருத்துக்கள் ஒரு சிறிதும் பொருந்தாது. (சிவராஜபிள்ளை 1929:33) ன்று > ந்நு மூக்கொலியாக வரும் எனினும், [கி] எவ்வாறு [கு]வாக மாறியது என்பதற்கு [கி > கு] ஒரு நியதியும் இல்லை. Harmonic Sequence of Vowels. எனக் கொள்ளவது சற்றும் பொருந்தாது.

கின்று > கின்னு > குந்நு > உந்து, இ> உ எப்படி மாறுகிறது. அல்லது உ>இ எவ்வகையில் மாறியது என்பதற்குக் கால்டுவெல்லிடமோ அல்லது கேரளப்பாணினீயத்திலுமோ காரணமோ சான்றுகளோ இல்லை. சிவராசபிள்ளை வைக்கும் வாதம், இன்று ந் என்னும் நகரம் (ந் > ன்) னகரமாக மாறும்.

6.மலையாளம் நிகழ்காலவினை நான் செய்யுந்நு, ஞங்கள் செய்யுந்நு, நீ செய்யுந்நு, நிங்கள் செய்யுந்நு, அவன் செய்யுந்நு, அவள் செய்யுந்நு, அவர் செய்யுந்நு, அது செய்யுந்நு, அவ செய்யுந்நு)

ஆனால், (ன் > ந்) னகரம் நகரமாக மாறாது. இதற்கு இன்னொரு காரணம் மலையாள லிபியில் ந, ன இவை இரண்டையும் குறிக்க ஒரே வடிவம் கொடுக்கப்பட்டுள்ளன. மலையாளிகள் உந்நு என்னும் நகரம் (dental sound) பல் ஒலி உச்சரிக்கும் போது உன்னு என்பது போல உச்சரித்தல் அவர்களிடம் இல்லை. எனவே, ★உந்து என்னும் திரிபே உந்நு எனக் கொள்வதே ஏற்புடையது ஆகும்.

4.7.'உந்து' - பிற திராவிட மொழிகள்

உந்நு என்பது உந்து என்னும் பண்டைத் தமிழ்ச் சொல்லின் திரிபாகும். இது நிகழ்காலத்தைக் குறுக்கிறது. தமிழில் இறப்பு, இறப்பில்லாக் காலம் என இரு வகையாகப் பிரித்துக் கொள்கின்றனர். நிகழ்காலம் என்பது இங்கு இல்லை என்றும் வடமொழி செல்வாக்குப் பெற்றபின்னரே நிகழ்காலம் உருவானதாகக் கருதப்படுகிறது. எதிர்காலத்திற்கு -உம் என்னும் உருபும், இறந்த காலத்திற்கு -து என்னும் உருபும் பயன்பட்டன. இவை இரண்டும் இணைந்து -உந்து என நிகழ்கால வினையை உணர்த்தும் உருபாக உருவாக்கிக் கொண்டனர் என்னும் கருத்தும் உள்ளது.

இறந்த காலம்	**நிகழ்காலம்**	**எதிர்காலம்**
து	(உந்து)	உம்
தமிழ்	**கன்னடம்**	**தெலுங்கு**
நான் போகிறேன் நீ போகிறாய் அவன் போகிறான்	நானு ஹோகுத்தேனே நீனு ஹோகுத்தீ அவனு ஹோகுத்தானே	நேனு போவுத்சுன்னானு நீவு போவுத்சுன்னாரு வாடு போவுத்சுன்னாடு

உந்து என்னும் பண்டைத் தமிழ்ச் சொல் கன்னடத்தில் *-உத்து* என்றும், பேச்சுமொழி கன்னடத்தில் *-உது-* என்றும் மாறுகிறது. தெலுங்கு மொழியில் *-உத்சு-* என்றும் மாற்றம் அடைந்துள்ளது. தமிழில் நிகழ்கால வினை எச்சம் என்று அடையாளப்படுத்துவதற்கு நிகழ்கால உருபு இல்லை. ஆனால், பிற திராவிட மொழிகளில் காணப்படுகின்றன. செய என்னும் செயவென் எச்ச வினை மூன்று காலத்துடனும் வரும் செய்ய வந்தவன், செய்ய வருகின்றான், செய்ய வருபவன். செயவென் எச்சத்திற்கு உந்து உருபைக் காட்ட தமிழில் சான்றுகள் இல்லை.

பிற திராவிட மொழிகளில் உள்ளன. "கன்னட வினையெச்சத்தின் நிகழ்கால வடிவம் -உத்- என்பதை இன்றியமையா உறுப்பாகக் கொண்ட ஒரு சொல்லுருபு, வினை மூலத்தோடு இணைவதனால் உருவாகிறது. இளி-உத்தே (=இழிதல்); கட்டு-உத்தே (கட்டுதல்); கெயுதும், கெயுத்தும், கெய்யுதும் (=செய்தல்)" (கால்டுவெல் (தமிழ் மொழிபெயர்ப்பு) *2010:497)*

4.8. நிகழ்கால வினை எச்சம்

தமிழ்	கன்னடம்	தெலுங்கு
போக	ஹோகுத்த (ஹோகு+உத்து+அ)	போவுத்சு (போவு+உத்சு)
கட்ட	கட்டுத்த (கட்டு+உத்து+அ)	கட்டுத்சு (கட்டு+உத்சு)

-உந்து (செவ்வியல் தமிழ்) , -உந்நு(மலையாளம்), -உத்து(கன்னடம்), -உது(சமஸ்கிருதம்), -உத்சு (தெலுங்கு) . கன்னடம் *பாடித (பாடிது+அ)* =பாடிய, *பாடிதனு* =பாடினான், *பாடிதரெ* =பாடினால், கேளிது =கேட்டு, கேளித =கேட்ட, கேளிதளு *(கேளிது+அளு)* =கேட்டாள், கேளிதரெ =கேட்டார், பாடிது, கேளிது ஆகிய வற்றில் அடிநிலை வடிவங்கள் ★பாடிந்து, ★ கேளிந்து எனக் கொள்ள வேண்டும் *(கோதண்டராமன் 2004:10)*. தமிழிலும் அறிகுது, உறங்குது (உறங்கிக் கொண்டிருக்கிறது) போன்ற வடிவங்கள் காணப்படுகின்றன. சான்றாகப் பூ உறங்குது, பொழுதும் உறங்குது நான் உறங்கவில்லை நிலவே... கானுறங்குது காற்றும் உறங்குது கண்ணுறங்கவில்லை... போன்ற திரைப்படப் பாடலைச் சுட்டலாம்.

4.9. தமிழில் உந்து என்னும் வடிவம்

பண்டைத் தமிழ் இலக்கியத்தில் உந்தின் பயன்பாடு மூன்று நிலைகளில் மாறி வந்துள்ளது. இதன் காரணமாகவே இவ்வகையான மாற்றம் நாளடைவில் வழக்கிழந்து போகுகின்றன.

1. உந்து > உது

கல்பொரு சிறுநுரை போல
மெல்ல மெல்ல வில்லாகுதுமே குறுந்.290
இல்லாகுதும் (இல்லாகு [உது < உந்து] + உம்).

விளக்குதியால் புறம்.374
(விளக்குதி - விளக்கு + உது+இ) உது < உந்து

2.உந்து > உந்

என்னுநள்	(உந் < உந்து)	அகம்.5
உறுநர்	(உந் < உந்து)	அகம்.71
மண்ணுநள்	(உந் < உந்து)	அகம்.62
உடம்படுநர்	(உந் < உந்து)	அகம்.61.

3.உந் > ந்

எம்மலை வாழ்நர்
(வாழுநர் வாழ்+உந்+அர் [உந் > ந்]) குறுந் 39
முனிநர் முனியுநர் (முனிய்+ உந்+அர்) அகம்.16
மகிழ்ந - மகிழுந (மகிழ்+உந்+அ [உந் > ந்]) அகம்.16

இவ்வகையான ஒற்றுமை நயம் கருதித் தமிழில் பல சொற்கள் உருவாகியுள்ளன. தமிழ்நர், புகழ்நர், (ந்) அனுப்புநர், பெறுநர் (உந்). அனுப்புநர்- அனுப்புகின்றவர், பெறுநர் - பெறுகிறவர். ஆகவே *-ந்-, உந், உந்து* ஆகிய உருபுகள் நிகழ்காலத்தை உணர்த்துகின்றன. பிற திராவிட மொழிகளின் வினைமுற்றுகளிலும், எச்ச வினைகளிலும் வரும் -உத்து-, -உத்சு-, உந்நு ஆகியவைத் தொல்திராவிட கூறுகளாக அல்லது செவ்வியல் காலத்தின் மொழியமைப்பின் நிகழ்க்கால உருபாகக் கொள்ளலாம். வரலாற்றிலக்கணப் பார்வை இல்லாமல் ஒரு மொழியைச் சரியாகப் புரிந்துகொள்ள முடியாது. விளக்கமுறையில் அந்த அணுகுமுறை சரியாக இருக்கலாம். ஆயினும் வரலாற்று நிலையில் அணுகும் போது விளக்கமுறை ஆய்வுகளில் பல மாற்றம் செய்யவேண்டி வரும். தொல்காப்பியர், *'உம் உந்தாகும் இடனுமார் உண்டே'* என்னும் நூற்பாவில் தலைகீழ் மாற்றம் நிகழ்ந்துள்ளது. 'உந்து' என்னும் உருபே 'உம்'மாக மாறியுள்ளது என்னெனின் வழக்கில் பயின்று வரும் சொல் தன் அளவில் குறுகும். தொடக்கத்தில் மக்கள் முழுச்சொற்களையே பயன்படுத்தியுள்ளனர். இந்தக் கோட்பாடு அடிப்படையில் தமிழில் - உந்து > -உது-, -உந்-, -ந்-, மலையாளத்தில் உந்து > உந்நு, கன்னடத்தில் உந்து உத்து > உது, தெலுங்கில் உந்து > உத்சு என மாற்றியுள்ளதை மேலே சுட்டிக்காட்டப்பட்டுள்ளன.

உந்தீற்று வினைமுற்றின் பயன்பாட்டை ஆய்வு செய்யும் போது தொல்காப்பிய இலக்கணம் கோட்பாட்டு நிலையில் வண்ணனை இலக்கணத்திற்குப் பொருந்துமே அன்றி வரலாற்று நிலையில் அதனுடைய விடை வேறுநிலையில் உள்ளது. தொல்காப்பியத்திற்குத் தோன்றிய உரையும், அதற்குப் பின் தோன்றிய இலக்கணமும் தொல்காப்பியத்தை அடியொற்றியே வருகின்றன. பிறதிராவிட மொழிகளின் உந்தீற்று வினையின் பயன்பாடு நிகழ்காலத்தைக் குறிப்பதாக உள்ளது. உந்தீற்று வினை பண்டைத் தமிழில் வழங்கிய நிலையும், கால மாற்றத்தால் அது அடைந்த மாற்றத்தையும் வரலாற்றுநிலையில் ஆய்வு மேற்கொள்ளும் போதுதான் வெளிப்படுகின்றன. இன்றும் பல வினை வடிவங்களிலும் பிறதிராவிட மொழிகளிலும் அவ்வமைப்புக் காணப்படுகின்றன. செவ்வியல் தமிழ் இலக்கிய இலக்கண அறிவில்லாமல் இனி வருங்காலங்களில் பிற திராவிட மொழிகளும் ஆய்வுகள் நிகழ்த்த முடியாது.

5
குறுந்தொகை சந்தி அமைப்பும் அடிநிலை இலக்கண உறவுகளும்

5.1. செவ்வியல் கால மொழி

தமிழ் இலக்கிய வரலாற்றில் காலத்தால் பழைமையான இலக்கியங்களாகச் சங்க இலக்கியங்கள் திகழ்கின்றன. சங்க இலக்கியங்கள் தற்போது செவ்வியல் இலக்கியம் என்னும் சொல்லாடலால் அழைக்கப்படுகின்றன. செவ்வியல் என்னும் தகுதிப்பாடு உயர்வெனினும் தமிழ் மொழியின் தொன்மையான இலக்கியங்களை நூலறி புலவர்கள் சங்க இலக்கியம் என்றே அழைத்துள்ளனர். இந்தச் சொல்லாடல் ஒரு வரலாற்றுப் பின்புலத்தைச் சேர்த்துப் குறிப்பதால் அந்த வழக்கையே இந்தக் கட்டுரையிலும் பின்பற்றப்படுகிறது. சங்க இலக்கியங்களைப் புரிந்துகொள்ள கருவி நூலாக அமைந்திருப்பது தொல்காப்பியம் ஆகும். சங்க இலக்கிய மரபுகள், செய்யுள் வடிவ அமைப்புக்கள், உவமை, மெய்ப்பாடுகள், குறிப்புப்பொருள்கள், திணை, துறைகள், பெயர், வினை, இடை, உரி, வேற்றுமை போன்றவைகளும் சொற்களோடு சொற்கள் இணையும் நிலையில் தோன்றும் புணர்ச்சி வகைகளும் ஆகியவற்றைத் தொல்காப்பியர் விளக்கமாக விவரித்துள்ளார்.

தமிழிலக்கணங்களுள் எழுத்திலக்கணத்தில் பெரும்பகுதி புணர்ச்சி பற்றியே சுட்டியுள்ளது. தொல்காப்பியம், நன்னூல் ஆகிய இரு இலக்கண நூல்களும் எழுத்திலக்கணத்தின் பெரும்பகுதியைப் புணரியலுக்கு ஒதுக்கியுள்ளன. "எழுத்து சொல் பொருள் என்பனவற்றில் ஒவ்வொன்றுக்கும் ஒன்பது இயல்கள் வகுத்த தொல்காப்பியர் எழுத்ததிகாரத்தில் ஆறு

இயல்களில் புணரியல் தொடர்பான பகுதிகளே இடம்பெற்றுள்ளன (வேலுப்பிள்ளை 2002:53). எழுத்து, சொல் இரண்டிற்குள் அய்ந்து, அய்ந்து இயல்களை வகுத்துள்ள நன்னூலார் எழுத்ததிகாரத்தில் மூன்று இயல்களில் புணர்ச்சி இலக்கணம் பற்றி விவரித்துள்ளார். வீரசோழியத்தின் ஆசிரியர் எழுத்ததிகாரத்தில் சந்திப்படலம் என ஒன்றே அமைத்திருக்கிறார். எழுத்திலக்கணம் முழுவதையும் இருபத்தெட்டுச் செய்யுட்களில் சுருக்கிக் கூறும் இவர் புணரியல் இலக்கணம் முழுவதையும் அவற்றுள்ளேயே அடக்கியுள்ளார்.

சங்க இலக்கியத்தில் காணப்படும் புணர்நிலை மொழியைத் தொல்காப்பியத்தின் இலக்கணத்தைப் பின்பற்றியும் மொழியியல் கண்ணோட்டத்துடனும் இக்கட்டுரை ஆராய்கிறது. சங்க இலக்கியமான குறுந்தொகையை அடிப்படைத் தரவு நூலாகக் கொண்டு அதில் காணப்படும் மருங்கொலிப் புணர்ச்சியான லகர ளகரப் புணர்ச்சிநிலைகளையும் அதன் அடிநிலை இலக்கண உறவுகளையும் விளக்குவதாக இக்கட்டுரை அமைந்துள்ளது.

5.2.சந்தி இலக்கண நூல்களும் ஆய்வுகளும்

தமிழ் மொழியில் சந்தி இலக்கணம் குறித்து நமக்குக் கிடைக்கும் பழமையான இலக்கண நூல் தொல்காப்பியமாகும். அதனைத் தொடர்ந்து வீரசோழியம், நன்னூல், இலக்கண விளக்கம், தொன்னூல் விளக்கம், முத்துவீரியம், சுவாமிநாதம் போன்ற மரபிலக்கண நூல்களில் இரு வகையாக விளக்கப் பட்டுள்ளன. தொல்காப்பிய மரபைப் பின்பற்றியும் வடமொழி மரபைப் பின்பற்றியும் பிற்கால சந்தி இலக்கணங்கள் கூறப் பட்டுள்ளன. நன்னூல் தொல்காப்பியத்தைப் பின்பற்றினும் வடமொழி சந்தி இலக்கணத்தையும் சேர்த்தே விளக்கிச்செல்கிறது.

அய்ரோப்பியர் உருவாக்கிய தமிழ்மொழிக்கான இலக்கண நூல்களில் சில நூல்கள் சந்தி இலக்கண விதிகள் காணப்படுகின்றன. ராபர்ட் ஆண்ட்ரிசனின் தமிழ் இலக்கணத்தின் அடிப்படைகள் (Rudiments of Tamul Grammar, Robert Anderson 1821), பெஸ்கியின், (வீரமாமுனிவர்) செந்தமிழ் இலக்கணம் (A grammar of the High Dialect of the Tamil Language termed Shentamil 1822), சி.டி.இ.ரெனியஸின் (The Tamil Language

1836), ஜி.யு.போப்பின் இலக்கண நூல் இலக்கண வினாவிடை, (Tamil Grammar 1857) இலக்கணநூல் சுருக்க வினாவிடை, ஆகிய நூல்களில் புணர்ச்சி இலக்கணங்கள் விளக்கப்பட்டுள்ளன.

எல்லீஸ், கால்டுவெல் போன்றோர் தென்திராவிட மொழியின் வரலாற்று ஒப்பிலக்கணம் குறித்து ஆராய்ந்து எழுதியுள்ளனர். குறிப்பாகத் தமிழில் அறிவியல்முறையுடன் வெளிவந்த ஆய்வாக 1856இல் வந்த கால்டுவெல்லின் திராவிடமொழிகளின் ஒப்பிலக்கணத்தைக் குறிப்பிடலாம். அதன்பின் விடுதலைக்குமுன் அல்லது சென்ற நுற்றாண்டின் தொடக்கத்தில் மொழியியல் குறித்தும் திராவிட மொழியின் இலக்கணப் பண்புகளை மிகுதியான அளவில் ஆராய்ந்து எழுதியவர் L.V.இராமசாமி ஐயர் (LVR) ஆவர். அவர் QJAHRS, JOMS, Anthropos, BRVRI போன்ற இதழ்களில் 1925முதல் 1946வரை தொடர்ச்சியாக மலையாளம், தமிழ், சமஸ்கிருதம் ஆகிய மொழிகளை ஒப்பிட்டு ஆய்வு செய்தவர் LVR. 1934-35,ஆம் ஆண்டு JOMS என்னும் ஆய்வு இதழில் Vol.XXVIII தொகுதி (28)இல் திராவிடமொழிச் சந்தி (Dravidic Sandhi) என்னும் தலைப்பில் ஆய்வுக் கட்டுரை எழுதியுள்ளார். அக்கட்டுரை தமிழ்ச் சந்தி இலக்கணம் தொடர்பான மிக இன்றியமையாததாகும். அதன்பின் ந.குமாரசாமிராஜாவின் NPP என்று சுருக்கமாக வழங்கப்படும் The Post Nasal Voiceless plosives in Drividian என்னும் நூலும், வரலாற்றுமொழியியல் நோக்கில் தமிழ் மொழியின் தொல்சந்தியை மீட்டுருவாக்கம் செய்துவரும் இரா.கோதண்டராமனின் ஆய்வும் சந்தி இலக்கண வரலாற்றில் குறிப்பிடத் தகுந்த ஆய்வுகளாகும். இதுபோன்று சந்தி இலக்கணம் தொடர்பாக ஆய்வு செய்து வெளியிட்ட கட்டுரைகளைத் தொகுத்து இக்கட்டுரையின் பின்னிணைப்பில் கொடுக்கப் பட்டுள்ளது காண்க (பின்னிணைப்பு -1). மரபிலக்கணம் மற்றும் வடமொழி இலக்கண மரபைப் பின்பற்றி வந்த இலக்கணநூல்கள், மொழியியல் பின்னணியில் உருவான அய்ரோப்பிய இலக்கண நூல்களில், சந்தி இலக்கணம் தொடர்பாக விவாதிக்கப்பட்ட ஆய்வுக்கட்டுரைகள் எனப் பலதரபட்ட நிலையில் சந்தி தொடர்பான ஆய்வுகள் நடந்துள்ளன.

5.2.1. சந்தி அணுகுமுறைகள்

தமிழ்ச் சந்தி இலக்கணக் கோட்பாடு மூன்று விதமான அணுகுமுறைகள் காணப்படுகின்றன. 1.தொல்காப்பிய மரபைப் பின்பற்றி அதன்பின் தோன்றிய மரபிலக்கண நூல்கள் மேற்கொண்ட மரபார்ந்த அணுகுமுறை. 2.வீரசோழியம் போன்று வடமொழி இலக்கண மரபைப் பின்பற்றி மேற்கொண்ட

அணுகுமுறை. 3.மொழியியல் பின்னணியைக் கொண்டு கால்டுவெல்லின் இலக்கண ஆய்வினைப் பின்பற்றி மேற்கொண்ட அணுகுமுறை.

தொல்காப்பியர் உயிரீற்றுப் புணரியலில் ஒவ்வொரு உயிர் ஈறும் வருமொழியில் வன்கணத்தோடும் மென்கணத்தோடும், இடைகணத்தோடும் புணரும்போது என்ன மாற்றம் அடைகின்றன என்பதையும், உயிர் ஒலியில் முடியும் சொற்கள் தன் இலக்கணப் பொருளுக்கேற்றவாறு எவ்வாறும் மாற்றம் அடையும் என்பதையும் விளக்கிச் செல்கிறார். சான்றாக அகர ஈற்றுச் சொற்கள் அதற்கான இலக்கணப் பண்பு கூறுகளை வைத்து அது புணரும் நிலையை விளக்கிச் செல்கிறார். (காண்க இணைப்பு - 2)

கால்டுவெல்லின் ஆய்வு மரபு திராவிட ஒலிகளின் முறை என்னும் பகுதியில், உயிர் எழுத்துக்கள் பற்றியும் மெய்யெழுத்துக்கள் பற்றியும் தமிழ் மரபிலக்கணம் சுட்டிக் காட்டாத சில பகுதிகளையும் சுட்டிச்செல்கிறது. கால்டுவெல் எல்லாத் தரவுகளையும் சரியாகப் பகுத்து ஆய்வுச் செய்துள்ளார் எனக் கூறுதற்கு இல்லை. என்னெனின் லகரம் ககரத்தின் முன் னகரமாக மாறும் என்றும் இதனைப் பற்றித் தமிழ் இலக்கணம் எதுவும் சுட்டவில்லை என்றும் குறிப்பிடுகிறார். இதற்குச் சான்றாக நான்கு (=நால்+கு) என்னும் தரவைக் கால்டுவெல் சுட்டிக்காட்டியுள்ளார். இன்றைய மொழிக் கோட்பாட்டாளர்கள் அதனை மறுத்துள்ளனர். நான்கு என்பது நால்+உம்+கு (=★நாலுங்கு) நால்ங்கு, நான்ங்கு, இந்த மும்மெய் மயக்கம் தமிழ் மற்றும் பிற திராவிட மொழிகளில் சாத்தியம் இல்லாததால் -ங் இழந்துவிட நான்கு என மாறி இன்றைய நிலைவடிவத்தைப் பெற்றுள்ளது. கால்டுவெல் மெய் ஒலிகளைப் பின் வருமாறு விளக்கியுள்ளார்.

1.மிடற்றினமும் அதற்கு இனமான மூக்கினம்	க் க் ங்
2.அண்ண இனமும் அதற்கு இனமான மூக்கினம்	ச் ச் ஞ்
3.நாமடி இனமும் அதற்கு இனமான மூக்கினம்	ட் ட் ண்
4.பல்லினமும் அதற்கு இனமான மூக்கினம்	த் த் ந்
5.உதட்டினமும் அதற்கு இனமான மூக்கினம்	ப்ப் ம்
6.அரை உயிர் எழுத்துக்கள் அல்லது ஒழுகிய மெய்கள்	ய்,ர்,ல்,வ்,ழ்,ள்,ற்

ஆகவே சந்தி இலக்கணம் தொடர்பாக இந்திய மரபைப் பின்பற்றிய மரபிலக்கண அணுகுமுறை, மொழியியல்

பின்னணியில் விளக்கும் அணுகுமுறை என இரண்டாகப் பகுத்துக்கொள்ளலாம்.

5.3. சந்தி

தமிழில் சொல்லைக் குறிக்க பதம், கிளவி, மொழி, சொல் ஆகிய சொற்கள் பயன்படுகின்றன. அடிப்படையில் சொற்களை இரண்டாகப் பிரிக்கின்றனர். அவை பிரிக்கக்கூடிய சொற்களைப் பகுபதம் என்றும், பிரிக்கமுடியாத சொற்களைப் பகாபதம் என்றும் குறித்துள்ளனர். பிரிக்கமுடியாத சொற்களை அகராதிச் சொற்கள் (Lexical word) ஆகும். (எடுத்துக்காட்டாக: பூ, கல், மண், மலர் இவை பெரும்பாலும் ஓரசைச் சொற்களாக இருக்கும்) பிரிக்கக் கூடிய சொற்களின் உறுப்பாகப் பகுதி, சந்தி, இடைநிலை, சாரியை, விகுதி ஆகியவை இடம்பெறும். ஒரு சொல்லின் அடிப்படை பொருளைக் குறிப்பது பகுதி (Root / Stem), அதனோடு இணைய வரும் விகுதி (Affix) என்றும் மொழியியல் விளக்குகிறது. சொற்கள் பகுதியுடன் தனித்தும் இயங்கலாம் பகுதியும் விகுதியுமாய் இணைந்த சொற்களாகவும் இயங்கலம். ஆனால் பகுதிக்குப் பின் வரும் எந்த உருபன்களும் தனித்து இயங்காது.

பகுதியைக் குறிக்க நிறுத்த சொல் (தொல்.108) என்றும் விகுதி அல்லது பகுதியுடன் இணையும் உருபனை அல்லது சொல்லைக் குறிக்க குறித்துவரு கிளவி (தொல்.108) எனத் தொல்காப்பியர் சுட்டியுள்ளார். பகுதியும் விகுதியும் எழுத்துக்களால் ஆனவை. பகுதியும் விகுதியும் இணையும் நிலையில் பகுதியின் ஈற்று எழுத்து விகுதியின் முதல் எழுத்தும் புணர்ந்து ஒரு தொகைச்சொல்லாக ஆகும். இரண்டு எழுத்துக்கள் தம்முள் சந்திக்கும் போது வாக்கியப் பொருண்மைக்கு ஏற்பவும், சொற்பொருளுக்கு ஏற்பவும் சந்தியில் மாற்றம் அடையும். ஒரு தொடரில் காணப்படும் சொற்களொடு சொற்களும், சொற்களில் பல்வேறு உருபன்களும் தம்முள் தாம்சேரும் போதும் பிறவற்றுடன் சேரும் போதும் ஏற்படும் சேர்க்கை மொழிப்புணர்ச்சி அல்லது புணர்ச்சி எனப்படும் . இதனைச் சந்தி எனவும் அழைப்பர் (அகத்தியலிங்கம் 2002:326). சந்திக்கும் புணர்ச்சிக்கும் வேறுபாடு உண்டு எனச் செ.வை.சண்முகம்

குறிப்பிடுகிறார் 'இலக்கண நூல்கள் சொற்களின் சேர்க்கை (புணர்ச்சி)யால் மாற்றம் ஏற்படுகிறது என்று கொள்ள, மொழியியல் தனிச்சொல்லின் எழுத்து மாற்றமே உருபொலியன் அல்லது சந்தி என்று கொள்கிறது. மொழியியலார் சந்தி என்று கூறினாலும் அதற்குச் சேர்க்கை என்ற இலக்கியப் பொருள் கொள்ளக்கூடாது. சொல்லின் மாற்று வடிவத்தை விளக்குவதற்குச் செய்யும் வேறுபாடு சந்தி எனப்படும் (சண்முகம் 1980:253). புணர்ச்சியெனினும் சந்தியெனினும் ஒன்றே என்பது ஆறுமுக நாவலர் கருத்து[1]. பகுதியும் விகுதியும் அல்லது சொல்லோடு சொல் புணரும் இடத்து, இயல்பாகவும் அல்லது சில மாற்றமும் ஏற்பட்டுப் புணரலாம். இதனை மரபிலக்கணம் இயல்பு புணர்ச்சி என்றும் விகாரப் புணர்ச்சி என்றும் அழைத்துள்ளன. விகாரப் புணர்ச்சி மூன்று நிலைகளில் வரும். அவை தோன்றல் திரிதல் கெடுதல் என்பனவாகும். வடமொழியில் உயிரீற்றுச் சந்தி, மெய்யீற்றுச் சந்தி, விசர்க்கச் சந்தி என மூன்றாகப் பிரித்தாலும் உயிரீற்றுச் சந்தியில் தீர்க்கச் சந்தி, குணச்சந்தி, விருத்த சந்தி, யான சந்தி, அயாதி சந்தி என வகைப்படுத்தியுள்ளனர். கேரளபாணினீயம் மொழியில் நடைபெறும் மாற்றங்களை மூன்றாகப் பிரித்துள்ளது. அவை பத இடைப்புணர்ச்சி, பத இறுதிப் புணர்ச்சி, இருநிலைப் புணர்ச்சி என்பவை ஆகும். மலையாள மொழியில் விகாரப்புணர்ச்சி நான்கு நிலைகளில் மாற்றும் அடைகிறது. கெடுதற்புணர்ச்சி, தோன்றற்புணர்ச்சி, இரட்டுதற்புணர்ச்சி, திரிதற்புணர்ச்சி என நான்காகப் பொதுப்புணர்ச்சியை வகைப்படுத்தியுள்ளனர்(கேரள பாணினீயம் 1977: 100,101).

5.4. சந்தி வகை

ஒரு பகுதியுடன் உருபன்கள் இணைந்து, ஒரு சொல்லுக்குள் நிகழும் மாற்றம் அகச்சந்தி (Internal Sandhi) என்றும், இரு சொற்கள் இணையும் போது ஏற்படும் மாற்றம் புறச்சந்தி (External Sandhi) எனவும் வழங்கப்படுகிறது. பகுதிக்கும் விகுதிக்கும் இடையில், சாரியை தோன்றலாம்

---

1. (வடமொழித் தொகைப்பதங்கள் தமிழில் ஆங்காங்கு வருமிடத்துப் பெரும்பாலும் அவ்வடநூற் புணர்ச்சியே பெறும் புணர்ச்சியெனினும் சந்தியெனினும் ஒக்கும் அச்சந்தி தீர்க்கசந்தி, குணசந்தி, விருத்திச்சந்தி என மூவகைப்படும். நன்னூல் ஆறுமுகநாவலர் பதிப்பு, நூற்பா(155) :239)

அல்லது சாரியை இல்லாமலும் புணரலாம். பகுதியோடு விகுதி புணர்வது அகச்சந்தி அல்லது அகப்புணர்ச்சி என்றும், சொல்லும் சொல்லும் இணைந்து புணர்வது புறச்சந்தி அல்லது புறப்புணர்ச்சி அல்லது பதப்புணர்ச்சி என மரபிலக்கணம் அழைக்கிறது. புறச்சந்தியில் ஒற்றுமிகுதல், உயிர் மிகுதல், சாரியை மிகுதல், நிலைமொழி ஈறுதிரிதல், வருமொழி முதல் திரிதல், இயல்பாதல் என்னும் ஆறுவகையான செயல்பாடுகள் காணப்படுகின்றன.

5.4.1 சந்தி களங்கள்

எழுத்துப் புணர்ச்சியின் களங்களாக அமைப்பு அடிப்படையிலும், சொற்கள் அடிப்படையிலும், சொற்களின் இலக்கணப் பொருண்மை அடிப்படையிலும் விளக்கப்பட்டுள்ளன. அவை உயிரும் உயிரும், உயிரும் மெய்யும், மெய்யும் உயிரும், மெய்யும் மெய்யும் புணரும் நிலை, இவற்றை ஒலியியல் கட்டுப்பாடு (phonological condition) எனக் கொள்ளலாம். பெயரும் பெயரும், பெயரும் வினையும், வினையும் பெயரும், வினையும் வினையும் இணைவது சொல்லியல் கட்டுப்பாடு (morphological condition) ஆகும். மேற்காட்டப் பட்டவை அனைத்தும் வேற்றுமைப் புணர்ச்சி அல்லது அல்வழிப்புணர்ச்சி ஆகிய இரண்டனுக்குள் அடக்கலாம். மேலும் உருபுப்புணர்ச்சி, தொகைப் புணர்ச்சி, குற்றியலுகரப் புணர்ச்சி எனவும் வகைப்படுத்தபட்டுள்ளன.

ஒலி நிலையில்	சொல் நிலையில்
உயிர் உயிர்	பெயர் பெயர்
உயிர் மெய்	பெயர் வினை
மெய் உயிர்	வினை பெயர்
மெய் மெய்	வினை வினை

தொல்காப்பியர் புணர்ச்சியை இரண்டாக வகுத்துள்ளார்.

வேற்றுமை குறித்த புணர்நிலை மொழியும்
வேற்றுமை யல்வழிப் புணர்நிலை மொழியும்
எழுத்தே சாரியை ஆயிரு பண்பின்
ஒழுக்கல் வலிய புணருங் காலை (தொல்.எழுத்.113)

வேற்றுமையது பொருண்மையினைக் குறித்த புணர்மொழி நிலைமையும், வேற்றுமை அல்லாத அல்வழியிடத்துப் புணர்மொழி நிலைமையும் புணரும்போது எழுத்து மிகுதலும் சாரியை மிகுதலுமாகிய அவ்விரண்டு இலக்கணமும் பயின்று வரும்.

5.4.2. மெய் + மெய்

தொல்காப்பியர் அவர் காலத்தில் வழங்கப்பட்ட மொழியின் அமைப்பைக் கொண்டு, முதல் மெய் எழுத்துக்களையும் மொழி இறுதி மெய் எழுத்துக்களையும் வரையறுத்துள்ளார். சொல்லின் இறுதியில் மெய்கள். ஞ், ண், ந், ம், ன், ய், ர், ல், ழ், ள் என்னும் *அப்பதினொன்றே புள்ளி இறுதி* (தொல்.எழுத்து.78) சொல்லின் முதலாக வரும் மெய்கள் பற்றிக் குறிப்பிடும் போது, உயிர்மெய்யாக வரும் அவற்றை ஐந்து நூற்பாக்களில் விளக்கப்பட்டுள்ளன. அவற்றைப் பின் வரும் அட்டவணையின் மூலம் அறியலாம். க, ச, ஞ, த, ந, ப, ம, ய, வ இவை ஒன்பதும் மொழிக்கு முதலில் இயங்கும் மெய் எழுத்துக்கள். (ங், ட், ண், ர், ல், ழ், ள், ற், ன்) இவை ஒன்பதும் மொழி முதலில் இயங்காது. தொல்காப்பியம் ங், ட், ற் ஆகிய மூன்று மெய்களும் மொழி இடையில் மட்டும் இயங்கும் என வரையறுத்துள்ளது. நன்னூலில் ஙகரம் மொழி முதலில் இயங்கும் என விதி வகுத்து (அங்ஙனம், இங்ஙனம்) என்னும் காட்டுகளைக் கொடுத்துள்ளன. இந்த மாற்றம் வரலாற்று நிலையில் மலையாள மொழி நன்கு வளர்ந்த நிலையை வெளிப்படுத்துகிறது.

மொழி முதல் உயிர்மெய்யாக வரும் எழுத்துக்கள்

	அ	ஆ	இ	ஈ	உ	ஊ	எ	ஏ	ஐ	ஒ	ஓ	ஔ
க	✓	✓	✓	✓	✓	✓	✓	✓	✓	✓	✓	✓
த	✓	✓	✓	✓	✓	✓	✓	✓	✓	✓	✓	✓
ந	✓	✓	✓	✓	✓	✓	✓	✓	✓	✓	✓	✓
ப	✓	✓	✓	✓	✓	✓	✓	✓	✓	✓	✓	✓
ம	✓	✓	✓	✓	✓	✓	✓	✓	✓	✓	✓	✓
ச	-	✓	✓	✓	✓	✓	✓	✓	-	✓	✓	-
வ	✓	✓	✓	✓	-	-	✓	✓	✓	-	-	✓
ஞ	-	✓	✓	✓	✓	✓	-	✓	✓	-	✓	✓
ய	-	✓	-	-	-	-	-	-	-	-	-	-

மேற்காண்ட அட்டவணையில் காட்டப்பட்டவை தொல்காப்பியத்தில் எழுத்ததிகாரம் 61, 62, 63, 64, 65 ஆகிய நூற்பாக்களில் விளக்கப்பட்டுள்ளன.

5.5. குறுந்தொகையில் லகர, ளகரப் புணர்ச்சி

குறுந்தொகையில் இடம்பெற்றுள்ள லகர, ளகர மருங்கொலிப் புணர்ச்சிகளை இக்கட்டுரை ஆராய முற்படுகிறது. ஒலியன் கட்டுப்பாடாகக் காணப்பட்டாலும் சொற்பொருண்மையும் இலக்கணப்பொருண்மையும் சந்தி மாற்றத்திற்குக் காரணமாக அமைகின்றன. (ல் > ற் / # P) என்று வைத்துக்கொண்டால் இவ்விதி எல்லா இடத்திற்கும் பொருந்துவதில்லை. (ல் > ல் / # P) இங்கு ஒலியன் கட்டுப்பாடு (Phonological Condition) வேலை செய்யவில்லை. சொல்லியல் கட்டுப்பாட்டின் (Morphological Condition) பங்கும் மிக இன்றியமையாதது என்று கொள்ள வேண்டும்.

$$\begin{bmatrix} \text{ல்} \\ \\ \text{ள்} \end{bmatrix} + [P] \text{ க்} \qquad\qquad \begin{bmatrix} \text{ற்} \\ \\ \text{ட்} \end{bmatrix}$$

நிற்கும் = நில்+கு+உம் — நின்றான், நிற்பான், நிற்க
(ற்+ப் இது வல்வினை Strong verb அதனால் இங்குச் சந்தியில் மாற்றம் அடைந்துள்ளது)

மல்கு = மல்+கு — மல்கினான், மல்குவான், மல்க
(இன்+வ் இது மெல்வினை weak verb அதனால் இங்கு எந்த மாற்றம் நிகழ்வில்லை)

அகப்புணர்ச்சியில் வினை வகைகளுக்கு ஏற்ப சந்தியில் மாற்றம் அடைந்துள்ளது. சங்கத் தரவுகளில் இவை பின்பற்றப்பட்டுள்ளன. சான்றாக மேற்காட்டிய நிற்கும், மல்கும் என்னும் அமைப்பில் காணலாம். மல்குதொறும் (குறுந்.9), நல்கலும் (குறுந்.37), அல்கலும் (குறுந்.114), செல்க (குறுந்.141), அல்கி (குறுந்.283), ஒல்கி (குறுந்.340) ஆகிய மெல்வினை அமைப்புக்கள் குறுந்தொகையில் உள்ளன.

5.5.1. லகர ஈற்றுப் புணர்ச்சி

லகரம், மொழிமுதலில் வரும்போது வன்கணத்தோடும், மென்கணத்தோடும், இடைக்கணத்தோடும் புணரும். அவற்றைப் பின் வரும் அட்டவணையின் மூலம் அறிந்து கொள்ளலாம். வன்கணத்தோடு புணரும் போது லகரம் டகரமாகவும், தகரத்தோடு புணரும்போது தகரமும் றகராமாக மாறிவிடுகிறது. லகர ளகரப் புணர்ச்சியில் தகர நகரத்தோடு புணரும் நிலை தனிநிலையாகக் கொள்ளலாம்.

விதி -1

		- க்	ல்க் > றக்
ல் > ற்	/ #	- ச்	ல்ச் > றச்
		- ப்	ல்ப் > றப்

ல் > ற் / # -க்

பெயர்

இதற்கிது மாண்டது என்னாது அதற்பட்டு. (குறுந்.184) **(இப்பொருளுக்கு இப்பொருள் ஏற்ற மட்சியை யுடையது.),** *இலங்குதிரைப் பெருங்கடற் கெல்லை தோன்றினும்.* (குறுந்.373) *(விளங்குகின்ற அலைகளையுடைய பெரிய கடலுக்கு எல்லைத் தோன்றினாலும்.)*

வினை

சென்றே நிற்கும் பெரும்பே தைமைத்தே. (குறுந்.78) *(சென்று தங்குகின்ற பெரிய அறிவின்மையையுடையது)* *வாரற்க தில்ல வருகுவள் யாயே* (குறுந்.198)*(வருதலை ஒழிக).*

ல் > ற் / # -ச்

அரும்பனி அற்சிரம் தீர்க்கும் *(குறுந்.68) (அற்சிரம் -முன்பனிகாலம்),* கடும்பனி அற்சிரம் நடுங்குஅஞர் உறவே. *(குறுந்.76),* அரும்பனி அற்சிரம் வாரா தோரே *(குறுந்.82),* அற்சிரை வெய்ய வெப்பத் தண்ணீர் *(குறுந்.277) (அற்சிரம் - ஆகுபெயர். மருந்து - பரிகாரம்).* அற்சிரம் என்பது குறுந்தொகையில் நான்கு இடங்களில் வந்துள்ளது. இது பனிக்காலத்தைக் குறிக்கும் சொல்லாகும். இது முழுச்சொல்லாகும் அல் என்பதைப் பகுதியாகக் கொள்ளலாம். அல் என்பது இரவைக் குறிக்கும் பனி இரவில் வருவதால் அதனோடு இச்சொல்லைத் தொடர்பு படுத்தலாம்.

ல் > ற் / # -ப்

அணிற்பல் லன்ன *(குறுந்.49) (அணிலின் பல்லைஒத்த),* புனற்புணை யன்ன *(குறுந்.168) (நீரில் விடும் தெப்பத்தைப் போன்ற),* பாஅற் பைம் பயிர் *(குறுந்.181)(பக்கத்தில் உள்ள பசிய பயிர்களை),* மரற்புகா *(குறுந்.232) (மரலாகிய உணவை உண்ட),* விறற்பகை *(குறுந்.297) (வெற்றியையுடைய பகை),* கற்பின் *(கல்+பு இது அகச்சந்தியாகும்) (குறுந்.156),* லகரம் பகரத்தோடு புணரும் போது ககர சகரங்களைப் போல பகரத்தின் முன் றகரமாக மாற்றம் அடைகிறது. இதனைப் பின் வருமாறு விளக்கலாம் [ல் > ற் / # க்,ச்,ப்] தகரத்தோடு புணரும் போது மட்டும் இருவகையான மாற்றம் அடையும். தகரம் றகரமாக அடையும் மாற்றம் சொல்லியல் தொடரியல் மற்றும் பொருண்மையோடு தொடர்புடையவை.

5.5.1.1. லகரத் தகரப் புணர்ச்சி அமைப்பு

லகரம் தகரத்தோடு புணரும்போது, லகரம் (alveolar) அண்ண ஒலியாதலால் பல்லின ஒலி தகரம் (dental plosive) அண்ண ஒலிக்கு ஏற்ப றகரம் (alveolar) அண்ண ஒலியாக மாறிக்கொள்கிறது. அதன்பின் றகரத்திற்கு ஏற்ப பின்வழி ஒரினமாதல் மூலம் லகரம் றகரமாக மாறி இரட்டித்த றகரமாக மாறிவிடுகிறது. இதே அமைப்பில் லகர நகரம் மாற்றமும் நிகழ்கிறது. தகர நகரங்கள் லகர ளகரத்தோடு புணரும்போது பரஸ்பர ஒரினமாக்க (reciprocal assimilation) நிகழ்கிறது.

விதி-2

வகை-1	ல் > ற்	#/ த் ல்த் >ற்ற்
வகை-2	ல் > ற்	# / த் ல்த் > ற்

வகை-1

ல்> ற் / # த் ல்த் > ற்ற்

லகரம் தகரத்தோடு புணரும்போது இரண்டு விதமான மாற்றம் அடைகிறது. 1.லகரம் தகரத்தோடு புணரும்போது லகரமும் தகரமும் இணைந்து இரட்டை றகரமாக மாறுவது ஒருவகை. 2.லகரமும் தகரமும் புணரும்போது லகரமு தகரமும் இணைந்து ஒற்றை றகரமாக மாற்றுவது மற்றொருவகை. புணர்ச்சியில் சில மெய்ம்மயக்கங்கள் மட்டுமே வரக்கூடியது. *நற்றோண் மணந்த ஞான்றை மற்றுஅவன்* (குறுந்.36) (எனது நல்ல தோளை அணைந்த பொழுது) (நன்மையாகிய தோள் - பண்பு- அல்வழி).

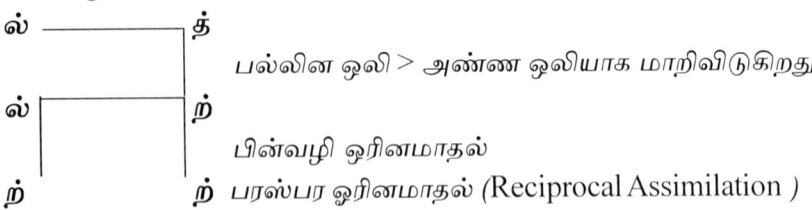

நற்றோள் (குறுந்.36), (உரை உ.வே.சா.1947: 93 எனது நல்ல தோளை மணந்த அணைத்த பொழுது), நற்றேர்ப் (குறுந்.61) (உரை உ.வே.சா. 1947:146 நல்ல தேர்களையும் பொய்கையையும் உடைய ஊர்க்குத் தலைவனது நட்பை), நிற்றுறந் (குறுந்.137) (உரை உ.வே.சா.1947:301 நின்னைப் பிரிந்து சென்று சென்ற இடத்தில் மனம்பொருந்தி இருப்பேன் ஆயின் என்னை நீங்கி), வரிநிழற் றுஞ்சும் (வேற்றுமை - இடம்) (குறுந்.232) (யாமரத்தின்

புள்ளிகளையுடைய நிழலில் தூங்குகின்ற), ஊரிற் றுஞ்சலோ (குறுந்.292) (பகைவர் மாறுபடும் போர்க்களத்தின் கண் உள்ள ஊரினரைப் போல பல நாளும் துயில் செய்தல் இலள்), வியலரிற் றுஞ்சிப் (குறுந்.338) (மலர்கள் நெருங்கிய அகன்ற பிணக்கத்தையுடைய தூற்றினிடத்தே தூங்கி பொழுது போனமையின்)

வகை -2

ல்> ற் / # த் [ல்த்> ற்ற் > ற் > Φ]

லகர தகரப் புணர்ச்சியில் லகரமும் தகரமும் இணைந்து ஒற்றை றகரமாக மாறிவிடுகிறது. துயிறுறந் தனவால் தோழி என் கண்ணே. குறுந்.186 (வேற்றுமை புணர்ச்சி) (தோழி என் கண்கள் உறக்கத்தை ஒழிந்தன) துயில் என்னும் பெயர் செயப்படுபொருளாக வந்து வேற்றுமைத் தொடராக அமைந்துள்ளது. பெயறாழ் பிருளிய புலம்புகொள் மாலையும் குறுந்.314 (மழை பெய்து இருண்ட தனிமையைக் கொண்ட மாலைக் காலத்திலும்) கடும்புன றொகுத்த குறுந்.103 (கடும் புனல் தொகுத்த உரை: மிக்க புனலால் தொகுக்கப்பட்ட). போல்வ றோழி யானே (குறுந்.103) (போல்வல் தோழி உரை:போல்வல் உரையசை தொல்.சொல்.இடை.29)

அசை அமைப்பு

cvcvc	துயில்+துறந்து	(துயிறுறந்து)
	பெயல்+தாழ்	(பெயறாழ்)
	போல்வல் + தோழி	(போல்வ றோழி)

5.5.1.2. லகரம் மென்கணத்துடன்

லகரம் மென்கணமான நகரம், மகரம் ஆகிய இரு மெய்களுடன் மட்டும் மயங்குகிறது.

ல் > ன் / # - ந்
- ம்

ல் > ன் / # -ந் [ல்ந் > ன்ன்]

லகரத் தகரப் புணர்ச்சி போன்று. பல்லின மெல்லொலியான (dental nasal) நகரம் லகரத்தோடு புணரும் போது இரு மெய்களும் இணைந்து அண்ண ஒலியான (alveolar) னகரம் இரட்டிக்கிறது. நன்னுதல்(குறுந்.48)(நல்ல நெற்றியை உடைய), சின்னீர் (குறுந்.56) (சிலவாகிய நீரை) நன்னுதல் சின்னீர் ஆகியவை நல், சில் அடை அடியாக வந்துள்ளன.

ல் > ன் / # -ம்

சென்மோ தோழி (குறுந்.275:2) (தோழி வருவாயாக செல்+மோ இங்கு மோ என்பது முன்னிலை அசை ஆகும்) சென்மோ. (குறுந்.238) (செல்வாயாக), என்மோ (குறுந்.392) (என்று கூறுவாயாக), கானன் மயங்கித் (குறுந்.177) (கடற்கரைச் சோலை மயக்கத்தை யுடையதாக) லகரம் மென்கணத்தோடு புணரும் போது னகரமாகவும் நகரத்தோடு புணரும்போது நகரமும் னகரமாக மாறிவிடுகிறது.

5.5.1.3. லகரம் இடைக்கணத்துடன் புணர்ச்சி

லகரம் வகரத்துடன் புணரும் போது மரபிலக்கணப்படி உகரம் தோன்றி வல்லினம் வரும் வழி வல்லொற்று மிகுத்தும், மெல்லினமும் இடையினமும் வரும் வழி உகரம் மட்டும் நிற்கும்.

ல் > ல் / # - ய்

லகரத்துடன் யகரம் புணரும் போது இயற்கை யாகும். அண்ணல் யானை(குறுந்.260, 343) (தலைமை பொருந்திய யானை), அறனில் யாயே. (குறுந்.244) (மறமிக்கதாய்), உரற்கால் யானை(குறுந்.232), கைந்நூல் யாவாம் (குறுந்.218), சுரஞ்செல் யானைக் (குறுந்.169), நீர்கால் யாத்த (குறுந்.388), நெடுநல் யானை (குறுந்.357), நெடுநல் யானைக்கு (குறுந்.77), மிச்சில் யாவர்க்கும் (குறுந். 233), வினவுவல் யானே. (குறுந்.148).

ல் > ல்ல்+உ / # -வ் தோன்றல்

வல்லு வோரே (குறுந்.79), *வல்லு வோர்க்கே* (குறுந்.38), *வல்லு வோரே* (குறுந்.154) மேற்காணும் பாடலின் வல்லுவோர் என்பதை மரபிலக்கணம் புறநிறைவு (External Adequacy) அணுமுறையும் வண்ணனை இலக்கணம் ஆதலால் வல் என்னும் சொல் அல்வழிக்கண்ணும் வேற்றுமைக்கண்ணும் ஏகாரவீற்றுத் தொழிற்பெயர் இயல்பிற்றாய் வன்கணத்து உகரமும் வல்லெழுத்தும் பெற்றும், மென்கணத்தும் இடைக்கணத்தும் வகரத்துடன் உகரம் மெற்று முடியும் என்கிறது. அதன் அமைப்பை அகநிறைவின் (Internal Adequacy) அடிப்படையில் அச்சொல்லைப் பின்வருமாறு மீட்டுருவாக்கலாம். வல்+வ்+ஓர் (=வல் +உம்+வ்-, வகரத்தின் முன் உம் தோன்றுகிறது.

வல்ல்-உம்-வ்- லகரம் உயிர் வருவதால் ஒற்று இரட்டுகிறது. வல்லும்-வ்- வகரத்தின் முன் மகர ஒற்றுக் கெட்டு வல்லுவ் -என்னும் வடிவம் அடைகிறது. அதன்பின் பொருளுக்கேற்ப பால் எண் இயைபு வந்து ஒட்டுகிறது.)

5.5.1.4. லகரம் இயல்பு புணர்ச்சி

லகரம் வன்கணத்தோடு புணரும் மாற்றம் பற்றித் தொல்காப்பியம் விளக்கியுள்ளது. சொல்லியல் கூற்றிற்கு ஏற்ப வன்கணத்துடன் புணரும்போது இயல்பாகப் புணர்வதைப் பின் வருமாறு விளக்கப்பட்டுள்ளன. அதோடு இடைக்கணமான யகரத்தோடு புணரும் போதும் இயல்பாகப் புணரும்.

		- க்
		- ச்
ல் > ல்	/ #	- த்
		- ப்
		- ய்

ல் > ல் / # -க்

கேட்டிசின் வாழி தோழி அல்கல் (குறுந்.30) (தோழி கேட்பாயாக இராக் காலத்தில்), *பல்காற் காண்டலும் உள்ளத்துக்கு இனிதே* (குறுந்.60), (பல முறை பார்த்தாலும் எனது நெஞ்சிற்கு இனிமை தருவது), *கல்கெழு கானவர் நல்குறு மகளே* (குறுந்.71), (கற்கள் பொருந்திய காட்டை உடையவர் பெற்ற மகள்), *கடியுண் கடவுட்கு இட்ட செழுங் (சில்) குரல்* (குறுந்.105) (புதியதை உண்ணும் தெய்வத்துக்குப் பலியாக இட்ட வளவிய (சிறு) கதிரை) *தொல்கவின் தொலைந்து தோள்நலம் சாஅய்* (குறுந்.381) (பழைய அழகு அழிய தோளினது நலம் மெலிய), ஆம்பல் குறுநர் நீர்வேட் டாங்கிவள் (குறுந்.177) (ஆம்பலைப் பறிப்போர் - ஆம்பல் இங்கே ஆம்பல் மலர் ஆகுபெயர்).

மேற்கண்ட தரவுகளில் உள்ள பெயர்ச் சொற்களும் அல்கல் என்பது இருபெயரொட்டுப் பண்புத்தொகையாகவும், பல்கால், சில்குரல், தொல்கவின் ஆகியவைப் பெயருக்கு அடையாக வந்துள்ளன. கல் என்னும் சொல் இங்கு, பால்பகா அஃறிணையாக உள்ளது, ஆம்பல் குறுநர் என்பதில் ஆம்பல் ஆகுபெயராக வந்துள்ளதால் இயல்பாகப் புணர்ந்துள்ளது. கீழ்க் காணும் வினைச்சொற்களும் அகப்புணர்ச்சியாக இருப்பினும்

வினையின் அமைப்பினைக் கொண்டு புணர்ச்சி மாற்றங்கள் நிகழும் என மேலே சுட்டிக்கட்டப்பட்டுள்ளது. நல்கலும் நல்குவர் (குறுந்.37), நல்கார் நயவார் ஆயினும் (குறுந்.60).

ல் > ல் / # -ச்

மன்றலம் பெண்ணை மடல்சேர் வாழ்க்கை (குறுந்.177) (உரை:உ.வே.சா.1947 மன்றத்தின் கண் உள்ள அழகிய பனைமரத்தினது மடலின் கண்ணே பொருந்திய வாழ்க்கையை யுடைய) கடல்சூழ் மண்டிலம் பெறினும் (குறுந்.300) (கடல் வளைந்த நிலவட்டத்தைப் பெறினும்) (அல்வழி - எழுவாய் தொடர்) விடல்சூ ழலெனா னின்னுடை நட்பே. (குறுந்.300) ★ப.வே.சூழலென்யான் நின்னுடை (விடுதலை நினையேன்).

கடல்சூழ், விடல்சூழல் ஆகிய தரவுகள் எழுவாய் பயனிலை உறவினைக் கொண்டுள்ளது. ★மடல்சேர் என்பதற்கு உ.வே.சா.வின் உரையில் காணப்படும் உறவு வேற்றுமை உறவுடையதாக உள்ளது. ஆனால், இங்கு மடல் சேர் என்பதை மடலைச் சேர்ந்த என்னும் இரண்டாம் வேற்றுமை தொகையாகக் கொள்ளலாம்.

ல் > ல் / # -த்

லகரம் தகரத்தோடு இயல்பாய்ப் புணரும் தரவுகள் குறுந்தொகையில் இல்லை.

ல் > ல் /# -ப்

கல்பிறங்கு அத்தம் (குறுந்.66) (கற்கள் விளங்கும் பாலை நிலம்), *பெயல் புறந்தந்த* (குறுந்.126) (மழையால் பாதுகாக்கப்பட்ட - பெயல் என்னும் தொழிலைச் செய்யும் மழை தொழிலாகு பெயராக வந்துள்ளது.), *கல்பொருது* (குறுந்.134) (கற்களை அலைத்து ஒலிக்கும் அருவி), பரல்பாழ் படுப்பச் சென்றனள் (குறுந்.144) (பருக்கைக் கற்கள் தன் அழகைச் சிதைக்கும் வண்ணம் தலைவி போயினாள்), கடல்பாடு அவிந்து (குறுந்.177) (கடலானது ஒலி அடங்க), நுதல்பசப்பு இவர்ந்து (குறுந்.185) (நெற்றிபசலை பரந்து), சில்பெயற் கடைநாள் (குறுந்.261) (சிறிய மழையையுடைய கார்ப்பருவத்தின் இறுதி நாட்களில்) மேற்காணும் தரவில் கல்பிறங்கு, கல்பொருது, பரல்

பாழ் படுப்ப என்பது எழுவாய் உறவுடைய அல்வழிப்புணர்ச்சி ஆகும். பெயல்புறந்தந்த, சில்பெயற் கடைநாள் என்பதில் பெயல் மழைக்கு ஆகுபெயராக வந்துள்ளது. நுதல்பசப்பு என்பதில் நெற்றியில் தோன்றும் பசலை என இடப்பொருள் வேற்றுமை கொண்டால் நுதற்பசப்பு என வரவேண்டும் ஆயின் உ.வே.சா. நெற்றிபசலை என ஒருசொல்நீர்மையாய்ப் பொருள் கொண்டுள்ளார். நிலவுநிற வெண்மணல் புலவப் பலஉடன் (குறுந்.320) (நிலவினது நிறத்தைக் கொண்ட வெள்ளிய மணல் புலால் நாறும்படி). வெண்மை மணலுக்கு அடையாக வந்துள்ளது மணல் புலால் நாற்றம் அடிக்கிறது. என்பதில் மணல் எழுவாயாகச் செயல்படுவதால் அல்வழிப்புணர்ச்சியில் திரிபு இல்லாமல் இயல்பாய்ப் புணர்ந்துள்ளது.

5.5.2.அடிநிலை இலக்கண உறவு - திரிதல் ல் > ற் / # P

வேற்றுமைப் புணர்ச்சி (வேற்றுமை உறவு)- (case relation)

5.5.2.1.செயப்படுபொருள் வேற்றுமை

ஈர்மணற் காட்டாறு வரூஉம் (குறுந்.275) உரை:ஈரமாகிய மணலையுடைய காட்டு வழியிலே வரும். காதலர்ப் பிரிந்த எற்குறித்து வருமே. (குறுந்.197) உரை: உ.வே.சா. 1947: 420 தலைவரைப் பிரிந்திருக்கும் என்னைக் கொல்லுதல் குறித்து. கரிக்குறட் டிறைஞ்சிய (குறுந்.198) உரை : 1947:421கரியை எடுக்கின்ற குறட்டைப் போல (குறடு - குறட்டு - செயப்படுபொருள் வேற்றுமையாக இருந்தால் குற்றியலுகர மெய் இரட்டுகிறது).

5.5.2.2.கருவி வேற்றுமை

கண்ணிற் காண நண்ணுவழி இருந்தும் (குறுந்.203), உரை: கண்ணாலே காணும்படி. உரவுக்கடல் பொருத விரவுமணல் அடைகரை (குறுந்.316) உரை: உ.வே.சா. 1946: 642 வலியை உடைய கடலால் அலைக்கப்பட்ட மணல் விரவிய அடைக்கரையினிடத்து ★கண்ணிற் காண என்னும் தரவும், உரவுக்கடல் பொருத என்னும் தரவும் கருவி வேற்றுமையில் வருகின்றன ஆனால் இங்கு ஒலியல் அடிப்படையிலும் சொல்லியல் அடிப்படையிலும் இலக்கணக் கூறு ஒன்றாக அமைந்தும் புணர்ச்சி நிகழ்வில்லை.

5.5.2.3.உடைமை வேற்றுமை

கலிமயிற் கலாவத்து அன்னஇவள் (குறுந்.225), உரை: ஆராவரிக்கும் மயிலினது பீலியைப் போன்ற என உடைமை வேற்றுமை உறவில் மயிற் கலாவம் வந்துள்ளது.

5.5.2.4.இடவேற்றுமை

ஓங்கல் வெண்மணற் றாழ்ந்த புன்னைத்(குறுந்.311) உரை: உயர்ச்சியையுடைய வெள்ளிய மணலினிடத்துத் தாழ்ந்து வளந்த புன்னை என்று மணற் றாழ்ந்த புன்னை என்னும் தொடர் இடப்பொருள் வேற்றுமையில் வந்துள்ளது.

5.5.3.ளகர ஈற்றுப் புணர்ச்சி

ளகர ஈற்றுப் புணர்ச்சி லகரப் புணர்ச்சி போன்றே அமைந்துள்ளது. தொல்காப்பியர் காட்டிய வரையறைப்படியே ளகர ஈற்றுப் புணர்ச்சி விளக்கப்படுகிறது. லகர ளகரம் பல்லின ஒலியோடு புணரும்போது இரு மெய்களும் லகரம் தகரம் வரும் வழி இரட்டித்த றகரமாகவும் நகரம் வரும் வழி இரட்டித்த னகரமாகவும் மாறுவது போன்றே, ளகரம் தகரத்துடன் புணரும் போது இரட்டித்த டகரமாகவும் நகரத்துடன் புணரும் போது இரட்டித்த ணகரமாகவும் மாற்றம் அடைகிறது.

விதி -1

		வகை -1	
		க் ட்	ள்க் > ட்க்
ள்	+P	ப் ட்	ள்ப் >ட்ப்
		வகை -2	
		ப் ண்	ள்க் > ண்க்
		ம் ண்	ள்ம் >ண்ம், ள்ப் > ண்ப், ள்ம் > ண்ம்

5.5.3.1.ளகரம் வன்கணத்துடன் புணர்தல்

வகை -1

ள் > ட் / # -க்

கேட்குநர்ப் பெறினே (குறுந்.29) உட்கைச் சிறுகுடை (குறுந்.60), பிறரும் கேட்குநர் உளர் (குறுந்.86), கேட்கும்நின் குரலே (குறுந்.163), பெருந்தோட்கு (குறுந்.400) (அகப் புணர்ச்சியாக இருக்கும் போது ள் > ட் ஆக மாற்றம் அடைகிறது.

புறப்புணர்ச்சி / பதப்புணர்ச்சியாக இருக்கும் போது ள் > ண் ஆக மாற்றம் அடைகிறாது. இவை இரண்டிற்கும் ஒலிக் கட்டுப்பாடு (Phonological Condition) ஒன்றே காரணமாகும். அகப்புணர்ச்சியில் பெயராக இருக்கும் நிலையில் உருபு புணரும் போதும் வினையாக இருக்கும் நிலையில் கால உருபு புணரும்போதும் ஒரே வகையான மாற்றம் நிகழ்ந்துள்ளது.)

ள் > ட் / # ச்

ளகரத்தின் முன் சகரம் டகரமாக மாறும். இவ்வகையான மாற்றம் குறுந்தொகைத் தரவில் காணக் கிடைக்கவில்லை.

வகை -2

ள் > ண் / # க்

ஆற்றுஅயல் எழுந்த வெண்கோட்டு அதவத்து (குறுந்.24) (உரை: 1947: 63 வெள்ளிய கொம்புகளையுடைய அத்திமரத்தினது), வெண்கோட்டு யானை சோணை படியும் (குறுந்.75) (உரை:1947: வெள்ளிய கொம்புகளை யுடைய யானைகள்), இரைதேர் வெண்குருகு அல்லதி யாவதும் (குறுந்.113), (உரை : 252 வெள்ளிய நாரைகள்), தெண்கடல் அடைகரைத் தெளிமணி ஒலிப்பக் (குறுந்.212) (உரை: தெள்+கடல் = தெண்கடல் தெள்ளிய கடல்), வெண்கூ தாளத்து அம்தூம்பு புதுமலர் (குறுந்.282) (வெள்ளிய கூதாளாத்தின் உட்டுளையையுடைய அழகிய புதிய மலர்கள்)

ள் > ண் / # -ப்

கருங்கால் வேம்பின் ஒண்பூ யாணர் (குறுந்.24) (ஒள்ளிய பூவின் புதுவருவாயானது), வேப்ப ஒண்பழம் (குறுந்.67) (வேம்பினது ஒள்ளிய பழமானாது), வெண்பன் மடந்தை (குறுந்.52) (வெள்ளிய பல்லை உடைய மடந்தை), வெண்பறை நாரை நிரை (குறுந்.166) (வெள்ளிய சிறகுகளையுடைய நாரையின் வரிசை), தாழை வெண்பூ (குறுந்.226) (தாழையின் வெள்ளிய பூ) ளகர வல்லினத்தின் முன் ணகரமாக அடையும் பதப்புணர்ச்சி ஒள்ளிய வெள்ளிய என்னும் அடைஅடியுடன் மட்டுமே குறுந்தொகை உரையில் காணப்படுகின்றன.

ள் > ண் / # -ம்

சிறுநா ஒண்மணி விளரி ஆர்ப்பக் (குறுந்.336) (சிறிய நாவையுடைய ஒள்ளிய மணிகள் விளரிப்பண்ணைப் போல

முழங்க), *பொன்புனை பகழி செப்பம் கொண்மார்* (குறுந்.16) (இரும்பினால் செய்யப்பட்ட தம் அம்பை செப்பம் செய்யும் பொருட்டு), *குன்ற நாடன் கேண்மை* என்றும் (குறுந்.38) (மலைநாட்டை உடையவனாகிய தலைவனது நட்பு (கேள்- +மை -கேண்மை) இது அகப்புணர்ச்சியாகும்), *பூத்தாழ் வெண்மணல்* (குறுந்.53) (வெள்ளிய மணற்பரப்பினது), *செல்கம் செலவியங் கொண்மோ அல்கலும்* (குறுந்.114) (யாம் போகின்றோம் அவளைப் போகும்படி நீயே ஏவுவாயாக) வியங்கொள் + மோ (முன்னிலை அசை)

விதி -2

ள் > ட்	**வகை -1**	ள்த் > ட் ட்	/ # - த்
		ள்ந் > ண் ண்	/ # - ந்
ள் > ண்	**வகை -2**	ள்த் > ட் **Φ**	/ # - த்
		ள்ந் > ண் **Φ**	/ # - ந்

ளகரம் வகை -1

ள் > ட் [ள்த் > ட்ட்] / # -த்

வாய்த்தகைப் பொய்க்கனா மருட்ட ஏற்றுஎழுந்து (குறுந்.30) (மயக்கத்தை உண்டாக்க துயில் உணர்ந்து எழுந்து), இனியது கேட்டுஇன் புறுகஇவ் ஊரே (குறுந்.34) (இனிய செய்தியைக் கேட்டு மகிழ்ச்சியை யடைக), வெயில்ஆடு முசுவின் குருளை உருட்டும் (குறுந்.38) (வெயிலில் விளையாடும் முசுவின்குட்டி உருட்டுதற்கு இடமாகிய), மேற்காட்டிய பாடல்களில் வரும் மருட்ட, கேட்ட, உருட்டும் ஆகிய சொற்களின் புணர்ச்சி அகப்புணர்ச்சி ஆகும். மருள்+த்+அ (=மருட்ட) கேள்+த்+உ (=கேட்டு) என்றும் உருள்+த்+உம் (=உருட்டும்) என்றும் மாறியுள்ளன.) மருண்டனென் அல்லெனோ உலகத்துப் பண்பே (குறுந்.99) (என் நினைவு நிறைவேறுதற்கு மாறாக இருக்கும் உலகத்தியல்பை எண்ணி மயங்கினேன் அல்லனோ) மருள்+த்+அன்+என் (=மருண்டனென் குறுந்.99)

ள் > ண் ள்ந் > ண்ண் / # -ந்

வாகை வெண்ணெற் றொலிக்கும் (குறுந்.7) வாகை மரத்தினது வெள்ளிய நெற்றுக்கள் ஒலித்தற்கு இடமாகிய), தேம்ஊர் ஒண்ணுதல் நின்னொடும் செலவே. (குறுந்.22),

தண்ணிய கமழும் ஒண்ணுத லோயே (குறுந். 273). வெண்ணார் கொண்டு (குறுந்.307) (வெள்ளிய (நார்) பட்டையைக் கைக்கொண்டு) (வெள்+நெற்று =வெண்ணெற்று) (ஒள் + நுதல் = ஒண்ணுதல்), எனப் பெயார்ச்சொற்களோடு வந்த பதப்புணர்ச்சி அல்லது புறப்புணர்ச்சியாகும் (ஒள் + +த்+அல்) (ஒண் +(உத்) +த்+அல்), ஒண்ண்-உத்-த்-அல், ஒண்ணுத் தல்। த்-ஊ, ஒண்ணுதல் என மாறியுள்ளது. இது உருபு புணர்ந்த அகப்புணர்ச்சியாகும்.

ளகரம் வகை-2

11.8 ள் > ட் ள்த் > ட் (ட் > Φ) /# -த்

தவப்பன் னாடோண் மயங்கி (குறுந்.271)(மிகப் பல நாட்கள் தோளோடு கலந்து), வருதி யிவடன் குறுந்.324 (இவள் - தலைவி தன் மடன் உடைமையின்), நல்கிய நாடவச் சிலவே அலரே குறுந்.328 (தண்ணளி செய்த நாட்கள் மிகவும் சிலவேயாகும்). லகர தகரப் புணர்ச்சியில் லகரமும் தகரமும் இணைந்து ஒற்றை றகரமாக மாறுவது போல் ளகர தகரப் புணர்ச்சியிலும் ளகரமும் தகரமும் இணைந்து ஒற்றை டகரமாக மாறிவிடுகிறது.

11.9 ள் > ண் ள்ந் > ண்ண் -ண்Φ /# ந்

திரிமருப்பு எருமை இருணிற மைஆன்(குறுந்.279) (முறுக்கிய கொம்பையும் இருள் நிறத்தையுமுடைய எருமையினது), வினையே ஆடவர்க்கு உயிரே வாணுதல் (குறுந்.135) (ஒளிபொருந்திய நெற்றியையுடைய), நாணேர்பு (நாள் நேர்பு) (குறுந்.35) (தலைவர் பிரிந்த நாளில் உடம்பட்டு) குறுந்தாணாண் மலர் நாறும் (குறுந்.270)(குவளை குறுந்தாள் நாள் (குறுந்தா ணாண்மலர்) மலர் நாறும்) உரை: சூடிய குவளையினது குறிய காம்பையுடைய அலர்ந்த செவ்வியையுடைய மலர் மணக்கின்ற), என்மக ணுதலே (குறுந்.114)(என்மகள் நுதலே). புத்தேணாடும் (குறுந்.101) (புத்தேள் நாடும் உரை: பெறுதற்கரிய தலைமையை யுடைய தேவருலக இன்பமும்).

5.5.3.2.அசை அமைப்பில்

1. cVc	நாள் + தோள்	(நாடோள்)
	நாள் + தவ	(நாடவ)
	வாள்+நுதல்	(வாணுதல்)

2.cvcvc இருள்+நிறம் (இருணிறம்)
3.cvccVc புத்தேள்+நாடு (புத்தேணாடு)

ஓரசை (mono syllabic) அமைப்பிலும், ஈரசை (dia syllabic) அமைப்பிலும் இவ்வகையான திரிந்த ஒடுக்கம் நிகழ்ந்துள்ளது. இந்தத் திரிந்து ஒடுங்குவது தகர நகரப் புணர்ச்சியில் மட்டுமே நிகழ்ந்துள்ளது. இதில் ஒன்றை உறுதியாகச் சொல்லமுடிகிறது. ஓரசை அமைப்பில் குறில் லகர ளகர ஒற்றாக (cvc / vc) இருந்தால் அங்கு, திரிந்து ஒடுங்குவதில்லை. அதே ஓரசை அமைப்பில் நெடில் லகர ளகர ஒற்றாக இருந்தால் திரிந்து ஒடுங்குவதும் இயல்பாகப் புணர்வதும் சொல்லியல் உறவிற்கு ஏற்ப நிகழ்கிறது. ஈரசை அமைப்பில் திரிந்து ஒடுங்குவது நடக்கிறது. இதற்கு யாப்பியல் அழுத்தம் ஒரு காரணியாக இருக்க வாய்ப்புள்ளது.

விதி-2 வகை-2 -இல் லகர ளகரப் புணர்ச்சிக்கு ஒரு விதிக் கூறப்படுகிறது அவ்விதி எல்லா இடங்களுக்கும் பொருந்த வில்லை. பொதுமையாக்கம் (generalization) செய்யமுடியாமல் போகிறது.

நெடியதன் முன்னர் ஒற்றுமெய் கெடுதலும்
குறியதன் முன்னர் தன்னுரு பிரட்டலும்
அறியத் தோன்றிய நெறியிய லென்ப (தொல்.161)

இது புள்ளி மயங்கியலை நோக்கியதோர் நிலைமொழிக் கருவி கூறுதல் நுதலிற்று. நெட்டெழுத்தின் முன்நின்ற ஒற்றுத் தன்வடிவு கெடுதலும், குற்றெழுத்தின் முன்னர் நின்ற ஒற்றுத் தன்வடிவு இரட்டுதலும் இவை அறியும்படி தோன்றிய முறைமையான இயல்பையுடையன என்று சொல்லுவார்.

கோல் தீது > கோறீது - [ல்த்] > [ற்] , கோல் நன்று > கோனன்று [ல்ன்] > [ன்] என இவை நெடியதன் முன்னர் ஒற்றுக் கெட்டன என உரை கூறுகிறது. இதனைத் திரிந்து ஒடுக்கம் என்னும் அமைப்புக்குள் அடக்கலாம். மேலே காட்டிய அசை அமைப்பில் நெடில்+ லகர ளகரச் சொற்களைத் தொடர்ந்து வரும் தகர நகரம் திரிந்து ஒடுங்குகிறது. அதே போல் இருகுறில் + லகர ளகரச் சொற்களைத் தொடர்ந்து வரும் தகர நகரமும் திரிந்து ஒடுங்குகிறது. துயிறுறந்து (குறுந்.186),

பெயதாழ்(குறுந்.314) இருணிறம் (குறுந்.279) தனிக் குறில் லகர ளகர ஈற்றுச் சொல்லைத் தொடந்து வரும் தகர நகரத்தில் இவ்வகையான ஒடுக்கம் நிகழவில்லை. நெடில் ஒற்றிலும் இருகுறில் ஒற்றிலும் இவ்வகையான மாற்றம் நிகழ்ந்துள்ளது. பி.எஸ்.சாஸ்திரியும் இதனைச் சுட்டிக் காட்டியுள்ளார். அவர் சிலப்பதிகாரத்திலிருந்து சில சான்று காட்டியுள்ளார்[2].

5.5.3.3. ளகரம் இயல்பாதல்

ள் > ள் / # க்

என்ஆ யினள்கொல் (குறுந்.110) (எத்தன்மையினள் ஆனாளோ), ஆறுசெல் மாக்கள் புள்கொளப் பொருந்தும் (குறுந்.140) (வழிச் செல்லும் மனிதர்கள் நிமித்தமாகக் கொள்ளும்படி), திரள்கால் (குறுந்.178) (திரண்ட தண்டையுடைய), உள்கினம் செலினே. (குறுந்.274) (நினைத்தேமாகிச் சென்றால்), மருள்கூர்ந்து (குறுந்.319) (மயக்கம் மிக்கு), தோள்கவின் பெறீஇயர் (குறுந்.367) (தோள்கள் அழகு பெறும் வண்ணம்).

ள் > ள் / # ச்

தொடிநெகிழ்ந் தனவே தோள்சா யினவே(குறுந்.239) (என் தோள்கள் மெலிந்தன), துகள்சூழ் யானையின் பொலியத் தோன்றும் (குறுந்.279) (புழுதி படிந்த யானையைப் போல) தோள் சாயின என்பது பால்பகா அஃறிணையாகும் தோள்கள் சாயின என்பது அதன் அடிநிலை இலக்கண உறவாகும். இதன் காரணமாக இங்குப் புணர்ச்சியில் மாற்றம் அடையவில்லை என்னும் வரையறை சில இடங்களுக்குப் பொருந்துகிறது சில இடங்களில் பொருந்தவில்லை.

2.In stanza 15 he mentions that if ழ் or ள் followed by த், it is changed to ட் and consequently த்also is changed to ட் and in some case one of the two ட்s is droped. This dropping of one of the two ட்s when the vowel preceding ள் is short is not mentioned in Tolkappiyam. eg. அரும்பொருள் தரூஉம் > அரும்பொருடரூஉம் in cilap.24 where ள் is changed to ட் and then dropped. I carefully ransacked several works written before his time, but I could not find one example in them where ழ் is changed to ட் or droped. In the first stanza in *kandapuranam* a latte work திகழ்+தசம்+ கரம் > திகடசக்கரம் [ழ்த்>ட்]. where ழ் is dropped after changing the succeeding த் to ட். In *kamparamayanam* a work written after viracoliyam கீழ்+திசை > கீட்டிசை. where ழ் is changed to ட் (P.Subaramanya sastri. 1934:96).

ள் > ள் / # த்

ளகர தகர மெய்ம்மயங்கில் இயல்பாகப் புணரும் சந்தி அமைப்புக் குறுதொகையில் வரவில்லை.

ள் > ள் / # ப்

இறைகொள்பு (குறுந்.15) (தாங்குதலைக் கொண்டு), வாள்போல் (குறுந்.157) (வாளைப் போல் - என்பது இரண்டாம் வேற்றுமை தொகையாக வந்துள்ளது ஆகவே இங்கு மாற்றம் நிகழவில்லை), அவள்பழி நுவலும் இவ்வூர் (குறுந்.173) (தலைவியினது பழியை கூறுவர்), வாள்போல் வாய கொழுமடற் றாழை (குறுந்.245) (வாள் அரம் போன்ற விளிம்பையுடைய கொழுவிய மடலை உடைய தாழை), தழைதாழ் அல்குல் இவள்புலம்பு அகலத் (குறுந்.345) (தழை உடை தாழ்ந்த அல்குலையுடைய இத்தலைவியினது தனிமை வருத்தம் நீங்கும்படி), அருள்பொரு ளென்னார்(குறுந்.395) (அருளைப் பொருளென்று கருதாராயினர்) (தி.சௌ.1915).

ள் > ள் / # -ந்

ளகரத்தின் முன் நகரம் தோன்றி இயல்பாகப் புணரவில்லை அதற்கு இணையாக இவ்வகைப்புணர்ச்சி இருநிலையில் வந்துள்ளன. ளகரத்தின் முன் தோன்று நகரம் வரின் இரு மெய்களும் இணைந்து இரட்டை ணகரமாக மாறிக் கொள்கிறது. சில சூழல்களில் இரு மெய்களும் இணைந்து ஒரு ணகர மெய இழந்து ஒற்றை ணகரமாக நின்றுவிடுகிறது.

ள் > ள் / # ம்

ளகரம் மகரத்தின் முன் எங்கேயும் இயல்பாக புணரவில்லை. கீழ்க் காணும் சான்றுகள் பகர்கின்றன. தோண்மாறு படூஉம் (குறுந்.101), வாண்முகம் (குறுந்.227), நவ்வி நாண்மறி கவ்விக் கடன்கழிக்கும்(குறுந்.282), பெருங்கடற் பரதவர் கொண்மீன் உணங்கலின் (குறுந்.320).

5.5.3.5. ளகரம் இடைக் கணத்துடன் புணர்தல்

ளகரம் இடைக் கணத்தும் இயல்பாய்ப் புணர்ந்துள்ளது.

ள் > ள் / # வ் - இயல்பு புணர்ச்சி

யானே மருள்வென் தோழி பானாள் (குறுந்.94), வெள்வீத் தாழை திரைஅலை (குறுந்.163), இரண்டறி கள்விநம் காத லோளே(குறுந்.312), கொள்வாம் என்றி தோழி கொள்வாம் (குறுந்.349).

ள் > ள் / # ய் - இயல்பு புணர்ச்சி

நள்ளிருள் யாமத்து இல்எலி பார்க்கும் (குறுந்.107)

புதுக்கோள் யானையின் பிணித்தற்றால் எம்மே.(குறுந்.129)

பானாள் யாமத்தும் கறங்கும் (குறுந்.375)

தொல்காப்பிய ளகரப் புணர்ச்சியில் ''நெடியதன் இறுதி இயல்பாகுநவும், வேற்றுமை அல்வழி வேற்றுமை நிலையலும், போற்றல் வேண்டும் மொழியுமா ருளவே'' (தொல்.1955:401) என்னும் நூற்பாவில் வாள்கடிது, தோள் கடிது எனவும் தோட்கடிது, நாட்கடிது எனவும் வரும் எனக் காட்டப்பட்டுள்ளது.

குறிலாக இருக்கும் நிலையில் புள் வள் என்னும் தொழிற் பெயர்ச்சொற்கள் உம் என்னும் விகுதி இணைந்து வரும் (தொல்.1955:404) எனக் கூறும் தொல்காப்பியம் அமைப்பு அடிப்படையில் விளக்குவது போல் அமைந்துள்ளது. இதனைத் தொழிற்பெயரெல்லாம் என்றதன் பின் வையாத முறையன்றிய கூற்றினான் இரு வழியும் வேற்றுமைத் திரிபு எய்தி முடிவனவும் கொள்க. புள்ளுக்கடிது / புட்கடிது என்னும் தரவைக் காட்டும் இளம்பூரணர் பள், கள் என்னும் அவர்காலத்தில் வழங்கிய தரவையும் காட்டிச் செல்கிறார் பள்ளுக்கடிது/பட்கடிது, கள்ளுக்கடிது/ கட்கடிது. ஆறுசெல் மாக்கள் புட்கொள (குறுந்.140) (தி.சௌ 1915), (உ.வே.சா.1947) திருக்குறளில் கட்காதல் கொண்டொழு குவார் (குறள் 921) பேச்சு வழக்கில் கள்ளுக்கடை என்றே உள்ளது. ஆக, தரவுகள் செவ்வியல் காலப் புலவர்களால் இரண்டாம் நிலை மொழி மாற்றத்திற்குக் கொண்டு சென்றுள்ளார்கள் எனத் தோன்றுகிறது.

வழக்கும்	செய்யுள்ளும்
கள்ளுக்கடை	கட்காதல்
மக்கள் கை	மக்கட்கை
	மக்கட்சுட்டு
	மக்கட்பண்பு

கள்ளுக்கடை கட்காதல் போன்ற மாற்றம் யாப்பறி புலவரின் நோக்கத்திற்கா இவ்வகையான மாற்றம் நிகழ்ந்திருக்க வேண்டும். மக்கள் கை மக்கட்கை என்னும் தரவு தொல்காப்பிய நூற்பாவில் காணப்படுகிறது. தக்கவழி அறிந்து என்றதனால் அம்மக்கள் உடம்பு, உயிர்நீங்கிய காலத்து இம்முடிபு எனக்

கொள்க என இளம்பூரணரும்(தொல்.1955:196) இறந்தவர் கையைக் குறிக்க வரும். சிறுபான்மையாக மக்கட்சுட்டு, மக்கட்பண்பு எனவும் வரும் என நச்சினார்க்கினியரும் மாற்றுத் தரவுகளை எடுத்துக்காட்டியுள்ளார்(தொல்.1967:320). இவ்வகையான தரவினை வைத்துக்கொண்டு வழக்கிலிருந்து செய்யுளுக்குத் தமிழ்மொழியினை மொழிநூல் வல்லுநர்களால் தரப்படுத்தப் பட்டுள்ளது எனக் கொள்ளலாம். இதனை வேறுவகையில் சொல்வதானால் வழக்குத் தமிழ் மொழியினைச் செவ்வியல் தன்மைக்கு மாற்றும் ஓர் இயக்கமாக (Moment) நடந்திருக்கலாம்.

5.6.ஆய்வு முடிவுகள்

புணர்ச்சி அமைப்பு எழுத்துச் சேர்க்கையோடு நிற்கவில்லை. சில புதிய மெய்ம்மயக்கங்கள் புணர்ச்சியின் மூலம் உருவாகியுள்ளன. புணர்ச்சி அமைப்பு இலக்கணப் பொருண்மையை வெளிப்படுத்துகின்றன.

புணர்ச்சி சொற்களுக்கிடையே தொடரியல் உறவு உள்ளதால் அவை மேலும் இலக்கணப் பொருண்மையுடனும் சொற்பொருண்மையுடனும் சேர்ந்து இயங்குகின்றன.

சந்தி இலக்கணப் பொருளின் மூலம் பாடலுக்கு உரை காணப்பட்டால் பாடலின் உண்மைப் பொருளை அறியமுடியும். சங்க இலக்கிய மரபுகளை அறிந்துகொள்வதற்கு இலக்கண மரபுகள் மிக இன்றியமையாதவை என்பது புணர்ச்சி இலக்கணம் தெளிவுபடுத்துகிறது.

எழுவாய்ப் பயனிலைத் தொடர், இரண்டாம் வேற்றும் உருபு மறைந்து வரும் இடம், ஆகுபெயராக நிற்கும் இடம், அடையாக வரும் இடம், வினைத்தொகையாக வரும் இடம் ஆகிய இடங்களில் புணர்ச்சி இயல்பாக நிகழ்ந்துள்ளது.

அடிநிலை இலக்கண உறவில் பால்பகா அஃறிணை வரும்போது புணர்ச்சியில் மாற்றம் அடையவில்லை என்னும் வரையறை சில இடங்களுக்குப் பொருந்துகிறது. சில இடங்களில் பொருந்தவில்லை. லகர ளகரத்தின் முன் மகரம் வரும்நிலையில் எவ்வகை இலக்கணப்பொருளாக இருந்தாலும் இவ்விரு மெய்கள் மாற்றாம் அடைகின்றன.

உயிர் ஈற்றில் முடிந்த நிலைமொழியும் இரண்டாம் வேற்றுமை உருபும் பயனும் உடன் தொக்கத்தொகையாக வந்து வருமொழியில் வல்லினம் வரின் வல்லொற்று மிகும். இதே

இலக்கணப் பொருண்மையுடன் நிலைமொழியின் ஈறு லகர ளகரமாக இருப்பின் வருமொழி வல்லினமாக இருந்தாலும் சொல்லின் அகப்புணர்ச்சிகளும் புணர்ச்சி மாற்றம் அடைகிறது.

புணர்ச்சி ஒலியியல் கட்டுப்பாட்டிலும், சொல்லியல் கட்டுப்பாட்டிலும் பொருண்மைக் கட்டுப்பாட்டிலும் மாற்றம் நிகழ்கிறது. சான்றாக மக்கட்கை, மக்கள்கை, நாய்க்கை, தாய்கை போன்ற தரவுகளைச் சுட்டலாம். தகர நகர புணர்ச்சி மறு ஆய்வு செய்யவேண்டியுள்ளது.

இணைப்பு - 1

சந்தி தொடர்பான கட்டுரைகள் 25

1. L.V.Ramaswamy Ayyar, Dravidic Sandhi QJMS, 1934&35, Vol.XXVIII (28) PP. 20&27. 94&111, 306&311

2. இராமசாமிப்பிள்ளை, எழுத்தும் புணர்ச்சியும் செந்தமிழ்ச் செல்வி, 28, 1954, பக்.445 -449, 533-536

3. T.P.Meenakshisundaran 1959, The So-called inflexional increments in Tamil, Indian Linguistics Vol.II P.49

4. V.Sp.Manickam, 1966, Phonological Study of Tolkappiyar, Proceeding of the first International conference seminar of Tamil Studies Vol.&II Madras.

5. S.V.Shanmugham, 1967, Naccinarkkiniyar's Conception of Phonology, Annamalai University, Annamalainagar.

6. ச.தண்டபானி தேசிகர், 1972, மயக்கவிதியும் புணர்ச்சி இலக்கணமும், தொல்காப்பிய மொழியல்,

7. Pon.Kothandaraman, 1972, On Sandhi, Studies in Tamil Linguistics PP.60&62

8. Sp.Tinnappan, 1976, Case System and Sandhi in Tamil, Dravidian Case System, Edt. S.Agesthialingom, & K.Kushalappa Gowda, Annamalai University, PP 405&420

9. K.Nachimuthu, 1977&78, Internal Reconstruction in old Tamil Phonol ogy based on Morophophonemic rules and Phonological Distribution, Dept.of Kerala University, PP 61&70

10. செ.வை.சண்முகம் 1980, எழுத்திலக்கணக் கோட்பாடு, இந்திய மொழியியல் கழகம், அண்ணாமலைநகர்.

11. N.Kumaraswamy Raja, 1980, Old Tamil Sandhi, Heritage of the Tamils Language and grammar (Edt.) S.V.Subramaniyam, K.M.Irulappan. PP.59&68

12.S.Subramaniyam, Sandhi and Punarcci in Tamil, 1980, Heritage of the Tamils Language and grammar (Edt.) S.V.Subramaniyam, K.M.Irulappan. PP.35&53

13.P.S. Subramaniyam, Case Relation Sandhi in old Tamil , 1980, Heri tage of the Tamils Language and grammar (Edt.) S.V.Subramaniyam, K.M.Irulappan. PP.54&58

14.ஆ.தட்சிணாமூர்த்தி 1980, சில ஓரெழுத்தோரு மொழிகளின் புணர்ச்சி விதிகள், ஆய்வுக்கோவை-12, 2, பக்.229-234

*15.*N.Kumaraswamy Raja 1980, Three Consonantal Clusters in Tamil, M.S.Pillai Volume.

16.எஸ்.ஆரோக்கியநாதன், தொல்காப்பியப் புணர்ச்சி விதிகள்: மொழியியல் ஆய்வு, தமிழ் மரபிலக்கணங்களில் தொடரியல் சிந்தனைகள், பயிலரங்கு மலர், 26 டிசம்பர் 2013,

*17.*K.Meenakshi, 1981, Sandhi (In Tolkappiyam and Astadhyayi) , இ.ப.த. ஆ.கோ.தொகுதி-2 PP.*255-260,*

*18.*D.Renganatan 1981, Vowel Sandhi in Tamil, , இ.ப.த. ஆ.கோ.தொகுதி-2 PP.*316-318,*

19.க.முருகையன், தொல்காப்பியர் ஒலியியல் கொள்கை, தொல்காப்பிய மொழியியல்

20.அ.காமாட்சிநாதன், 1994, கருமொழியும் கருவிமொழியும், இலக்கண ஆய்வுக் கட்டுரைகள், அண்ணாமலைப் பல்கலைக்கழகம்.

21.இரா.கோதண்டராமன் 2010, இலக்கண விளக்க மரபும் அகநிறைவும், புதிய பனுவல் இதழ் Vol.02.Issue04, Oct.2010, PP.*46-68. (மருங்கொலிப்புணர்ச்சி, தொல்சந்தி ஆகிய கட்டுரைகளும் குறிப்பிடத்தகுந்தவை.)*

22.அ.காமாட்சிநாதன், 2013, செம்மொழித் தமிழும் தொல்காப்பியச் சந்தி விதிகளும், அண்ணாமலைப் பல்கலைக்கழக மொழியியல் துறை கருத்தரங்கில் சமர்ப்பிக்கப்பட்ட கட்டுரை.

இணைப்பு - 2

அகர உயிரீற்றுப் புணரியல் தொல்காப்பிய அணுகுமுறை				
எ.உயிர்	இலக்.கூறு	தொ.உறவு	வே./அல்	ஒற்று ±
1 -அ	மரப்பெயர்	எழு.+பய.	அல் -	
2 -அ	உரிச்சொல்			
3 -அ	தன்னை உணர் நின்ற வழி			
4 -அ	வினையெஞ்சு கிளவி			
5 -அ	உவமப் போலி			
6 -அ	என (எச்சம்)			
7 -அ	சுட்டு	+பயனிலை		
8 -அ	உரை அசை கிளவி ஆங்க			
9 -அ	சுட்டு	+பெயர்		
10 -அ	தன்னை உணர் நின்ற வழி			
11 -அ	அ + ய + வ்			
12 -அ	அ + உயிர் 12 + வ்			
13 -அ	அ ஆ செய்யுளில் மட்டும்			
14 -அ	சாவ			
15 -அ	அன்ன	+ பயனிலை		
16 -அ	அண்மை சுட்டிய விளிநிலைக் கிளவி	+பயனிலை		
17 -அ	செய்ம்மன			
18 -அ	வியங்கோள்			
19 -அ	பெயரெச்சம்			
20 -அ	எதிர்மறை பெ.எ.			
21 -அ	அடை (நல்ல)			
22 -அ	வினையெச்சம் (செய்யிய)			
23 -அ	அம்ம (உரை அசை கிளவி)			
24 -அ	பல, பல்ல			
25 -அ	வினைமுற்று உண்டன			

6
தொல்காப்பியரின் எழுவாய் வேற்றுமை: தொடரியல் அணுகுமுறைகளும்

தொல்காப்பியம் நமக்குக் கிடைத்திருக்கக் கூடிய பழம் இலக்கண மரபுகளை வெளிப்படுத்தும் நூல்களில் முதன்மையான நூலாகும். தமிழ் இலக்கண மரபுகளை வரலாற்றுக் கண்ணோட்டத்துடன் அணுகுவதற்கு அடிப்படை நூலும் முதல் வழிகாட்டி நூலாகவும் அமைந்துள்ளது. தொல்காப்பியம் கூறும் பல மொழிமரபுகள் சங்கப் பாடல்களில் மாறியுள்ளன. குறிப்பாக யகரம் ஆ என்னும் எழுத்தோடு அல்லது பிற எழுத்துடன் வராது எனக் குறிப்பிட்டுள்ளது. ஆனால், சங்கப் பாடல்களில் யவனர், யூபம் போன்ற சொற்கள் காணப்படுகின்றன. இவ்வாறு மொழி அடைப்படையில் மட்டும் அல்லாமல் சில கருத்தாக்கங்களிலும் வளர்ச்சி அடைந்துள்ளன. சான்றாகத் தொல்காப்பியம் பாலை நிலம் வரையறுக்கவில்லை ஆனால் சங்கப்பாடல்களில் பாலை தொடர்பான பாடல்களும் நில வரையறையும் காணப்படுகின்றன. ஆகவே, தொல்காப்பியத்திற்கான தரவு பெரும்பான்மையான சங்கப்பாக்கள் இல்லை என வரையறுத்துவிடலாம். இந்த முடிவுகளை வைத்துக்கொண்டு தொல்காப்பியரின் காலத்தைச் சங்க காலத்திற்கு முன் கொண்டுசெல்ல பல சான்றுகள் தொல்காப்பியத்தில் கிடைக்கின்றன.

6.1. தொல்காப்பியக் கல்வி

தொல்காப்பியக் கல்வி நான்கு நிலைகளை வளர்ந்திருக்கும் எனப் பின் வரும் சான்றுகளை வைத்து முடிவுசெய்யலாம். ஒன்று

(1) .தொல்காப்பியர் காலத்தில் தொல்காப்பியம் தொடர்பான கல்வி (Tolka:ppiyar school of thoughts) வளர்ந்திருக்க வாய்ப்பு உள்ளது. என்னெனின் பாயிரம் வரைந்த பனம்பாரனார் 'ஒல்காப் பெரும்புகழ் தொல்காப்பியன்' என்னும் தொடர் அதனைத் தெளிவுபடுத்துகிறது. இதனை நாம் முதல் காலகட்டமாக வரையறுக்கலாம். அடுத்து, (2). சோழ பெருவேந்தர் காலத்தில் உரையாசிரியர்கள் தோன்றியுள்ளார்கள் அக்காலத்தில் நிலவிய சமூக மாற்றமும் காலச்சூழல்களும் தொல்காப்பியம் சங்க இலக்கியம் போன்ற பழந்தமிழ் நூல்கள் மக்கள் மத்தியில் மீண்டும் பயிலும் ஒரு மறுமலர்ச்சி காலம் உருவாகியுள்ளது. தொல்காப்பியத்திற்கு எழுந்த பல உரை இதற்கான சான்று பகர்கின்றன. குறிப்பாகச் சொல்லதிகாரத்திற்கு மட்டும் 6 உரைகள் காணப்படுகின்றன. உரையாசிரியர்கள் காலகட்டத்தில் தொல்காப்பியம் புதிய வெளிச்சம் கொடுக்கப்பட்டதுடன் அவர்காலத்தில் வழங்கிய சில புதிய மொழி மரபுகளைத் தம்முடைய உரையில் இணைத்து வெளிப்படுத்தியுள்ளனர். உரை என்பது பொருளை வெளிப்படுத்துவதுடன் சமகால சூழல்களையும் வெளிப்படுத்தும்படி அமைந்துள்ளது. அடுத்து (3). மூன்றாம் காலகட்டமான 18, 19ஆம் நூற்றாண்டுகளில் ஐரோப்பியர் வருகையால் உருவான அச்சு இயந்திரத்தின் வளர்ச்சியும் அதனை ஒட்டிக் கல்விப் பரவலாக்கமும். இக்கால கட்டத்திலே தான் தொல்காப்பியக் கல்வி அனைவருக்குமான கல்வியாக மாறியது எனலாம். இன்று கிட்டத்தட்ட 165 ஆண்டு கால பதிப்பு வரலாற்றைக் கொண்ட தொல்காப்பியம், கல்விக் கூடங்களில் பயில்வகை பாடமாக இருந்து, ஆய்வுகள் வளர்ந்து இன்று (4). மேலை மொழியியல் பின்னணியில் காணும் போக்கு வளர்ந்துள்ளது. இவ்வகையான ஆய்வு போக்கு மேலும் வளரவேண்டியது தமிழ்ச்சமூகத்தின் இன்றியமையாத தேவையாகும்.

6.2. தொல்காப்பியரின் தொடரியல் சிந்தனை

தொல்காப்பியச் சொல்லதிகாரம் மொழியியல் நோக்கில் உருபனியல் அல்லது சொல்லியல், தொடரியல் பொருண்மையியல் அகராதியியல் கருத்தாடலியல் ஆகியவைகளை ஒன்பது இயலாக

விவரிக்கிறது. அவைகளில் கிளவியாக்கம் வேற்றுமையியல், வேற்றுமைமயங்கியல், எச்சவியல் ஆகிய நான்கும் மிகுதியும் தொடரியல் நோக்குடையவை. (சண்முகம்2004:6) உயர்திணை *என்மனார் மக்கட் சுட்டே* (தொல்.சொல்.1) என்னும் நூற்பாவிற்கு, இவ்வதிகாரம் (சொல்), மேற் சொல்லப்பட்ட எழுத்தினால் இயன்று பொருளறிவிக்கும் சொற்களைப் பாகுபடுத்துதலாற் சொல்லதிகாரம் என்னும் பெயர் பெற்றது. அது எப்படி உணர்த்தினார் என்றால், சொற்களைப் பொருள் நிலைமை நோக்கித் தொடர் மொழி, தனிமொழி என இருவகைப்படுத்து, அத்தொடர் மொழியை அல்வழித் தொடர், வேற்றுமைத் தொடரென இருவகைப்படும். அவ்விருவகைத் தொடரும் செப்பும் வினாவுமாக அமையலாம். அவற்றைக் குற்றம் இல்லாமல் கூறுவதற்காக முதலில் சொல் நிலைமையால் பொருளை உயர்திணை அஃறிணையென இருவகைப்படுத்தினார் தொல்காப்பியர். அவ்வுயர்திணை உணர்த்தும் சொற்களை ஒருவனை அறியும் சொல், ஒருத்தியை அறியும் சொல் அவற்றுள், அல்வழித் தொடர் கிளவியாக்கத்துள்ளும், வேற்றுமைத்தொடர் வேற்றுமை பகுதிகளிலும் உணர்த்தினார்.

பொருள் உணர்த்துவது தனிமொழி(word), தொடர்மொழி (sentence)''பொருள் உணர்த்துவற்குச் சிறப்புடையன தொடர்மொழியென்று கொள்க'' என்பர் தெய்வச்சிலையார். ''சிறந்தவாறெனின் சாத்தனென்றவழிப் பொருண்மை மாத்திரம் உணர்த்துதல் அல்லது கேட்டார்க்கு ஒரு பயன்பட நில்லாமையின், சாத்தனுண்டான் எனப் பயன்படவரூஉம் தொடர்மொழியே பொருள் இனிது விளக்குவதென்க'' (தெய்வச்சிலையார் உரை 1929:6). எனத் தெய்வச்சிலையார் தொடரியல் சிந்தனையை வெளிப்படுத்தியுள்ளார்.

சொல்லிலக்கணம் அறிந்ததனால் பயன் தொடர் மொழியாகிய வாக்கியம். அதனைப் பிரித்துப் பெயர்ச்சொல், வினைச்சொல், இடைச்சொல், உரிச்சொல் எனக் குறியிட வேண்டுதலின் அதன்பின் கூறப்பட்டது. இங்கு, பின் என்பது முன் எனப் பொருள் கொள்ள வேண்டும்.

இனி, எழுவாய் வேற்றுமையும் விளிவேற்றுமையும் எழுத்ததிகாரத்துள் அல்வழிக்கண்ணே முடித்தார் ஆதலான் அவற்றை வேற்றுமைத் தொடர் என்றல் அமையாது எனின்

அவை வேற்றுமை என்று குறிபெறுதலானும் எழுவாய் வேற்றுமை கிளவியாக்கத்தொடு மணந்துகிடப்ப வைத்தலானும் விளிவேற்றுமை எழுவாயது திரிபாதலானும் அமையும் என்பர் தெய்வச்சிலையார். எழுவாய், விளி அல்வழியாக இருந்தாலும் வேற்றுமை தகுதிக்காக உரையாசிரியர்கள் முயன்றுள்ளமையை அறியமுடிகிறது. சொல்லதிகராம் தொடர் இலக்கண உணர்த்துகிறது என்பதற்கான சான்றிகளில் முதன்மையானது. ''வினையில் தோன்றும் பாலறி கிளவியும், பெயரில் தோன்றும் பாலறி கிளவியும் மயங்கல் கூடா தம்மர பினவே'' (தொல்.சொல்.11). தொடர் அமைப்பும், பொருண்மை அமைப்பும் வெளிப்படுவது இலக்கணப்பொருண்மை ஆகும்.

1.	இராமன் (ஆண்பால்பெயர்)	வந்தான் (ஆண்பால் வினைமுற்று)	[பால் எண் இயைபு]
	பெயர் பாலறிகிளவி	வினை பாலறிகிளவி	[மயங்கக் கூடாது]

6.3. வேற்றுமைத்தொடர்

வேற்றுமை என்பது பொருள் வேற்றுமை செய்வன (நன்.291). பெயர்ச்சொல்லின் பொருளை வேறுபடுத்துவது அன்று, வேற்றுமை உருபு ஏற்பதால் பெயர்ச்சொல்லின் சொற்பொருண்மை (lexical meaning) மாறிவிடாது. (மன்னன் மன்னனை, மன்னனால், மன்னனோடு) இதில் மன்னன் என்னும் சொல் தனக்குரிய சொற்பொருளில் எந்த மாற்றமும் நிகழ்வில்லை. ஆனால் அந்தப் பெயர்ச் சொல்லின் இலக்கணப்பொருள் (grammatical meaning) முற்றிலுமாக மாறிவிடுகிறது. ஒரு பெயர்ச்சொல் உருபு ஏற்று ஒரு வாக்கியத்தில் செயல்படும்போது அதன் செயல்படும்முறை (functional category) மாறிகிறது. இலக்கணப் பொருண்மையை (Grammatical meaning) மாற்றுவது வேற்றுமை உருபு, அவ்வாறு வேற்றுமைஏற்று வந்த உடன் இலக்கணப் பொருண்மை, இலக்கணச் செயற்பாட்டுப் பொருண்மையாக மாறிவிடுகிறது இது தொடரியலோடு தொடர்புடையது.

2.கண்ணன் பார்த்தான்

[தொடர் 2இல் பார்த்தல் என்னும் தொழிலைச் செய்பவன் கண்ணன்]

3.கண்ணனைப் பார்த்தான்

[தொடர் 3இல் பார்த்தல் என்னும் தொழிலைச் செய்தவர் கண்ணன் இல்லை; வேறு ஒருவரால் பார்க்கப்படும் பொருளாகக் கண்ணன் உள்ளான்]

இவ்வகையான மாற்றமே வேற்றுமை பொருள் என மரபிலக்கணமும் மொழி ஆய்வுகளும் சுட்டிக்காட்டியுள்ளன. ஐ - உருபு ஏற்கும் போது செயப்படுபொருளாகவும், ஆல் - உருபு ஏற்கும் போது கருவிப்பொருளாகவும் செயல்படுகிறது. மக்கள் விலங்கு, பறவை என்பன போல உலகியல் அடிப்படையிலோ, உண்மை, பொய் என்ற கருத்தளவிலோ, புகை உண்டு என்றால் நெருப்பு உண்டு என்ற தருக்க முறையிலோ வேற்றுமைப் பொருள்கள் அமையவில்லை[1] என்கிறார் ஓட்டோ எஸ்பர்சன்.

6.4.வேற்றுமைகளின் எண்ணிக்கை

வேற்றுமைப் பொருள் இது என்று திட்டவட்டமாகக் கூறுவது இயலாது போல வேற்றுமைகளின் எண்ணிக்கையும் வரையறை செய்வது இயலாது. உலகம் முழுவதும் வேற்றுமைகள் இருந்தாலும் எண்ணிக்கைகள் வேறுபடுகின்றன. அந்தந்தச் சமுதாய அமைப்பு மற்றும் உறவுகளின் அடிப்படையில் இவை வேறுபடலாம்.

உலக மொழிகள்	**வேற்றுமை எண்ணிக்கை**
கிழக்கு ஆப்பிரிக்கா - மசய் மொழி	2
பழைய கிரேக்கம்	5
இலத்தீன்	6
திராவிடம், சமஸ்கிருதம்	8
எஸ்தோனியன்	14
ஃபின்னிஷ்	15
கிரியென்	17
ஹங்கேரியன்	25

ஒரே மொழியில் கூட இந்த எண்ணிக்கை கால மாற்றத்தால் மாறுபடலாம். தொல்காப்பியர் காலத்திற்கு முன்னால் வேற்றுமை ஏழு என்று இருந்ததையும் தொல்காப்பியர் எட்டு

1.case distinctions are not notional or logical but exclusively grammatical categories, Otto Jespersen.

என வரையறைத்துள்ளதை நினைவு கூரலாம். (அகத்தியலிங்கம் 2002:120). தமிழ் இலக்கணம் வேற்றுமையை எட்டு என வரையறுத்துள்ளது. *''வேற்றுமை தாமே ஏழென மொழிப''* (தொல்.வேற்.1) *''விளிகொள்வதன் கண் விளியோடு எட்டே''* (தொல்.வேற்.2), கால்டுவெல் மூன்றாம் வேற்றுமையை உடனிகழ்ச்சி வேற்றுமை (associate case) என்றும் கருவி வேற்றுமை (instrumental case) என்றும் பிரித்து வேற்றுமை ஒன்பது என்பார் கோதண்டராமன் (1970) காரண வேற்றுமை என்பதையும் பிரித்துப் பத்தாகக் காட்டுவார் இந்நிலையில் வேற்றுமைகளை வரையறுப்பது கடினமே. (அகத்தியலிங்கம் 2002:121)

தொல்காப்பியர் விளியை ஏன் தனியே பிரித்துக் கூறவேண்டும். விளிப்பதன் மூலம் படர்க்கையில் உள்ளவர்களை முன்னிலையில் மாற்றுகிறது. இது மாற்ற வேற்றுமை போல் அல்லாமல் கூடுதலான வேறு ஓர் இலக்கணச் செயற்பாட்டையும் (grammatical function) சேர்த்து செய்கிறது. அதனால் அதனைத் தனியே பிரித்துக் கூறப்பட்டுள்ளது.

தமிழில் எந்த அடிப்படையில் வேற்றுமையை எட்டு என வகுத்தனர் உருபுகளின் அடிப்படையில் எனச் சிலர் கருதுகின்றனர் அவ்வாதம் பொருந்தும்படி இல்லை. எனெனின் எழுவாய், விளி ஆகியவற்றுக்கு உருபு இல்லை. மூன்றாம் வேற்றுமைக்கு ஒன்றுக்கு மேற்பட்ட உருபுகள் (ஒடு, ஓடு, ஆன், ஆல், கொண்டு) உள்ளன. பொருண்மை அடிப்படையில் வகுத்தனர் என்ற வாதமும் பொருந்தும்படி இல்லை. சில வேற்றுமைக்கு ஒன்றுக்கு மேற்பட்ட பொருள்கள் உள்ளன. உதாரணமாக 3ஆம் வேற்றுமைக்குக் கருவி, கருத்தா, உடனிகழ்ச்சி போன்ற வேற்றுமைப் பொருள்கள் உள்ளன.

சமஸ்கிருத இலக்கண நூல்களைப் பின்பற்றியே தமிழில் வகுத்தனர் என்பது கால்டுவெலின் கருத்து. முதல், இரண்டு, மூன்று[2] என எண்ணுப் பெயரில் அமைப்பது சமஸ்கிருத மரபாகும். சமஸ்கிருதத்தில் எட்டு, தமிழில் எட்டிற்கும் மேற்பட்ட வேற்றுமைகள் காணப்படுகின்றன. தொல்காப்பியர் சமஸ்கிருதத்தைப் பின்பற்றி இவ்வேற்றுமையை வகுக்கவில்லை என்பதற்குத் தொல்காப்பியத்திலே சான்றுகள் உள்ளன. ஒரே கால

2.முதல்வேற்றுமையாகிய எழுவாய்க்கு மட்டும் எண் கொடுக்கப்படவில்லை. பிறவேற்றுமைக்கு எண் கொடுக்கப்பட்டுள்ளன. இரண்டாகுவதே ஐயெனப் பெயரிய வேற்றுமைக் கிளவி(தொல்.சொல்71), மூன்றாகுவதே ஒடு வெனப் பெயரிய வேற்றுமைக் கிளவி (தொல்.சொல்.73).

கட்டத்தில் எழும்போது ஒத்த சிந்தனைமரபு இருந்திருக்க வாய்ப்புகள் உள்ளன.

6.5. எழுவாய் வேற்றுமை

எழுவாய் வேற்றுமை (subject) என்பது ஒரு வாக்கியத்தில் எழுவாய் எது என்று உணர்வதாகும். எழுவாய் என்பதற்கு முதல் என்றே பொருள் (க.பாலசுப்பிரமணியன் 2001) ஒரு வாக்கியத்தில் எழுவாய் எது என்று வரையறை செய்வது எளிதல்ல. மேலை நாடுகளில் எழுவாயை வரையறுக்க முயன்று கொண்டிருக்கின்றனர். உருபனியல், தொடரியல், பொருண்மையியல், தருக்கமுறை ஆகிய எந்த ஒன்றின் அடிப்படையிலும் வரையறை சொல்லமுடியவில்லை எனப் பரமசிவம் விளக்குவார். தமிழில் நன்னூலார் முயன்றுள்ளார் இதனை உரையாசிரியர்களும் விளக்கியுள்ளனர். *"எழுவாய் உருபே திரிபில் பெயரே"* (நன்.) மறுதல் அடையாமல் நிற்கும் பெயர் எழுவாய்.

6.5.1. எழுவாய்

ஒரு பெயர்ச் சொல் ஒரு தொடரில் எழுவாயாக அமைந்து எவ்வித வேற்றுமை உருபும் ஏற்காமல் வருவது எழுவாய் வேற்றுமை ஆகும். மரபிலக்கணம் இதனை எழுவாய் வேற்றுமை என வழங்குகிறது. தொல்காப்பியம் *"எழுவாய் வேற்றுமை பெயர் தோன்று நிலையே"* (தொல்.சொல்.65). சேனாவரையர் இதற்குக் கூடுதலான விளக்கம் அளித்துள்ளார். பெயர் என்று கூறப்பட்ட வேற்றுமையாவது பெயர் தோன்றிய துணையாய் நிற்கும் நிலைமையாம். பெயர் தோன்றித் துணையாய் நிற்கும் நிலைமை ஆவது, உருபும் விளியும் ஏலாது பிறிதொன்றனோடு தொகாது நிற்கும் நிலைமை. எனவே உருபும் விளியும் ஏற்கும் பிறிதொன்றனோடு தொக்கும் நின்ற பெயர் எழுவாய் ஆகாது எனச் சேனாவரையர் வரையறுத்துள்ளார்.

தொடரியல் செயல்பாட்டை வைத்தே இப்பெயர் அமைந்துள்ளது. எழுவாய்-பயனிலை (subject - predicate) தமிழில் ஒரு பெயர்ச் சொல்லோ அல்லது பிரதிபெயரோ (pronoun) ஒரு தொடரின் எழுவாயாக விளங்குவதே எழுவாய் வேற்றுமை. தொல்காப்பியம் வேற்றுமையைப் பற்றி விவரிக்கும் போது இரண்டு நூற்பாக்களில் ஒவ்வொரு வேற்றுமையையும்

விளக்குகின்றன. உருபும் அதன் இலக்கணப் பொருண்மை பற்றி அமைகின்ற முதன்மை நூற்பா அதனைத்தொடர்ந்து அந்த உருபு வாக்கியத்தில் வினையோடு இணையும் வாக்கிய அமைப்பை விளக்கும் துணைமை நூற்பா. முதன்மை நூற்பாவில் மூன்றுவிதமான வரையறைகள் காணப்படுகின்றன. 1.வடமொழி, தமிழ் மரபுபடி எடுத்துக்கொண்ட வேற்றுமை எத்தனையாவது எண் என வரையறை செய்துள்ளது. 2.எடுத்துக்கொண்ட வேற்றுமையின் உருபை வெளிப்படுத்துவது. 3.எடுத்துக்கொண்ட வேற்றுமை செயல்படும் இலக்கணப் பொருண்மை.

இரண்டாகுவதே
ஐயெனப் பெயரிய வேற்றுமைக் கிளவி **I**
எவ்வழி வரினும் வினையே வினைக்குறிப்பு முதன்மை நூற்பா
அவ்விரு முதலிற் தோன்றும் அதுவே

காப்பின் ஒப்பின் ஊர்தியின் இழையின்
ஓப்பின் புகழின் பழியின் என்றா **II**
பெறலின் இழவின் காதலின் வெகுளியின் துணைமை நூற்பா
செறலின் உவத்தலின் கற்பின் என்றா
(28 வினைகள் செயப்படுபொருள் குன்றாத
வினைகளைக் குறிப்பிடுகின்றது)

முதல்வேற்றுமையான எழுவாய் வேற்றுமைக்குத் தமிழில் உருபு இல்லை. பொருண்மை எழுவாயாகச் செயல்படும் ஆகவே, இந்த நூற்பாவைத் தொல்காப்பியர் ஒரே வரியில் விளக்கிவிட்டார். ''*எழுவாய் வேற்றுமை பெயர் தோன்றும் நிலையே*'' (தொல்.சொல்.65) இளம்பூரணர் ஒவ்வொரு வேற்றுமைக்கும் ஒரு நூற்பாவாகக் கொள்வார். சேனாவரையர் ஒவ்வொரு வேற்றுமைக்கு இரு நூற்பாவாகக் கொள்கிறார். முதல் வேற்றுமையான எழுவாய் வேற்றுமைக்குப் பல பெயர்கள் உள்ளன. முதல் வேற்றுமை (first case), பெயர் வேற்றுமை (nominative case), எழுவாய் வேற்றுமை (subject case), கருத்தா வேற்றுமை (agent case), தருக்க எழுவாய் (logical subject). ''எழுவாய் என்பது முதல், முதன்மை, தோற்றம் என்னும் பொருளில் இலக்கியத்தில் வழங்கியுள்ளமையும், எழுவாய் வேற்றுமை என்பதற்கு முதல்வேற்றுமை என்று

உரையாசிரியர்கள் பொருள் கூறியுள்ளனர்". பெயர் வினையோடு அமைந்த உறவின் அடிப்படையில் எழுவாய் வேற்றுமை என்று பெயரிட்டிருக்கலாம். எழுவாய் என்பதற்கு முதன்மை என்றொரு பொருளும் உண்டாகலான் எழுவாய் வேற்றுமை என்பதும் எண் அடிப்படைப் பெயரே எனினுமாம். "எழுவாய் இறுவாய் இலாதன" (தேவாரம் 4-92-5) (Balasubaramaian 2004:68) தொல்காப்பியர் இவ்வேற்றுமையின் புதைநிலையில் வினைமுதல் (agent) என்று பெயரிடுகின்றார். ஒரு தொடரில் தோன்றும் வினைச்சொல்லாகச் செய்கின்ற முதல் சொல்லாக அல்லது செயல்முடிக்கும் சொல்லாக அமைவதனால் இதனை வினைமுதல் என்று தொல்காப்பியர் பெயரிடுகின்றார். மற்ற பிற இலக்கண ஆசிரியர்களும் உரையாசிரியர்களும் இதனைக் கருத்தா வேற்றுமை என்று பெயரிடுகின்றனர்.

6.6. வடமொழி இலக்கண மரபும் பிற்கால தமிழ் இலக்கண மரபும்

வடமொழி இலக்கண மரபு பிற்காலத் தமிழ் இலக்கண மரபில் சில தாக்கங்களை ஏற்படுத்தியுள்ளன. குறிப்பாக வீரசோழியம் இலக்கணக்கொத்து, பிரயோக விவேகம் போன்ற நூல்களில் இதனை உணரமுடிகிறது. முதல்வேற்றுமை குறித்துப் பாணினீயின் அஷ்டாத்தியாயில் எழுவாய் வேற்றுமைக்கு உருபு கூறுகிறது (Subrahmaya sastri 1934:110, 111). ஒரு பெயரில் ஃக் (ஏ)என்னும் உருபு சேர்ந்து எழுவாயையும், எண்ணையும் (ஒருமை) உணர்த்துகிறது. இதுவன்றி 'சு' என்னும் உருபு பெரும்பான்மை வடமொழி எழுவாயாக வருகிறது. எ.கா. ராம / ராமசு

பிராதி பதிகம் இதனை :

> Pra:tipadika:ratha - linga - paribra:na - vacana - ma:tre prathama:

Sanskrit	Tamil	Englsih Meaning
Prathama:	முதல்/எழு.வே.	First case
Pra:tipadika:ratha	திரிபில் பெயரே	Crude form
Linga	&	Common gender
paribra:na	&	Measurement
Vacana	&	Number

வடமொழியில் பெயர்ச்சொற்கள் பால் காட்டும் தன்மை உடையன. தமிழிலும் பெயர்ச்சொற்கள் பால் காட்டும் விகுதி பெற்றும் விகுதி பெறாமலும் பால் காட்டும் சொற்கள் உள்ளன.

பால்	பெண் பால்	ஆண்பால்	பொதுப் பால்
	தடி	தடஹா	தடம்
அளவு	5.*தீர்க்ஹா பாலஃ*	- உயரம் பையன்	(உயரமான பையன்)
எண்	6.*ஏக்: பாலக்*	- ஒருவன் பையன்	(ஒரு பையன்)

வடமொழியின் தாக்கத்தால் தோன்றிய சில தமிழ் இலக்கண நூலில் எழுவாய் வேற்றுமைக்கு உருபு கொடுக்கப் பட்டுள்ளது.

1 . வீரசோழியம் — *சு* - ஒருமை மட்டும் வருவது
அர், ஆர், அர்கள், ஆர்கள், கள், மார் -
ஆகியன பன்மைக்கு வரும்

2. பிரயோகம் விவேகம் — *அன், அர், ஆர், கள், இவர், வனை,*
வரை, வரோடு, வாங்கு, வற்கு, வனின்
வரின், வாது, வரிகள், வற்கள்.
- ஆகிய சொல் உருபு

எழுவாய்க்கு உருபு கூறும் பிரயோக விவேக ஆசிரியர் இவை எல்லாம் சமஸ்கிருதத்திற்கு என்பதை விளக்கிச் செல்கிறார். (''தேற்றும் தமிழுக்கு எழுவாய் விபக்தி திரிபில் பெயர்'' பி.வி.8)

3. இலக்கணக்கொத்து ஆசிரியர், மூன்று வகையான முதல் வேற்றுமை உருபுகளைச் சுட்டியுள்ளனர்.

1.மாற்று உருபு - தன், தான்

2.உருபுகள் - இறைவன்

3.ஆயவன், ஆனவன், ஆவான், ஆடுகின்றவன்.

மேலே காட்டிய மூன்று இலக்கண ஆசிரியர்களும் தன்மை முன்னிலை, படர்க்கை உருபுகளையும் பால் காட்டும் உருபுகளையும் எண் காட்டும் உருபுகளையும் உயர்வு ஒருமை உருபுகளையும் எழுவாய் வேற்றுமை உருபுகளாக எண்ணி மயங்குகின்றனர் எனக் குமாரசாமி ராஜா குறிப்பிடுகிறார். வடமொழி மரபைப் பின் பற்றி மொழி பெயர்த்ததால் தமிழ் இலக்கண மரபிற்கு மாறான இலக்கண கட்டமைப்பை உருவாக்கியுள்ளனர்.

தமிழில் ஒரு வேற்றுமை வந்த இடத்தில் இன்னொரு வேற்றுமை உருபு சேர்ந்து வாராது. முருகன் - முருகனை, முருகனுக்கு என வரும் ஆனால் ★முருகனைக்கு என ஒரு

வேற்றுமை உருபின்மேல் இன்னொடு வேற்றுமை உருபு வந்து ஒட்டாது. தொல்காப்பியர் எழுவாய் வேற்றுமையைக் குறிப்பிடும்போது '*பெயர் தோன்றும் நிலை*' என்றும் '*திரிபில் பெயர்*' என்றும் குறிக்கப்படுகிற தொல்காப்பியரின் வேற்றுமை அமைப்பு ஓர் ஒருங்கு முறையில் (systematic approach) அமைந்துள்ளது. இதற்குச் சான்றாக, எழுவாய் வேற்றுமைக்கான முதன்மை நூற்பாவையும் துணைமை நூற்பாவையும் காணலாம்.

முதன்மை நுற்பா	வேற்றுமை
எழுவாய் வேற்றுமை	பெயர் தோன்றும் நிலையே
துணைமை நூற்பா	சங்க இலக்கிய சான்றுகள்
(6வகை பயனிலை எடுக்கும்)	ஏற்கும் வினைகள் உதாரணம்
1.பொருண்மை சுட்டல்	அறிவுடையார் எல்லாம் உடையார்
2.வியங்கொள் வருதல்	கெடுக என் ஆயுள் (சிலம்பு)
3.வினைநிலை உரைத்தல்	கூவின பூங்குயில்
4.வினாவிற்கு ஏற்றல்	நின்மகன் யாண்டுளன்?
5.பண்புகொள்வருதல்	அவரே கண்ணுக்கு இனியர் (புறம்.16)
6.பெயர் கொள் வருதல்	யானே தந்தை தோழன் (புறம்.201).

இம்முதல் வேற்றுமைக்கு மட்டும் துணைமை நூற்பா முடிந்த பிறகும் எழுவாய் தொடர்பான சில வரையறைகளைத் தொல்காப்பியர் சுட்டிச்செல்கிறார். பெயரினாகிய தொகையுமார் உளவே/ அவ்வும் உரிய அப்பாலான (தொல்.சொல்.67) பெயரும் பெயர்ந்தொக்க தொகையும் உள்ளன அவையும் எழுவாய் வேற்றுமையாக வந்து பயனிலை ஏற்கும் என உரை விளக்குகிறது.

7.யானை வந்தது (யானை) பெயர் - எழுவாய்

8.யானைக் கோடு கிடந்தது

யானைக்கோடு[பெயர்த் தொகை]

யானையது(எழுவாய்) கோடு

9.மதி தோன்றியது (மதி) பெயர் - எழுவாய்

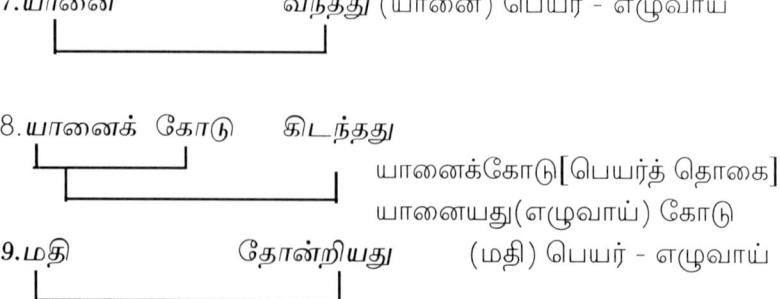

10. மதி முகம் வியர்த்தது [மதிபோன்றமுகம்] உவமத்தொகை

இவ்வாறு பெயரொடு பெயர் சேர்ந்த தொகையும், பெயரொடு வினை சேர்ந்த தொகையும் எழுவாயக வரும்.

11. நிலங் கடந்தான் வந்தான் நிலங்கடந்தான் தொகையாக இருந்தாலும் திருமால் என்னும் ஒரு பெயரையே குறிக்கிறது.

6.7. தோன்றா எழுவாய்

தமிழில் எழுவாய் வெளிப்படையாகவும் வரும் மறைந்தும் வரும் அவ்வாறு வருவதற்கு தோன்றா எழுவாய் என்று உரையாசிரியர்கள் சுட்டியுள்ளனர். "எவ்வயிற் பெயரும் வெளிப்படத் தோன்றி யவ்வியல் செவ்விது என்ப" (தொல்.சொல்.68) மூன்று இடத்துப் பெயரும் (தன்மை முன்னிலை, படர்க்கை) செவிப்புலனாகத் தோன்றி நின்று பயன் கொடுத்தல் செவ்வியது என்று தொல்காப்பியரும் உரையாசிரியரும் குறிப்பிட்டுள்ளனர். தருக்க அடிப்படையில் அவ்வாறு எழுவாய் வெளிப்படாமல் வருதலும் உண்டு என்பது அறியமுடிகிறது. இங்கு பெயர் என்று அழைக்கப்பட்டது எழுவாயை எனச் சேனாவரையர் சுட்டியுள்ளார்.

12. கரூர்க்குச் செல்லவில்லையா சாத்தா என்ற வினவப்படும்போது
13. (யான் / நான்) -செல்லவில்லை
14. யான் / நான் - யாது / என்ன செய்வது ?
15. (நீ) இதனைச் செய்
16. இவர் யார்?
17. (இவர்) ஆசிரியர் / மாணவர்

நான்/ யான். நீ, இவர் என்னும் எழுவாய் செல்லவில்லை, இதனைச் செய், ஆசிரியர் என்னும் பயனிலையை ஏற்கின்றன. துணைமை நூற்பா

	Subject		Predicate	e.g.
1.	Noun	+	Existence	ஆ உண்டு
2.	Noun	+	Optative verb	சாத்தன் செல்க
3.	Noun	+	Active verb	சாத்தன் சென்றான்
4.	Noun	+	Interrogative verb	சாத்தன் யார்

5. Noun + Qualitative Tl.verb சாத்தன் கரியன்
6. Noun + Noun predicate சாத்தன் வணிகன்

ஒரு பெயர்த்தொடர் முதல் பெயரொடு பயனிலை தொடர்ந்து ஒரு தொடர் பொருளை விளக்குகிறது.

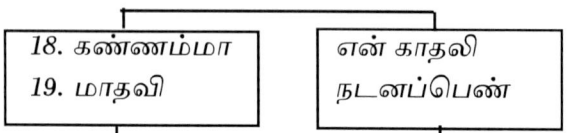

18. கண்ணம்மா	*என் காதலி*
19. மாதவி	*நடனப்பெண்*

இடது பக்கம் ஒரு தொகுதி பெயர் இருக்கிறது. வலது பக்கம் ஒரு தொகுதி பெயர் இருக்கிறது. ஒரு சொல்லிற்குச் சொற்பொருண்மை (lexical meaning), இலக்கணப் பொருண்மை (grammatical meaning) ஆகிய இரு பொருள்கள் உண்டு. அதே போல் இலக்கணக் கூறு (grammatical categorie) வேறு, இலக்கணச் செயற்பாடு (grammatical function) வேறு.

(i). சொல்லும் சொற்பொருண்மையும் மேல்நிலை தொடர்.

surface level = word - lexical meaning

(ii). பெயரும் இலக்கணப் பொருண்மையும் அடிநிலை தொடர்.

deap level = Noun - grammatical meaning

(iii). பெயர் என்னும் இலக்கணக் கூறினையும் தாண்டி, பெயர் செயப்படுபொருளாகவும் அல்லது பயனிலையாகவும் செயல்படலாம். இது செயற்பொருண்மையாகும்.

பெயர் ➔ எழுவாய், செயப்படுப்பொருள், பயனிலை

Noun ➔ subject, object, predicate

இதனைத் தொடர்நிலை உறவு என்றும் இங்கு இலக்கணப் பொருண்மை இலக்கணச் செயற்பொருண்மையாக மாறியுள்ளதை மேற்காணலாம்.

முதலில் உள்ளது எழுவாய் பின்னுள்ளது பயனிலை என்றும் தொடரியல் உறவுகளைப் பொருண்மை அடிப்படையில் கூறுவர். இங்கு, பொருண்மை அடிப்படை என்பது, எப்பெயர் வினையோடு தொடர்புடையதோ அது பயனிலை ஆகும். மேற்காணும் தொடரில் கண்ணம்மா என்னும் பெயர்த்தொடர் 'என்னுடைய காதலியாக இருக்கிறாள்' என்னும் உள்வினைத் தொடரைப் பயனிலையாக ஏற்கிறது. ஆகவே எந்த இடமாக இருந்தாலும் வினையோடோ உள்வினையோடோ தொடர்புடையது பயனிலை என வரையறுக்கலாம்.

எழுவாய் இரண்டு வகையாகப் பார்க்கப்படுகிறது. அ). இலக்கண எழுவாய் (grammatical subject), ஆ). தருக்க எழுவாய் (logical subject) புறநிலை அமைப்பில் தோன்றுவது இலக்கண எழுவாய். ஆனால், தருக்க அடிப்படையில் அமையும் எழுவாயே உண்மையான எழுவாயாக ஏற்கப்படுகிறது. இருந்தும் இந்தத் தருக்கமுறை மற்ற பிற வேற்றுமைகளுக்குச் சில இடங்களில் பொருந்தாமல் போகலாம்.

20. திருக்குறள் திருவள்ளுவரால் இயற்றப்பட்டது.

21. திருவள்ளுவர் திருக்குறளை இயற்றினார்

(வாக்கியம் 21 மேலே காட்டப்பட்ட வாக்கியம் 20இன் அடிநிலை வாக்கியம் (sentential source) அல்லது புதைநிலை வடிவம் ஆகும்.)

திருக்குறள் திரிபில் பெயர் முதலில் வந்துள்ளது ஆனால், அது எழுவாயாகச் செயல்படவில்லை. இயற்றுதல் என்னும் தொழிலைச் செய்தவர் எவரோ அவரே எழுவாயாக இருக்க முடியும். இயற்றுதல் என்னும் தொழில் இத்தொடரில் திருவள்ளுவர் எனத் தருக்க அடிப்படையில் அடையாளாப்படுத்த முடியும். அவர் மேற்கொண்ட தொழிலில் மூலமாக விளைந்தபொருள் திருக்குறள் ஆகவே அது செயப்படுப்பொருள் என அதனையும் தருக்க அடிப்படையில் அதன் இலக்கணப் பொருண்மையை விளக்கமுடியும். இதன் காரணமாகவே உரையாசிரியர்கள் 'பெயர் கண்டுழி எல்லாம் வேற்றுமை என்று கொள்ளற்க' எனக் குறிப்பிட்டுள்ளனர். தொல்காப்பியரும் எழுவாய் என்பதற்கு 'வினைமுதல்' என்னும் சொல்லையே மிகத் தெளிவாகக் கையாண்டுள்ளார்.

6.8. ஃபில்மோரின் வேற்றுமைப் பற்றிய கருத்தாக்கம்

சார்லஸ் ஜெ.ஃபில்மோர் ஒஹியே ஸ்டேட் பல்கலைக் கழகத்தின் மொழியியல் அறிஞராகப் பணியாற்றியவர் . இவர் வேற்றுமை இலக்கணம் (case grammar) குறித்த தம் கோட்பாட்டை 60களில் முன்வைத்தார். இவருடைய வேற்றுமை கோட்பாடு குறித்த இரு கட்டுரைகள் மிக முக்கியமானவை 1.*Case for Case* (1968) , 2.*Some Problem of Case Grammar* (1971). எல்லா மொழிகளிலும் வேற்றுமை இலக்கணம் பிரதான இடத்தைப் பெற்றுத் திகழ்கிறது. இருந்தும் சிறந்த ஆய்வுகள்

வரவில்லை என்பது ஃபில்மோரின் கருத்தாகும். வாக்கியம் இரண்டு வகையான நிலைகளில் இயங்குகிறது. 1.புறநிலை அமைப்பில் இயங்குவது. 2.புதைநிலை அல்லது அகநிலை அமைப்பில் இயங்குவது. ஒவ்வொரு வாக்கியத்திலும் வினையும் பெயர்த்தொடர்களுமே இன்றியமையாதன என்றும் மையமான வினையோடு பெயர்த்தொடர்களுக்கு உள்ள உறவே 'வேற்றுமை உறவு' என்று அவர் தெளிவுறக் கூறுகிறார்.

6.8.1. ஃபில்மோரின் புதைநிலைக் கோட்பாடு

பில்மோர், புதைநிலை அமைப்பை அடிப்படையாகக் கொண்டு வேற்றுமை இலக்கணக் கோட்பாட்டை முன்வைக்கின்றார். புதைநிலையில் ஒவ்வொரு வாக்கியமும் இரண்டு அமைப்பான்களைப் (constituents) பெற்று உள்ளன. அவை;

1. முதன்மை உறுப்பு - proposition & P
2. துணைமை உறுப்பு - modality & M

Sentence = Modality + Proposition (S = M + P)³

ஆகவே, தொடர் என்பது முதன்மை உறுப்பு+துணைமை உறுப்பு.

முதன்மை உறுப்பில் வினையும், அதனோடு வேற்றுமை உறவு கொண்டுள்ள பெயர்களும் அடங்கும். துணைமை உறுப்பில் காலம் (tense), எதிர்மறை போன்றவை அடங்கும். மேல் காட்டப்பட்ட (S=M+P) என்னும் அடிப்படையில் பில்மோர் வேற்றுமைத் தொடரை விளக்கியுள்ளார். முதன்மை உறுப்பு (P) என்னும் அமைப்பில் வினையும் ஒன்றுக்கு மேற்பட்ட வேற்றுமை வகைப்பாடுகளும் (C - case categories) இடம்பெறும்.

---

3. In the basic structure of sentences, then, we find what might be called the "proposition', a tenseless set of relationships involving verbs and nouns (and embedded sentences, if there are any), separated from what might be called the "modality' constituent. This latter will include such modalities on the sentence &as &a &whole as negation, tense, mood, and aspect28. The exact nature of the modality constituent may be ignored for our purposes. It is likely, however, that certain "cases' will be directly related to the modality constituent as others are related to the proposition itself, as for example certain temporal adverbs.]. The first base rule, then, is 28, abbreviated to 28. 28 Sentence = Modality + Proposition S = M + P.

P - V+C1+C2+.....Cn.
C - K+NP
K - வேற்றுமை உருபைக் குறிக்கும்
NP - Det. (Determiner) + N (Noun)
NP - Noun Phrase

இவ்விதியைக் கீழ்க்காணுமாறு வரைபடத்தில் காட்டலாம்.

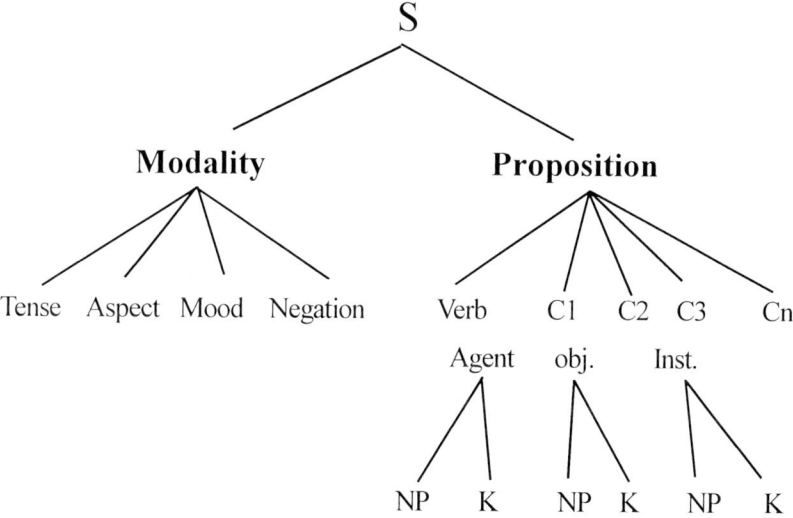

22. கண்ணம்மா என்னைக் காதலால் மணந்தாள்

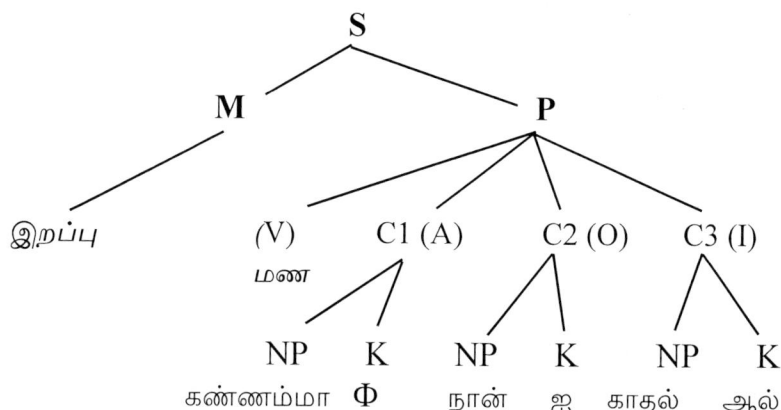

6.8.2. ஃபில்மோரின் எழுவாய் தேர்வு

புதைநிலையிலிருந்து புறநிலைக்கு எழுவாய் வரும்போது கட்டுப்படுத்தப்பட்ட ஒரு ஒழுங்கமைவு உள்ளது. இது உலகம் மொழிகளுக்குப் பொருந்தும் பொதுமை உடையது எனப் ஃபில்மோர் சுட்டியுள்ளார். எழுவாய் தேர்விற்கு அவர் காட்டிய ஒழுங்குமுறை AEIOSLTP (Agent, Experiencer, Instrument, Object, Source, Goal, Location, Time & Path) என்பதாகும். புறநிலையில் எழுவாய் (Agentive) வேற்றுமை இடம் பெற்றால் வேறு எந்த வேற்றுமை வந்தாலும் வினைமுதல் (Agent) தான் புறநிலை / புதைநிலை எழுவாயாக (surface subject) இடம் பெறும். சான்றக மேல் காட்டிய 22ஆம் தொடரின் புதைநிலை வடிவத்தைக் குறிப்பிடலாம். வாக்கியம் 22இல் வினையைச் செய்தவர் வினைமுதல் (Agent) வெளிப்படையாக வந்துள்ளதால் எழுவாய்வேற்றுமையை நாம் எளிதில் கண்டறிந்துவிடலாம். ஃபில்மோரின் கருத்துப்படி ஒரு தொடரில் வினைமுதல் (Agent) இருந்தால் அதுவே அத்தொடரின் எழுவாயாகச் (subject) செயல்படும். வினைமுதல் (Agent) இல்லை என்றால் கருவிப்பொருள் (Instrument) செயப்படுபொருள் (object) எழுவாயாகச் (subject) செயல்படும். என்று பில்மோரின் கருத்துப்படி விளக்கலாம். அவரின் வேற்றுமைத்தொடர் குறித்த கோட்பாட்டைத் தமிழ்த் தொடர்களுக்குப் பொருத்திப் பார்த்துப் பரிசோதிக்கலாம்.

23. வில் அந்தரத்து எயிலை வாட்டியது. (instrument, object, verb)

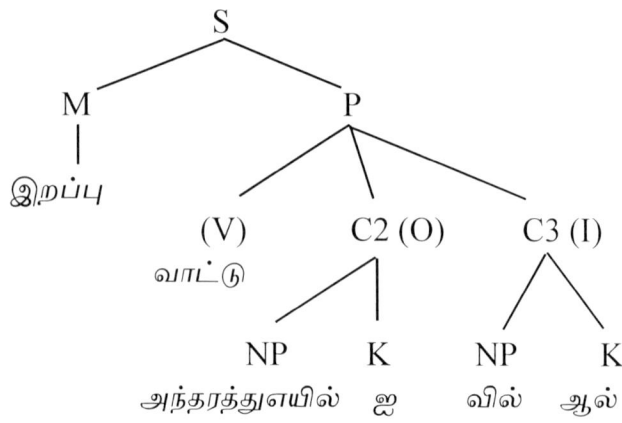

மேற்காட்டிய தொடரில் மூன்றாம் வேற்றுமைப் பொருளில் செயல்படும் வில் என்பதே எழுவாயாகச் செயல்படுகிறது.

24. புறம்மூன்றும் எரிந்தது

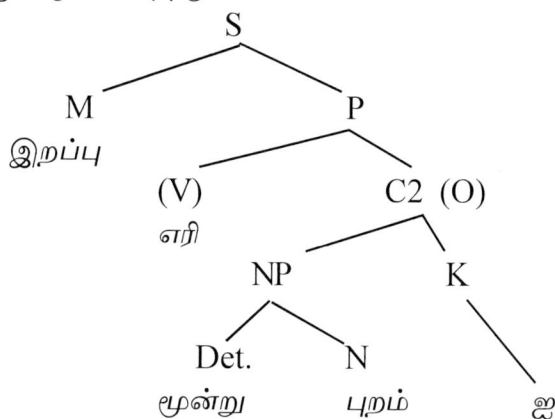

வாக்கியம் 24ஆம் தொடரின் புதைநிலை அமைப்பு அடிப்படையில் மூன்றுபுறம் என்னும் எரிந்த செயப்படுபொருளே எழுவாயாகச் செயல்படுகிறது. பெயர்க்கும் வினைக்கும் உள்ள உறவு தொடரியல் உறவு (Syntactic relationship) இது புறநிலை வேற்றுமை என்றும், பொருளியல் உறவு (semantic relationship) புதைநிலை வேற்றுமை என்றும் குறிக்கப்பெறும். சமஸ்கிருதத்தில் புறநிலைவேற்றுமை விபக்தி (வேற்றுமை உறவுகள்) என்றும் புதைநிலை வேற்றுமை உறவை 'காரகம்' (வேற்றுமைப் பொருள்) என்றும் வழங்கப்படுகிறது. இதுவே தமிழில் முதன்மை நூற்பாவாகவும் துணைமை நூற்பாவாகவும் விளக்கப்பட்டுள்ளன.

6.8.3. புதைநிலையும் புறநிலையும்

அ). இரண்டு வெவ்வேறு புதைநிலை புறநிலையில் ஒன்றாக இருக்கும்.

25. *புலி கொல் யானை*

வாக்கியம் 25இல் புதைநிலை வடிவம் இரு வகையான வேற்றுமைத் தொடர்களை வெளிப்படுத்துகின்றன. அ). யானை புலியைக் கொன்றது. ஆ). புலி யானையைக் கொன்றது. இது (S ± - V - O ±).

ஆ). புதைநிலையில் ஒன்றாக இருந்து புறநிலையில் ஒன்றுக்கு மேற்பட்ட தொடர்களை வெளிப்படுவதுண்டு.

26. ஆசிரியர் பாடம் கற்பித்தார்

26.1 ஆசிரியர் பாடத்தைக் கற்பித்தார்   26.2 ஆசிரியரால் பாடம் கற்பிக்கப்பட்டது.

இ). புறநிலையும் புதைநிலையும் ஒன்றாக ஒத்துச் செல்வதுண்டு.
   27a. இராமன் வாளால் வெட்டினான். *(புறநிலை)*
   27b. இராமன் வாளால் வெட்டினான். *(புதைநிலை)*

இவ்வாறு புதைநிலை தொடர் அமைப்பு மூன்று நிலைகளில் வருவதை ஃபில்மோர் சுட்டிக்காட்டியுள்ளார். மேலும், எழுவாய்ப் பற்றிப் புரிந்துகொள்ள நாம் கண்டிப்பாகப் பின் வரும் இரு கட்டுரைகளைப் படிக்கவேண்டும்.

1. எழுவாயில் எழும் சில சிக்கல்கள், டாக்டர் கி.அரங்கன், தமிழியல் ஆராய்ச்சி தொகுதி-8, 2005, பக்.13-25. முழுவதும் மொழியியல் பின்னணியில் அடிப்படையாகத் தகவல்கள் விளக்கப்பட்டுள்ளன.

2. எழுவாய் ஏற்றம், பேரா.இரா.கோதண்டராமன் வாழிய செந்தமிழ் 2007, பக். 242 -253, உலக மொழிகளில் காணப்படும் எழுவாய் ஏற்றம் பற்றி மொழியியல் பின்னணியில் விளக்கப்பட்டுள்ள கட்டுரை ஆகும்.

7
திராவிட மொழிகளில் பால், எண், இயைபு:

7.1. தொடக்கம்

மொழிப் பற்றிய ஆய்வுகள் மிகப் பன்னெடுங்காலமாகத் தொடர்ந்து நடைபெற்று வருகிறது. குறிப்பாகக் கிரேக்கத்தில் மெய்யியல் சிந்தனையில் வழியாக மொழி ஆய்வுகள் முன்னெடுக்கப்பட்டது. தென்னிந்தியாவைப் பெருத்த வரை திராவிட மொழி, அமைப்புத் தொடர்பான சிந்தனைகள் மெய்யியல் பின்னணியில் சார்ந்து இயங்கவில்லை என்பது தொல்காப்பியம் போன்ற நூல்கள் மூலம் அறியமுடிகிறது. தமிழ்மரபும், தமிழும் வடமொழி மரபையும் இணைத்து எழுதப்பட்ட இலக்கண நூல்கள் தோன்றிய காலகட்டத்தில் அய்ரோப்பியர் வருகைக்குப் பின் பழைய மரபுகளிலிருந்து மாறான அல்லது மொழி கற்பித்தல் நோக்கில் இலக்கண நூல்கள் இயற்றப்பட்டன. ஒப்பீட்டு அளவில் திராவிட மொழிகளை ஆராய்ச்சி செய்தவர் ஃபிரான்ஸ் ஒயிட் எல்லிஸ் (Francis White Eillis) என்பவர். அவர், ஏ.டி.கேம்பல் அவர்களின் தெலுங்கு மொழி இலக்கண நூலுக்கு வழங்கிய முன்னுரையில் திராவிட மொழிகளின் ஒப்பாய்வினைத் தொடங்கி வைத்துள்ளார். அதன்பின் மிகப் பெரும் அளவிளான மொழிகளை உள்ளடக்கி ஒப்பிலக்கணத்துறையை மிக நேர்த்தியாகக் கையாணடவர் அயர்லெண்ட் நாட்டைச் சேர்ந்த ராபர்ட் கால்டுவெல் ஆவர். அவர் சமயப் பரவலுக்கு வந்த பாதிரியாக இருந்தாலும், தொடர்ந்து திராவிட மொழிகளை ஆராய்ந்துள்ளார். இவர் தமிழகத்தில் வாழ்ந்த காலத்தில்தான் ஒவ்வொரு திராவிட மொழிகள் தொடர்பான ஆய்வுகளும், அந்தந்த மொழிகளுக்கு அகராதிகளும் உருவாக்கப்பட்டுக் கொண்டிருந்தன. வின்ஸ்லோ அகராதிக்கு ஆலோசகர் குழு உறுப்பினராக இருந்தார். 1856ஆம் ஆண்டு திராவிட

மொழிகளுக்கான ஓர் ஒப்பிலக்கண நூலினைப் படைத்தார். அந்த ஆய்வின் பின்னணியிலேயே தமிழ் நாட்டு மொழியியல் ஆய்வுகள் பெருமளவு நடைபெற்று வருகின்றன. அவரின் ஆய்வின் முறைகளையும் ஒரு பொருள் தொடர்பாக மேற்கொள்ளும் முயற்சிகளும் அவர் உருவாக்கும் கருத்தாக்கங்களையும் வெளிப்படுத்தும் வகையில் இந்தக் கட்டுரை அமைந்துள்ளது. திராவிட மொழிகளில் காணப்படும் பால், எண், இயைபு தொடர்பான கருத்தாக்கங்களை இக்கட்டுரை முன்வைக்கிறது. குறிப்பாகத் திராவிட மொழிகளில் தமிழ், மலையாளம், கன்னடம் தெலுங்கு ஆகிய மொழிகளை மட்டுமே இங்கு முன்னிலைப் படுத்தப்படுகிறது.

7.2. சொல்வகைப்பாடு

"ஒரு மொழியில் உள்ள சொற்களை வகைப்படுத்துவதில் பல்வேறு பொருண்மைசார் கூறுகள் பங்குபெறுகின்றன. இப்பாகுபாடு இரு நிலைகளில் மேற்கொள்ளப்படுகின்றன. ஒன்று உருபனியல் நிலை (morphological level); மற்றொன்று தொடரியல் நிலை (syntactic level) அல்லது உருபனியல் தொடரியல் நிலை (morpho-syntactic level). பெயர்ச்சொற்களின் ஒரு பகுதி பாலைக் காட்டுவதாகவும், எண்ணைக் குறிக்கின்ற ஒட்டும் (affix) வரலாம், ஒரே ஒட்டுப் பாலையும் (gender) எண்ணையும் (number) குறிக்கலாம்''. (கி.அரங்கன் 2014). பெரும்பான்மையான திராவிட மொழிகள் பால் வேறுபாடுகளைச் சுட்டுவதற்குப் பொதுவாகப் பால் விகுதிகளையே பயன்படுத்துகின்றனர். கால்டுவெல்லின் கருத்துப்படி பால் விகுதிகள் யாவும் பிரதிப்பெயர்களின் (pronoun) மாற்று அல்லது திரிந்த வடிவங்களாகும். ஜூல்ஸ்பிளாக் பெயர்ப்பதிலி விகுதிகளாகக் கூறுவார். திராவிட மொழிகள் எழுவாய் பயனிலை உறவுடையவை ஆனால், மலையாளமும் பிராகூய் மொழியும் இதற்கு விதிவிலக்கானவை. இந்நிலையில் இரு கேள்விகள் எழுகின்றன.

1. எப்போது தொடர் இயைபு எனும் இந்த அமைப்பு உருவாகியது?
2. எப்போது எப்படி இந்த ஐவகைப் பால்வேறுபாடு வளர்ந்தது?

எனத் தெ.பொ.மீனாட்சிசுந்தரன் கேள்வி எழுப்பியுள்ளார் (மொழியியல் 5.1, 1981:12).

அரங்கன், கி. சங்க மொழியில் ஆண்பால் மரியாதை ஒருமை, 2014, தமிழ்நாடு மத்திய பல்கலைக்கழகத்தில், வாசிக்கப்பட்ட ஆய்வுக்கட்டுரை,

பல்வேறு குடும்ப மொழிகளின் பால் பாகுபாட்டை அறிந்த திராவிட மொழியியலின் தந்தை ராபர்ட் கால்டுவெல் திராவிட மொழிகளின் பால்பாகுபாட்டைக் கண்டு வியக்கின்றார். திராவிட மொழிகளை வரலாற்று நிலையிலும் ஒப்பீட்டு நிலையிலும் ஆராய்ந்து பார்க்கும் போது பல மாற்றங்களும் வளர்ச்சி நிலைகளும் காணப்படுகின்றன. சான்றாக மொழியின் இலக்கண மரபை ஆராய்ந்து பார்க்கும் நிலையில் தன்மை முன்னிலை படர்க்கை என்ற மூன்று இடங்களும் ஆண்பால் பெண்பால் பலர் பால் ஒன்றன்பால் பலவின் பால் என்ற ஐம்பால்களும் பாகுபாடு காணப்படுகின்றன. படர்க்கை பாகுபாடு பல்வேறு பொருண்மைக் கூறுகள் இணைந்துள்ளன (பால் எனவே திணையும் அடங்கும்- தெய்வச்சிலையார் 1927:168). ஆண்பால், பெண்பால் அந்தந்தப் பாலின் ஒரு வரைக் குறிக்கும் பலர்பால் மூன்று நிலைகளில் அமைகின்றன.

ஆண் - ஆண்	}	
பெண் - பெண்	}	பலர்பால்
ஆண் - பெண்	}	

இதன் காரணமாகவே கால்டுவெல் பலர்பாலுக்கு இருபால் பன்மை என்னும் கலைச்சொல்லால் அழைத்துள்ளார். அஃறிணை என்பது இந்த உயர்திணைப் பகுப்பில் இருந்து முற்றிலும் மாறுபட்டது ஆகும். இப்பாகுபாடு ஒருமை பன்மை என்பது எண் அடிப்படையில் அமைந்துள்ளது. பறவை விலங்கு போன்றவற்றின் ஆண், பெண் பாகுபாடு தொல்காப்பியப் பொருளதிகாரம் மரபியலில் விளக்குகிறார் (பாலசுப்பிரமணியன் (வர இருக்கும்) :ix).

7.3. தொல்காப்பியம் குறிப்பிடும் பால் ஈறுகள்

தொல்காப்பியர் கிளவியாக்கத்திலே பால் இயைபுகளைப் பற்றி மொழியியல் அணுகுமுறைபோல் குறிப்பிடுகின்றார். தொல்காப்பியம் குறிப்பிடும் பால் எண் அமைப்பினைக் கொண்டே தமிழ் மொழியின் பால் எண் அமைப்பு வரையறுக்கப்பட்டுள்ளது. இவ்வகை அமைப்பு, கால்டுவெலின் ஆய்வுகளின் பின் தென் திராவிடமொழிகள் அனைத்திலும் இவ்வகை அமைப்பு, இருப்பதை அறிந்துகொள்ள முடிந்தது.[1]

1.தமிழ், மலையாளம்,கொடகு, கோதா, தோடா, கன்னடம், துளு என்பவை தென் திராவிட மொழிகள் ஆகும். இந்தப் பிரிவு மொழிகளில் காணப்பெறும் திணை பால் பாகுபாடு பகுத்தறிவு வகையில் அமைந்துள்ளது.(கால்டுவெல் 1976:222)

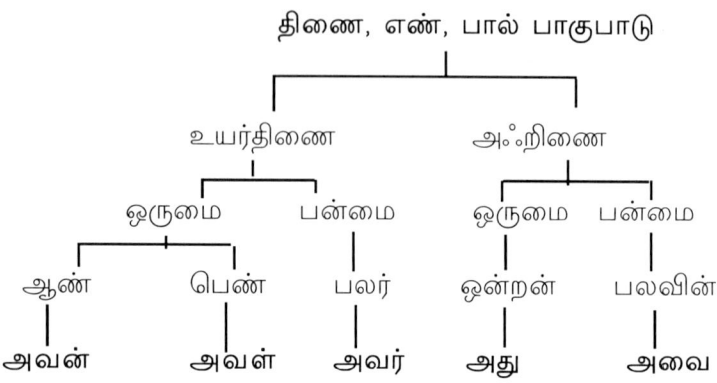

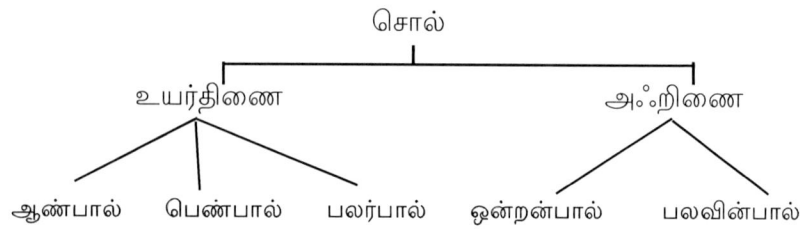

உருபனியல் நிலையில் இது சரியாகத் தோன்றினாலும் தொடரியல் நிலையில் பார்க்கும்போது ஒருசார் அணுகுமுறையே இதற்கு அடிப்படையாக உள்ளது என்பது தெளிவாகும் (Agesthialingom 1966). அதனால்தான், தொல்காப்பியம்

இருதிணை மருங்கின் ஐம்பால் அறிய
ஈற்றில்நின் றிசைக்கும் பதினோ ரெழுத்தும்
தோற்றந் தாமே வினையொடு வருமே. தொல்.சொல்.11.

வினையின் தோன்றும் பால்அறி கிளவியும்
பெயரில் தோன்றும் பால் அறி கிளவியும்
மயங்கள் கூடா தம்மர பினவே.   தொல்.சொல். 12.
எனத் தொல்காப்பியம் குறிப்பிடுகிறது.

தொல்காப்பியம் பால் ஈறுகள் வினையில் தோன்றும் எனக் குறிப்பிடுகிறது. ஆண்பால் ஈறு னஃகான் ஒற்று, பெண்பால் ஈறு ளஃகான் ஒற்று, பலர்பால் ஈறுகள் ரஃகான் ஒற்றும் பகர இறுதியும் மார் என்னும் உருபும் சேர்த்து உயர்திணையில் ஐந்து ஈறுகளும் (ன், ள், ர், ப, மார்), அஃறிணையில் ஒன்றன் பால்

ஈறுகள் (து,று,டு) மூன்றும், பலவின்பால் ஈறுகள் (அ,ஆ,வ) மூன்றும் இப்பகுப்பு, கிட்டத்தட்ட கால்டுவெல்லோடு ஒத்துக் காணப்படுகின்றன. ஆக, அஃறிணையில் 6 ஈறுகளைத் தொல்காப்பியம் சுட்டியுள்ளது. ஈற்றில் நின்று வரும் இந்த 11 விகுதிகளும் வினையோடு வரும் என வரையறுத்துள்ளது. படர்க்கையில் வரும் இந்தப் பால் ஈறுகள், எண் காட்டும் தன்மையும் இந்த உருபில் சேர்ந்தே இணைந்துள்ளது. படர்க்கை பால் உருபுகள் திணை, பால், எண் காட்டும் தன்மை உடையன.

தமிழில் தன்மை, முன்னிலை ஆகிய இடங்கள் பால் காட்டும் தன்மை உடையன அல்ல. அவை எண் மட்டும் காட்டும் தன்மை உடையன. தொல்காப்பியர் தன்மை முன்னிலை பற்றி வினையியலில் பேசுகிறார். தன்மை ஒருமைக்கு 7 விகுதிகளும் (கு,டு,து,று, என், ஏன், அல்), தன்மை பன்மைக்கு 8 விகுதிகளும் (அம், ஆம், எம், ஏம், கும், டும், தும், றும்) சுட்டியுள்ளார். தொல்காப்பியர் முன்னிலை வினையை விரவு வினையில் பேசுகிறார். முன்னிலை ஒருமைக்கு (இ, ஐ, ஆய்) மூன்று விகுதிகளும், முன்னிலை பன்மைக்கு (இர், ஈர், மின்) மூன்று விகுதிகளும் தொல்காப்பியம் குறிப்பிடுகிறது. இந்த ஆறு விகுதிகளும் உயர்திணைக்கும் அஃறிணைக்கும் வரும் எனச் சுட்டியுள்ளார். முன்னிலை ஒருமையைக் குறிப்பிடும்போது ஒருவர்க்கும் ஒன்றற்கும் என்றும் முன்னிலைப் பன்மையைக் குறிக்கும்போது ''*பல்லோர் மருங்கினும் பலவற்று மருங்கினும்*'' எனச் சுட்டியுள்ளார். இதில் முன்னிலை ஒருமை விகுதி 'இ' இறந்தகாலம் பற்றியும் ஐ,ஆய் ஆகிய இருவிகுதிகளும் மூன்றுகாலத்திற்கும் வரும் என்றும் பன்மையில் இர், ஈர் மூன்றுகாலத்திற்கும் மின் எதிர்காலத்திற்கு வரும் என்றும் குறிப்பிடுகிறார். இந்த மரபிலக்கண ஆய்வுகள் இவ்வாறு வழங்க மொழியியல் ஆய்வுகள் பின் வருமாறு விளக்குகின்றன.

7.4..எண்

திராவிட மொழிகளில் ஒருமை, பன்மை என்ற இரு எண்கள் மட்டுமே வழங்குகின்றன. ஒருமைக்குள் தன்மை, ஒருமை, முன்னிலை ஒருமை ஆகிய இரண்டு இடமும் பால்காட்டாத தன்மை உடையன. பால் காட்டும் தன்மை உடைய படர்க்கை இடத்தில், உயர்திணையில் வரும் ஆண்பால் ஒருமையும் பெண்பால் ஒருமையும், அஃறிணையில் வரும் ஒன்றன் பாலும் ஒருமையில் வரும். பன்மைக்குள் தன்மை பன்மை, முன்னிலை பன்மை ஆகிய பால்காட்டத தன்மை

உடையன இரண்டும் பால் காட்டும் தன்மை உடைய படர்க்கை இடத்தில், உயர்திணையில் பலர்பாலும், அஃறிணையில் பலவினபாலும் வரும்.

7.4.1. ஒருமை

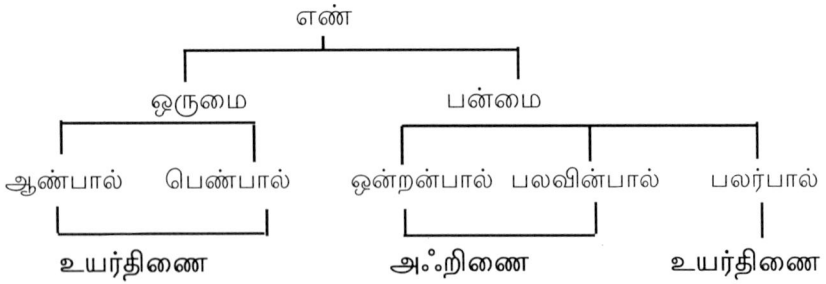

7.4.1.1. ஆண்பால் ஒருமை

பெயர்ச்சொற்களில் திணை பால் உணர்த்த வரும் சொல்லாக்க உருபு சுட்டுப்பெயர் ஈறுகளே. சுட்டுப்பெயரின் மூலங்களோடு திணை, பால் உணர்த்தும் சொல்லாக்க உருபு இணைகின்றன இதன்விளைவாகச் சுட்டுப்பெயர்கள் தோற்றுவிக்கப்படுகின்றன. தொல் திராவிடத்தில் இது நிகழ்வில்லை. சொல்லாக்கங்களின் படிப்படியான வளர்ச்சியாலே திணை, பால் உணர்த்தும் பொருண்மையை அச்சொற்கள் பெற்றன.

அன், ஆன், ஓன் என்பன தமிழ்மொழியில் உயர்திணை ஆண்பால் ஒருமை விகுதியாகும். அவன்(= அ+வ்+அன்) என்ற சுட்டுப் பெயர்க்கண் வரும் சொல்லாக்கமே 'அன்' என்ற குறில் வடிவமாகும். பெயர் வடிவம் அவன் தமிழன் (அன்), வினையாலணையும் பெயர் (ஓது+வ்+ஆன்) ஓதுவான், வில்லோன் காலென கழலே (வில்ல்+ஓன்), வில்லவன் (வில்+அவன்) எனவும் வரும்.

கன்னடத்தில் உயர்திணை ஆண்பால் விகுதி அனு என்பதாகும். இது தமிழின் அன் விகுதியோடு இன ஒப்புமை உடையது. பழங்கன்னடத்தில் *'அம்'* ஆளப்பட்டுள்ளது. தெலுங்கு மொழியில் உயர்திணை ஆண்பால் விகுதி டு, உடு, அடு என்பனவாகும். ண்டு, உண்டு, அண்டு என்பது தெலுங்கில் உண்மையான விகுதிகளாம். இவற்றில் 'ண'கரம் இழந்துள்ளது. தெலுங்கும் தன் சுட்டுப் பெயராகிய 'வாண்டு' என்பதோடே முழுவதும் இணைகிறது. சின்னவாண்டு, தமிழில் இது சின்னவன் என பொருள்படும் எனக் கால்டுவெல் குறிப்பிடுகிறார். தற்போது

வாண்டு என்பது பரவலாகப் பயன்படுத்தப்படுகிறது. 'ஆன்' என்பது ஆண் என்பதன் பிறிதொரு வடிவம் ண கரம் டு என்னும் ஒலி இணைநிலை ஒலிநயம் ஆகும். பெண் > பெண்டு, பெடை போன்ற சொற்களில் வரும் ணகரத்தில் மாற்று ஒலியாகவே டகரம் வழங்குகிறது.

தொல்திராவிட காலத்தில் வளர்ச்சியடைந்த மொழிநிலை

அன், ஆன் (ஆண்பால்)

அம் >

அள் அள் (பெண்பால்)

அம் என்னும் விகுதியே தொடக்கத்தில் இருந்திருக்க வேண்டும். என்னெனின் பழங்கன்னடத்தில் அம் விகுதி ஆளப்பெற்றுள்ளதை அறியமுடிகிறது. அம் விகுதி மிக பழைய முறை அதுவே உயர்திணை ஆண்பால் பெண்பால் சுட்டுப்பெயர்களைத் தோற்றுவிக்கிறது. தொல்காப்பியத்திலும் அ, இ, உ. சுட்டு எனத் தனி உயர் எழுத்துக்களே வருகின்றன அதனோடு மகர ஒற்று இணைய இவ்வகையான சொல்லாக் கங்களுக்கு அடிநிலையாக அமைந்திருக்க வேண்டும். மொழியியல் அறிஞர்கள் அதனைத்திற்கும் மகர ஒற்றினை அடிநிலை ஒலியனாகப் பொருத்திப்பார்ப்பது இங்கு எண்ணத்தக்கது. செவ்விதழ் (செவ் செம் (ம்>வ்)).செம் என்பது அடிநிலைச் சொல்லாகும். சிவப்பு என்னும் சொல்லின் அடி சிவ்/செவ் >செம் என்பதாக இருக்கவேண்டும்.

7.4.1.2. பெண்பால் ஒருமை

பெண்பால் ஒருமைச் சொல்லுருபு தமிழிலும் மலையாளத்திலும் பழங்கன்னடத்திலும் அள் என்னும் வடிவம் வழங்கப்படுகிறது. உயர்திணைப் பெண்பால் ஒருமைப் படர்க்கைச் சுட்டுப்பெயர் தோன்றும். அ+வ்+அள் இச்சொல் அவன் என்னும் உயர்திணை ஆண்பால் ஒருமைச் சுட்டுப் பெயரோடு ஒத்திருக்கிறது.

தமிழ், கன்னட உயர்திணைப் பெண்பால் விகுதிகளோடு ஒப்புடைய ஆலு என்னும் விகுதியைத் தெலுங்கு ஓர் இடத்தில் கையாண்டுள்ளது. பேச்சு மொழியிலும், செய்யுள் நடையிலும் ஆலு என்பது மனைவி எனப் பொருள்படும். தெலுங்கிற்கு உரியதாகக் கருதப்படும் மற்றொரு கூறு பெண்பால் ஒருமையில் அஃறிணை ஒருமைப் பெயரின் விகுதி அல்லது அதன் திரிந்த வடிவம் இணைக்கப்படுகிறது. பெண்பால் விகுதிக்குப் பதில் அஃறிணை விகுதி வருதல் தெலுங்கு மொழியின் இயல்பாகும்.

உயர்திணை	அஃறிணை
செய்கின்றாள் (தமிழ்),	செய்கிறது (தமிழ்)
செய்யுந்நு > செய்யுன்னாள் (மலை.)	செய்யுன்னது (மலை.)
கெய்தபள் (கன்.).	கெய்தபுது (கன்.)
சேயுசுன்னதி (அதி), (தெலு.)	சேயுசுன்னதி(அதி) (தெலு.)

தெலுங்கு அஃறிணை ஒருமைப் படர்க்கைச் சுட்டாக வரும் அதி என்பது பெண்பால் ஒருமையில் பிரதிபலிக்கின்றன. மேலும் திராவிட மொழிகளில் பெண்பால் விகுதியில் வரும் இகரம் சமஸ்கிருத முறையை ஒட்டி எழுந்ததாம். சான்றாகத் தலைவி, மாலதி ஆகிய சொற்களைக் குறிப்பிடலாம் எனக் கால்டுவெல் குறிப்பிடுகிறார். இது எந்த வகையில் பொருந்தும் என்பது மீள் ஆய்வுக்கு உட்படுத்தவேண்டும்.

7.4.1.3. அஃறிணை ஒருமை

திராவிடப் பெயர்சொல் ஒவ்வொன்றும் இயற்கையில் அஃறிணையே என்றும் பால் வேற்றுபாடு அற்றவை என்றும் கால்டுவெல் கருதுகிறார்.

A	B	C	D	E	F	
Φ	அ >	அம்	>அ / ஆ	ன்		- ஆண்பால்
Φ	அ >	அம்	> அ / ஆ	ள்		- பெண்பால்
Φ	அ >	அம்	>அ / ஆ	ர்		- பலர்பால்
Φ	அ >	அம்	>அ	த்	உ	- ஒன்றன்பால்
Φ	அ >	அம்	>அ			- பலவின்பால்

தொடக்கத்தில் திராவிட மொழிகள் பால் காட்டாமல் இருந்து என்னும் கருத்து அறிஞர்களிடையே நிலவுகிறது. ஆ, இ மாற்றம் மிக முக்கியமான வளர்ச்சியாகும். உயர்திணை ஆண்பால், பெண்பால் விகுதிகள் அஃறிணையில் இணைவதால் உருவாகின்றன. அதனால்தான் அஃறிணையில் பால் வேற்றுமையற்ற ஒருமை பன்மையை வெளிப்படுத்தும்படி அமைந்துள்ளன.

தமிழ், கன்னடம் மலையாளம் ஆகிய மொழிகளில் அஃறிணை இடப்பெயர், அது, இது, என்பன தெலுங்கில் அதி, இதி என்னும் வடிவம் வழங்கப்படுகின்றன. பழந்தமிழில் அன்று

(சங்கப் பதிவில் 154), அல்லது (சங்கப் பதிவில் 101) என்பது அல்லது என்றும் பதிவாகியுள்ளன. இச்சொல்லில் வரும் து அல்லது த் என்னும் மெய்யே அஃறிணை ஒருமையைக் காட்டுகின்றன. அது, அதி, இதி ஆகிய சுட்டுப்பெயர்களின் ஈற்றில் காணப்படும் உகரம், இகரம் ஒலித்துணை காரணமாகவே இணைக்கப்படுகின்றன. திராவிட வினைச் சொற்கள் அவ்வினை அறிவிப்பது மூன்று காலத்திற்கும் பொருந்தும். காலம் மாறினாலும் அல்லது அந்த இடத்தில் எதிர்மறை உருபு வந்து இயங்கினாலும் பால், எண் உருபுகள் மாறுவதில்லை. இது மூன்று இடத்திற்கும், எதிர்மறைக்கும் பொருந்தும். சான்றாக, நான் ➔ வந்தேன், வருகிறேன், வருவேன் வரமாட்டேன் (ஏன்)

தெலுங்கில் இவ்விகுதி பெண்பால் ஒருமை விகுதியாகவும் வரும். 'அது' என்ற தமிழ்ச் சுட்டுப்பெயரை 'அவை' எனப் பொருள்படும் 'அவ' என்ற மலையாளச் சொல்லோடு ஒப்பீட்டுக் காணவேண்டும் என்றும் 'அவ' என்பதின் ஈற்றில் வரும் அகரம் அஃறிணைப் பன்மை விகுதியாகும் எனக் கால்டுவெல் குறிப்பிடுகிறார்.

7.4.2. பன்மை
7.4.2.1. இருபால் பன்மை : -அர், ஆர், மார்

திராவிட மொழிகள் அனைத்திலும் அடிப்படையில் ஒன்றே. அம்மொழி ஒவ்வொன்றிலும் அது மேற்கொள்ளும் பல்வேறு வடிவங்கள் ஒலித்துணை கருதி வந்தனவே. தமிழில் *அர், ஆர், ஓர், இர், ஈர்* என்ற வடிவங்களும், கன்னடத்திலும் தெலுங்கிலும் *அரு, ஆரெ, ஏடு, ரி, ரு* என்ற வடிவங்களும் வழங்குகின்றன. இவ்விகுதிகளின் தொல் வடிவம் அர் என்பதாகும். நீர் < நீவீர் < நீயிர் என்னும் வடிவம் தோன்றியுள்ளன. தமிழில் நீ என்பதே ஒருமைக்கும் அதில் ரகர ஒற்று இணையும்போது பன்மையாக மாறிவிடுகிறது. ஆகவே, ரகர ஒற்றே பன்மை வடிவமாகும்.

தமிழும் மலையாளமும் உயர்திணைப் பொருள்களுக்கு ஏற்புடைய பிறிதொரு விகுதியையும் பெற்றுள்ளன. அது மார் என்னும் விகுதியாகும். தகுதி வழக்கு நடையில் அது மர் என வரும் இது 'அர்' என்னும் விகுதியோடு ஒப்புமையும் உறவும் உடையது. அது பெயர்களோடு இணையும் முறை, அப்பெயர்களோடு அர் விகுதி இணையும் முறையோடு முற்றிலும் வேறுபட்டதாம். அர் விகுதி ஆண்பால் பெண்பால் விகுதிகளை

அடுத்து இணைக்கப்படுதல் அன்றி அவற்றிற்குப் பதிலாக இணைக்கப்படும் என்றால் மார் விகுதி அப்பெயர்களின் ஒருமை விதிகளுக்குப் பின்னர் விகுதி மேல் விகுதியாகவே மொழி ஆசிரியர்களால் இணைக்கப்பெறும். தமிழ் வினைமுற்று விகுதிகளாககிய மர், மார், மனார் என்பன பன்மை விகுதிகளாகிய மர் மார் என்பவற்றோடு பிறப்பால் ஒப்புடையவை எனப் அறிஞர் குண்டர்ட் அவர்கள் கூறும் கருத்தை ஏற்றுக்கொள்ள முடியவில்லை எனக் கால்டுவெல் குறிப்பிடுகிறார். இவ்வினை முற்று விகுதிகள் எல்லாம். எதிர்கால ஒன்றையே குறித்து வரும் செய்யுள்நடை சொற்களாம் அவை பெற்று இருக்கும் மகரமும் எதிர்காலம் குறிப்பது அல்லாமல் இடப்பெயர் குறிக்க வருவதாகத் தோன்றவில்லை. அம் மகரம் எதிர்கால இடைநிலையாகிய பகரம் அல்லது வகரத்தோடு ஒப்புமை உடையதாகவே தோன்றுகிறது. பகரம் அல்லது வகரத்திற்குப் பதிலாக மகரத்தை வழங்குதல் கூடாது. எனக் கொள்வதற்கு எக்காரணமும் தெரியவில்லை.

என் >	என்ப >	என்பர்	> என்பார்
	என்மர் >	என்மார்	> என்மனார்

இலக்கிய நடையில் மேற்காட்டப்பட்ட சொற்கள் எதிர்காலத்தைக் குறித்துவரும். என் என்பதன் அடியாகப் பிறந்து 'என்று கூறுவர்' எனப் பொருள் படும் இடஞ்சுட்டா எதிர்காலம் இலக்கிய நடையில் என்ப என்பதாம் இவ்வேர் சொல்லோடு படர்க்கை பன்மை விகுதிகளை என்மனார் என்ற சொற்கள் தோன்றும் எதிர் காலம் குறித்துவரும். இம் மகரம் பன்மை குறித்துவரும். பகரத்தின் வேறுபட்டதே (ப.224). என்மனார் என்பர் செய்யுள் முடிவு எய்தி நின்றதோர் ஆர் ஈற்று எதிர்கால முற்றுச்சொல். என்றிசினோர்,, கண்டிசினோர் என்பன முதலாயின அவ்வாறு வந்த இறந்த கால முற்றுச்சொல். எனச் சேனாவரையர் தம் உரையில் குறிப்பிடுகிறார்.

[உந்து > உம் ஆனது போல், இசின் > இன் > இ என்று நின்று இறந்த காலத்தை உணர்த்துகிறதா என்பது மேலாய்வுக்கு உரியது] மேலும் என்ப என்னும் முற்றுச் சொல்லினது பகரம் குறைந்து மன்னும் ஆரும் என இரண்டு இடைச்சொற்கள் பெய்து என்பது உரையாசிரியர் கருத்து. (ப் > ம்) மன் எதிர்கால்

இடைநிலை, மன் இறந்த கால இடைநிலை என்பார் சிலர் எனச் சிவஞானமுனிவர், சிவஞான பாடியத்துள் குறிப்பிட்டுள்ளார் (தொல்.சொல்.1923:5, இக்கருத்து அடிக்குறிப்பில் உள்ளது.) இக்கருத்துப் பின்புலத்தில் இருவர் கருத்தும் ஒப்பு நோக்கத்தக்கன.

சேனாவரையர் உரையும் என்மனார் என்பது ஆர் ஈற்று வினைமுற்றுச் சொல் என எடுத்துக்காட்டுகிறது. தொல்காப்பியச் சொல்லதிகார நூற்பா 7இன் உரையில் “மார் எதிர்காலம் பற்றி வந்த ஆரேயாம் ரஃகான் ஒற்றென அடங்கும் எனின் அற்றன்று ஆரேயாயின் கொண்மார் என்புழி மகரம் காலம் பற்றி வந்ததோர் எழுத்தாகல் வேண்டும். உண்பார், வருவார் எனக் காலம் பற்றி வரும் எழுத்து முதனிலைக்கு ஏற்றவாற்றான் வேறுபட்டு வருமன்றே” எனச் சேனாவரையார் குறிப்பிடுகிறார்.

7.3.2.2. அஃறிணை பன்மை விகுதி

திராவிட மொழிகள் மேற்கொள்ளும் அஃறிணைப் பன்மை விகுதிகள் இரண்டு அவை *1.*கள் விகுதி, *2.*அ விகுதி ஆகும்.

அ).கள் விகுதி

‘கள்’ விகுதி தமிழிலும் கன்னடத்திலும் உயர்திணைப் பன்மை விகுதியாக ஆளப்படும். கன்னடத்தில் கள் > களு என வழங்கப்படுகின்றது. அதைப் போலவே கள் விகுதியோடு உறவுடைய ‘லு’ விகுதி தெலுங்கில் இதே பொருள்பட பயன்படுத்தப்படுகிறது. ‘கள்’ விகுதி பழங்காலத்தில் அஃறிணைப் பன்மை விகுதியாகவே ஆளப்பட்டு வந்துள்ளது. கள் > காள் தமிழ் செய்யுள் நடையில் கள் என்பது காள் என நீளும் மக்கள் மக்காள், அறிவிலிகாள் என சித்தர் பாடல்களில் வந்துள்ளன. மலையாளத்தில் இவ்விகுதி கள் க்கள் ங்ஙள் என்று வரும் க் > ங் என்னும் மாற்றம் நிகழ்ந்துள்ளது. (நிம்+கள் > நிங்கள் > நிங்ஙள்) அனைத்து மெல்லின வேறுபாட்டுக்கும் வல்லின ஒற்றுத் தோன்றுவதற்கும் அடிநிலை வடிவமாக மகர ஒற்று உள்ளது என்னும் இரா.கோதண்டராமன் அவர்களின் கருத்து இங்கு எண்ணத்தக்கது. ‘கள்’ இன்றைய கன்னடத்தில் களு என மாறியுள்ளது. பழங்கன்னடத்தில் கள் என்றே வந்துள்ளது. தென்னாட்டு மொழிகள் தமிழ், கன்னடம், தெலுங்கு இம் மூன்றிலும் இவ்விகுதி ஒருமைப்பாடு உடைய வடிவமே ஆனால் வடக்கே செல்லச்செல்ல அதன் வடிவம் பெரிதும் மாறுபடுகிறது.

	கள்	(தமிழ், மலையாளம்)
கள்	கள்	(பழங்கன்னடம்)
	களு	(கன்னடம்)
	லு	(தெலுங்கு)

தெலுங்கில் வரும் லு லகரம் > ளகரத்திற்கு ஒப்பாகும். தெலுங்கு *-லு* கன்னட *-களு* விகுதியோடு இனஒப்புமை உடையது. தமிழ் கன்னடத்தில் உள்ள பன்மை விகுதியின் ககரம் (க < க்+அ) தெலுங்கில் இழந்துள்ளது. லு விகுதியின் முன் ஓர் உயிர் எழுத்து ஒன்றைத் தந்து வழங்குவதும் உண்டு. குதிரைகள் > குர்ராலு இங்கு இரண்டு அகரம் இணைந்து ஆகாரமாக மாறியதாகக் கால்டுவெல் கருதுகிறார். அஃறிணை பன்மையின் பழைய வடிவம் *-அலு* என்பது இந்த அலு விகுதி கலு விகுதியின் மெலிந்து தோன்றியுள்ளது. அது கள் என்பதன் அடிநிலை வடிவமாகும்.

	உயர் திணை	உயர் திணை	அஃறிணை	அஃறிணை
	பெயர்	**வினை**	**பெயர்**	**வினை**
தமிழ்	ராமன்	வந்தான்	நாய்	வந்தது
மலை.	ராமன்	வந்து	பட்டி	வந்து

ஆ).அஃறிணைப் பன்மை விகுதி -அ

கள் விகுதி என்ற பன்மை விகுதியோடு அதன் திரிபாக வந்து வழங்கும் பல்வேறு வடிவங்களோடு குறில் 'அ' ஓர் அஃறிணைப் பன்மை விகுதி இருப்பது தொல்திராவிட மூல மொழியில் அந்த அகரமே வழங்கியது என்பதை உறுதிசெய்ய வல்ல அடிச்சுவட்டினை எல்லா திராவிட மொழிகளிலும் காணலாம். ஆகவே, கள் விகுதியிலும் அகர விகுதியே உண்மையான அஃறிணைத் தன்மை உடையதாம் என்பது உறுதி செய்யப்பெறும் (கால்டுவெல் 2010: 227). தமிழில்,

குறிப்பு வினையாலணையும்பெயர்	-அல்ல
சுட்டுப்பெயர்	-அவன்
சுட்டுப்பெயரடை	-அந்த
தெரிநிலை வினையாலணையும் பெயர்கள்	-படித்தவன்

ஆகியவற்றில் அஃறிணைப் பன்மை விகுதியாக அகரம் மேற்கொள்ளப்படுகின்றன. தமிழ்ச் செய்யுள் நடையில் ''மெல்ல நினைக்கின் பிணி பல'', ஆகுல நீர பிற (அ). அஃறிணைப்

படர்க்கை வினைகளில் பன்மை வடிவம் அன என்னும் ஈற்றைக் கொண்டு வரும். இருக்கின்றன (அன) என்னும் இவ்வீறு இப்போது அவை எனத் திரிந்து வழங்கும் அஃறிணைப் பன்மைச் சுட்டுப்பெயராகிய அவ என்பதோடு ஒப்பும் உறவும் உடையதும் அதனினும் தொன்மை வாய்ந்ததுமாம்.[2] உலகில் வழங்கும் வேறு எம்மொழிகளிலும் காணாத அளவு பால் பற்றிய இலக்கணம் திராவிட மொழிகளில் முறையாக முழுதும் வளர்ந்துள்ளது. செமிடிக் மொழிகளில் வினைச் சொற்கள் ஒருமையில் மட்டும் ஆண்பால் பெண்பால் இடையே வேற்றுமை காணப்படுகின்றன. திராவிட மொழிகளில் பால் வேற்றுமையினை உணர்த்தும் இடப்பெயர்கள் முழு வளர்ச்சி பெற்று இருப்பது போன்று பால் உணர்த்தும் முறைகள் வினைகளிலும் முழு வளர்ச்சிப் பெற்றுள்ளன.

அவன் இருக்கிறான்   (He is)
அவள் இருக்கிறாள்   (She is)

இருக்கிறான் இருக்கிறாள் என்ற வினைகள் தாமே பால் வேறுபாட்டினை உணர்த்துகின்றன.

7.5. தன்மை ஒருமை / பன்மை

தமிழில் தன்மை ஒருமை இடப்பெயர் யான், நான் என்பது எழுவாய் வடிவமாகக் காணப்படுகின்றன. என் ஏன் என்பது தன்மை ஒருமையில் உருபு ஏற்கும் வடிவமாக உள்ளன. இதன் விகுதிகளாகப் பேச்சுத்தமிழில் ஏன் என்றும் இலக்கியத் தமிழில் என், ஏன், அன் என்பன காணப்படுகின்றன.

---

2. The neuter plural of the third person of the Tamil verb, a form which is used occasionally in ordinary prose as well as in the classical dialect, ends in ana e.g., irukkindrana, they (neut.) are. ana is undoubtedly identical with ava (now avei), the neuter plural of the demonstrative pronoun, and is possibly an older form than ava. It is derived from the demonstrative base a, with the addition of a, the neuter plural suffix, and an euphonic consonant {n or v) to prevent hiatus e.g., a&{n}&a or a&{v}&a. Sometimes in classical Tamil this a,the sign of the neuter plural, is added directly to the temporal suffix of the verb, without the addition of the demonstrative base of the pronoun e.g., minda, they (neut.) returned, instead of mtndana. This final, a is evidently a sign of the   neuter plural, and of that alone. [Caldwell 1875:144]

தன்மை இடப்பெயரின் பன்மை வடிவம் பேச்சுத்தமிழில் நாம் நாங்கள் இலக்கியத்தமிழில் யாம் நாம் எல்லோரும் எனப் பொருள்படும் எலாம். எழுவாய் வடிவமாக உள்ளது. இதன் வேற்றுமை உருபேற்கும் பன்மை வடிவம் நம், எங்கள், இலக்கியத்தமிழில் எம், நம் ஆகிய வடிவமும் இதன் வினை விகுதிகளாக ஓம், பேச்சுத்தமிழிலும் அம், ஆம், எம், ஏம், ஓம் ஆகியவை இலக்கியத் தமிழில் காணப்படுகின்றன. நடந்தனம், நடந்தனெம் ஆகிய சொற்களில் உள்ள வினைமுற்று விகுதிகள் நம், நெம் என்பனவாகத் தோன்றுகிறது எனக் கால்டுவெல் கருதுகிறார் (கால்டுவெல் 2010:345).

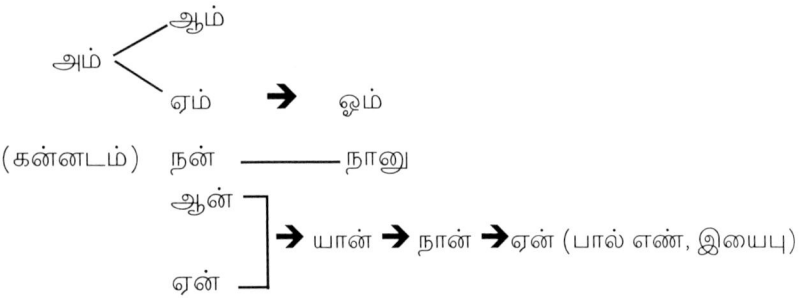

அம் < ஆம் / ஏம் → ஓம்

(கன்னடம்) நன் ——— நானு

ஆன் / ஏன்] → யான் → நான் → ஏன் (பால் எண், இயைபு)

மலையாளத்தில் நான் எழுவாயகச் (nominative.) செயல்படும். என் உருபு ஏற்கும் வடிவமாகும். இவ்வடிவம் மலையாளத்தில் (என் > இன்) என வரும் (எனக்கு > இனிக்கி). தெலுங்கில் (என் > ஏனு / நேனு) ஆன் என்பது ஆனு என ஒலித்துணை உகரம் பெற்று மாறும் வினை விகுதியில் ஆனு என்பதே பிரதிபலிக்கிறது.

தன்மை ஒருமை (தெலுங்கு) ஏனு / நேனு		
	சதிவானு	(ஆனு) (இறப்பு)
ஆனு -	சதுவுதுன்னானு	(ஆனு) (நிகழ்வு)
ஆன் -	சதுவுத்தானு	(ஆனு) (எதிர்வு)

அன், ← அம், ← அ, ← Φ

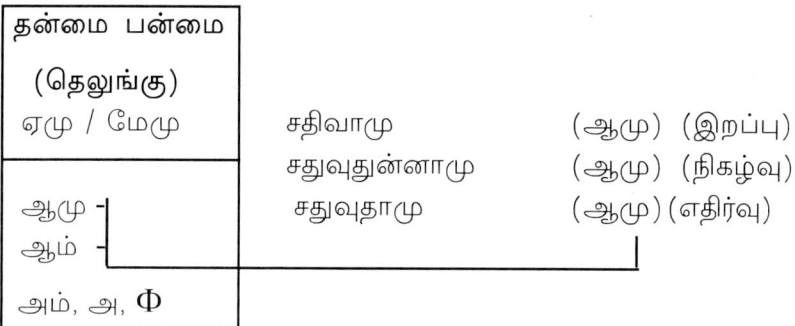

தன்மை பன்மை (தெலுங்கு)		
ஏமு / மேமு	சதிவாமு	(ஆமு) (இறப்பு)
	சதுவுதுன்னாமு	(ஆமு) (நிகழ்வு)
ஆமு	சதுவுதாமு	(ஆமு) (எதிர்வு)
ஆம்		
அம், அ, Φ		

7.6.முன்னிலை ஒருமை / பன்மை

முன்னிலை ஒருமை இடப்பெயரில் எழுவாய் வடிவம் நீ தற்போது செயல்படுகிறது. அதன் தொல்வடிவம் நீன் என்பதாகும். நீ என்ற திருந்தா வடிவமே தற்போது ஆளப்படுகிறது. தன்மை ஒருமையில் இடப்பெயர் வடிவம் நான் என்பதாகும் இலக்கிய நடையில் முன்னிலை வேற்றுமை ஏற்கும் வடிவம் நின் என்பதாகும். அந்த இடப்பெயர் வடிவமே தமிழிலும் பிற தென் திராவிட மொழியில் நீன் என வழங்கிற்று.

நீ > நீன் (எழுவாய்)
நின் / உன் (உருபு ஏற்கும் வடிவம்)
நீய்

இலக்கியங்களில் உருபேற்கும் வடிவம் உன் பேச்சுத்தமிழில் எங்கும் ஆளப்படுகின்றன ஆனால், இலக்கியத்தில் ஓர் இடத்தில் 'நீய்' என்னும் வடிவம் ஆளப்பட்டதாகக் கால்டுவெல் குறிப்பிடுகிறார். இது தமிழ் இலக்கியத்தில் எங்கு ஆளப்படுகிறது என்னும் குறிப்பை அவர் கொடுக்கவில்லை. ஆனால் இது முக்கியமான தரவாகும். அவர் மேலும் அதனை நிறுவ முற்படும்போது ஒரு சில வினைமுற்று, வினையாலணையும் பெயர்களின் விகுதியில் ஆய், ஓய் என்னும் யகர ஒற்று வருகின்றது எனச் சுட்டிக்காட்டியுள்ளார். தமிழ் முன்னிலை ஒருமை வினைமுற்று விகுதி இவ்விடப்பெயர் ஆய், ஓய், அய், இ(ய்) என்ற சொல்லுருபுகள் இடம்பெறுகிறது. நடந்தனை (நடந்த+ஐ), நடந்தனீர் (=> நடந்த+ஈர்) இதில் வரக்கூடிய (ந்+அய் > ன்+அய் = னை) என்றும் அதேபோல் (ந்+ஈர் > ன்+ஈர் =னீர்) என மாறியுள்ளதாகக் குறிப்பிடுகிறார்.

தமிழில் இ, அய், ஆய் இவற்றில் ஒலி ஒற்றுமை உள்ளது நீ என்னும் பதிலிப்பெயரிலிருந்து இ(ய்) என்னும் விகுதி உருவாகியுள்ளன இதனைத் தொல் வடிவமாகக் கொள்ளலாம். சங்க கால வினைவடிவங்களில்;

உடற்றுதி கலித்.87;9 வருந்துதி குறிஞ்.8
போற்றுதி கலித்.65.9 வருவை ஐங்.233-1
வரைதி புறம்.8.7 வருவாய் பரி.20-75
படரீர் (=படரி+இர்) சிலம்பு. காடுகாண்.87
செல்லுதி (=செல்+உது (உந்து)+இ)
செல்லுதீர் (=செல்+உத்+இ+இர் > (இ+இ=ஈ) செல்லுதீர்)

செல்லுதி என்னும் வடிவினைப் பன்மையாக்க -இர் சேர்க்கப்படுகிறது.

கன்னடத்தில் முன்னிலை ஒருமை நீன், நீ, நீனு, நின் ஆகிய உருபுகள் எழுவாயாகவும் அய், இ, ஈ, ஈயெ, எ ஆகிய உருபுகள் முன்னிலை ஒருமை வினை விகுதிகளாகச் செயல்படுகின்றன. இது தமிழில் வழங்கும் ஆய் விகுதிக்கு ஒப்பானதாகும். கன்னடத்தில் முன்னிலை பன்மை நீம், நீவு ஆகிய இரு உருபுகளும் எழுவாயாகவும், நிம் உருபு ஏற்கும் வடிவமாகவும் செயல்படுகின்றன இர், இரி, ஈரி, அரி ஆகிய நான்கும் பன்மை வினை விகுதிகளாகவும் வருகின்றன. இது தமிழில் வழங்கும் இர் என்னும் விகுதிக்கு ஒப்பானதாகும். கன்னடத்தில் முன்னிலை ஒருமைப்பெயர் பேச்சுநிடையில் நீன்-உ என்றும் இலக்கிய நடையில் நீன் என்றும் உள்ளன. நீ என்ற வடிவமும் வழங்கப்பெறும் உருபேற்கும் வடிவம் நின் > நின்ன (உன்னுடைய) என்பதாகும். வினைமுற்று விகுதிகளில் கன்னட விகுதி ஏனைய திராவிட விகுதிகளைக் காட்டிலும் பெரிதும் திரிந்துவிடுகிறது.

மலையாளத்தில் முன்னிலை இடப்பெயர் வடிவம் தமிழில் உள்ள ஒருமைப்பெயர் போல நீ என்பதும் உருபு ஏற்கும் வடிவமாக நின் என்பதும் வருகின்றன. பன்மையில் நீங்கள், நிங்கள் உருபு ஏற்கும் வடிவம் நிங்ஙள் என்பது காணப்படுகின்றன. மலையாளத்தில் முன்னிலை ஒருமை பன்மை காட்டும் எழுவாய் பயனைலை இயையும் இல்லை (காண்க அட்டவணை-2).

தெலுங்கில் முன்னிலை ஒருமைப் பெயராக நீ என்பதோடு ஒலித்துணை உகரம் வந்து நீவு என்று வழங்கப்படுகின்றன. புதுக் கன்னடத்தில் முன்னிலை பன்மைவடிவில் வழங்கும் நீவு என்பதோடு வடிவில் ஒத்துள்ளது. பொருள் அளவில் மாற்றம் உள்ளது. இம்மொழி நீ என்ற வடிவத்தையும் வழங்குகிறது. தெலுங்கில் முன்னிலைப் பன்மை வடிவங்கள் எழுவாயாகச் செயல்படும்போது மீரு என்றும் உருபேற்கும் போது மீ என்னும் வடிவமும் செயப்படுபொருள் வேற்றுமை ஏற்ற வடிவங்களான மீமு, மீரு, மீமி ஆகிய வடிவமும் பன்மையை உணர்த்துகின்றன. நிம் >நீமு > மீமு என மாறிருக்க வேண்டும் நகரம மகரமாக மாறியுள்ளது என கால்டுவெல் குறிப்பிடுகிறார். பன்மை வினைமுற்று விகுதிகளில் ஈரு என்பதற்குப் பதிலாக ஒலித்துணை உகரம் இணைந்து ஈவு என்றோ ஈவி என்றோ வழங்கப்படுகின்றன.

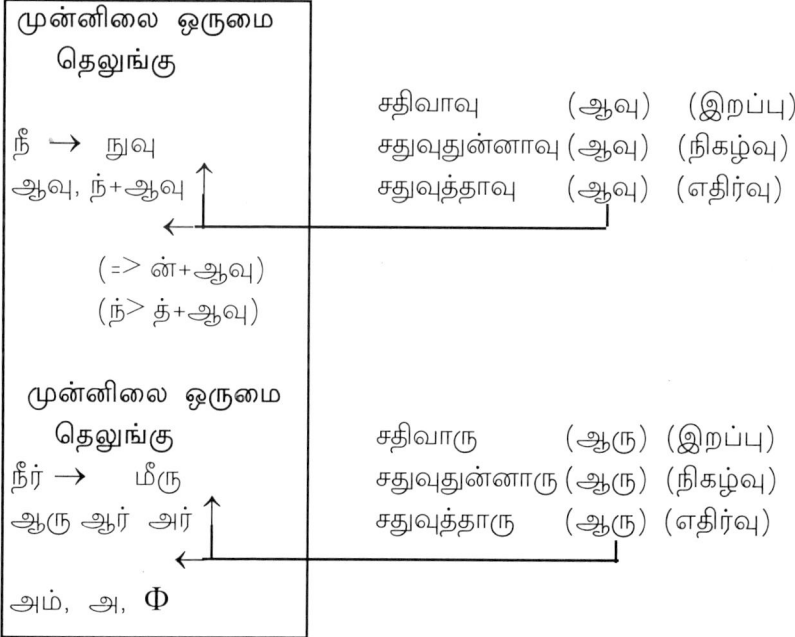

திரவிட மொழிகளின் முன்னிலையை ஆராய்ந்த அளவில் ஈ என்பதைக் காட்டிலும் நீ பிறப்பால் பழமையானது எனக் கொள்ளமுடியாது. நீ, ஈ என்ற இவற்றில் உயிர் வடிவாமான ஈ என்ற உயிரே உண்மையான இடப்பெயர் மூலமாகக் கருதுகிறேன். எனக் கால்டுவெல் தம் ஆராய்ச்சியின் முடிவினை

முன்வைக்கின்றார் *(கால்டுவெல் 2010:376)*. இதுவரை ஒப்பீட்ட அளவில் வேறு எந்த மொழியோடும் திராவிட இடப்பெயர் மூலமாகிய நீ என்பது உறவுடையது அல்ல என நிறுவியுள்ளார் *(கால்டுவெல் 2010:381)*.

தமிழ்	நீன், நின் (நுன்) உன், நீய் நீ என்னும் உருபே
கன்னடம்	நீன், நீ, நின், நின்ன, நீவு விகுதிகளாக உருவாகியுள்ளன
தெலுங்கு	நீவு, (ந்+) ஈவு, நீ, நின் ஈ, இ, ன்/ய், உ மீன் > ஈன் ந் /ம்
மலையாளம்	நீ, நிங்கள், நிங்ஙள், நிம்

7.7. தொகுப்பு

பால் விகுதிகள் பிரதிபெயரிலிருந்து தோன்றியதாக, கால்டுவெல், ஜூல்ஸ் பிளாக், தெ.பொ.மீ., செ.வை.சண்முகம், ஆர்.கோ. போன்றவர்கள் கருதுகின்றனர். அதனைப் பின் வரும் திராவிட மொழிகளின் அமைப்பிலிருந்து காணலாம். ஒலி அடிப்படையிலும், இன மொழிகளின் ஒலி உறவுகளின் அடிப்படையிலும் வாதங்களை முன்வைக்கின்றார். திராவிட மொழி உயர்தனிச் செம்மொழியாய் விளங்குவதற்கான திருந்திய வழக்காறுகளில் இதுவும் ஒன்று எனக் கால்டுவெல் சுட்டிச்செல்கிறார். திராவிட மொழி கடன் கொடுத்த மொழி ஆகுமே அன்றி கடன் வாங்கிய மொழி ஆகாது[3].

---

3. Sanskrit is far less highly developed in this particular, so that if there were any borrowing, the Dravidian family must have been the lender, not the borrower. Probably, however, neither borrowed from the other, but both inherited elements of greater antiquity than either, which the Dravidian family has best preserved, and turned to best account. See Introduction and Appendix.] (Caldwell 1875:149)

அட்டவணை -1

திராவிட மொழியில் தன்மை ஒருமை / பன்மை பதிலிடு பெயரும் விகுதியும்

எழுவாய்	உருபு ஏற்கும் பெயரடி	பால், எண் ஈறு / விகுதி
தமிழ்		
யான், நான்,	என்,	என், ஏன், அன்
யாம், நாம்	எம், நம், எங்கள்	அம், ஆம், எம், ஏம், ஒம், ஓம்
மலையாளம்		
ஞான்	என், ஏன்	என், ஏன்
நாம், நோம்,	நம்மள், நும்	எம், நோ, நோம், நும், ஓம்
கன்னடம்		
யான், ஆன்,	நானு, நா	என், நன் என்,ஏனு, ஏனெ, எ
ஆம், ஆவு,	நாவு	எம், நம், எது, ஏவு, ஏவெ
தெலுங்கு		
ஏன்- உ,	நேன்-உ	நா, நன் நு, நி, வு, வி
ஏம்-உ,மேம்-உ,	மனம்-உ	மா, மம், மன, மு, மி

அட்டவணை -2

திராவிட மொழியில் முன்னிலை ஒருமை / பன்மை பதிலிடு பெயரும் விகுதியும்

எழுவாய்	உருபு ஏற்கும் பெயரடி	பால், எண் ஈறு / விகுதி
தமிழ்		
நீ, நீய்	நின், நுன்	இ, அய், ஆய்
நீர், நீயிர்,	நீவிர், நீங்கள்	நும், உம். இர், உங்கள் ஈர், மின்
மலையாளம்		
நீ	நின்	. . . . . .
நிங்கள், நிங்ஙள்	நீங்கள், நிம்	. .. .
கன்னடம்		
நீன், நீ, நீனு	நின்	அய், இ, ஈ, ஈயெ, எ
நீம், நீவு	நிம்	இர், இரி, ஈரி, அரி
தெலுங்கு		
நீவு, நீ, ஈவு,	நீ, நின்,	வு, வி
மீரு, ஈரு	மீ, மிம்	ரு, ரி

அட்டவணை -3

திராவிட மொழிகளின் படர்க்கை பால் விகுதிகள்

பால்	தமிழ்	மலை	கன்	தெலு.
ஆண்பால்	அன், ஆன்	-இ, ச்சு(இற)	அம்	ஏனு, ஆடு
பெண்பால்	அள், ஆள்	-ந்நு (நிகழ்)	அள்	அதி
பலர்பால்	அர், ஆர், மார்,ப	-உம் (எதிர்)	அர்	இரி
ஒன்றன் பால்	து, று	,, ,,	அது, இது, த்து	ஏனு,அதி
பலவின்பால்	அ, ஆ	,, ,,	அவு	ஏனு

8
திராவிட மொழிக் குடும்பம்:
எல்லிஸ் கருத்தாக்கம்

8.1. மொழி

மொழி உற்பத்திக் கருவிகளுள் ஒன்று. மனித இனத்தின் தொழில் நுட்ப வளர்ச்சிக்கு மொழியே அடிப்படை கருவியாக உள்ளது. உலகம் முழுவதும் தொடக்கத்தில் மொழில்கள் வாய்மொழி வழக்காக வந்துள்ளது. ''எழுதாக் கிளவி'' போன்ற தொடர்களால் அறியலாம். மொழி மனித சமுதாயத்தை இணைக்கவும், அதே சமயம் பிரிக்கவும் செயல்படும் கருவியாகவும் உள்ளது. மனித சமூகக் கட்டமைப்புப் போல் மொழியும் குடும்பம் என்னும் பெரும்பகுப்பாகப் பிரிக்கபடுகின்றன.

8.2. உலக மொழிகள்

உலகில் பல வகையான மொழிக் குடுப்பங்கள் உள்ளன. இது தொடர்பான தகவல்களை மொழியியல் அறிஞர்கள் விளக்கியுள்ளனர். இந்திய மொழிக் குடுப்பத்தை மூன்றாகப் பிரிக்கின்றனர்.

1. திராவிட மொழிக்குடுப்பம்
2. இந்தோ ஆரிய மொழிக்குடும்பம்
3. திபத்தோ மொழிக்குடுப்பம

இந்திய மொழிகள் தொடர்பான மரபார்ந்த சிந்தனை வைதிக மதம் சார்ந்த கருத்துக்கள் முன்வைக்கப்பட்டன. தொல்காப்பியம் போன்ற எந்த இலக்கண நூல்களும் இக்கருத்தை ஏற்றுக்கொள்ள வில்லை. இலக்கண நூலாசிரியர் எந்தச் சமயத்தைத் தழுவி உள்ளாரோ அந்த இறைவனை வாழ்த்தி இலக்கணம்

தொடங்குவதாக இறைவாழ்த்து அமைந்திருக்கும் *"முக்குடை நிழற்றிய... அறைகுவன் சொல்லே"* (நன்.சொல்.கடவுள் வாழ்த்து). தேவாரம் போன்ற பக்தி இலக்கிய நூல்களும் இறைவன் வடமொழியாகவும் தென்மொழியாகவும் இருக்கிறான் எனப் பாடுகிறது. *வடமொழியும் தென்மொழியும் ஆனவன் கான்* (திருநாவுக்கரசர் தேவாரம்) மொழியை இறைவனோடு பொருத்திப் பார்க்கும் வழக்கம் எல்லா மதத்திற்கும் உண்டு. குறிப்பாகக் கிறித்தவ மத புனித நூலான விவிலியத்தில் இறைவன் வார்த்தையாக இருக்கிறார் என்கிறது. "ஆதியிலே ஒரு வார்த்தை இருந்தது, அது தேவனிடத்தில் இருந்து, அது தேவனாய் இருந்தது". இந்தியத் தொன்மத்தில் மொழியின் தோன்றம் பற்றிய தொன்மக்கதைகள் ஒன்று தமிழகத்தில் நிலவுகிறது. சிவபெருமானின் உடுக்கையில் இருந்து வடக்குப் பக்கமாக எழுத ஒலிகள் வடமொழியாகவும் தென்பகுதியில் எழுந்த ஒலிகள் தமிழ் மொழி என்று கவிதை நயத்துடன் நிலவுகின்றது.

8.3. இந்திய மொழிகளும் தொன்மமும்

சிவனின் டமாரத்தில் எழுத ஒலிகள் சிவசூத்திரமாக மாறின. அதிலிருந்து பாணினீ இலக்கணம் செய்தான் என்றும் சிவனின் திருமணத்தின் பொருட்டுக் கயிலை மலையிலிருந்து தென்னாடு புறப்பிட்ட அகத்திய முனிவர்க்குச் சுப்பிரமணியன் தமிழ் உரைத்தான் எனப் பல கதைகள் வழங்கப்படுகின்றன.

8.4. அய்ரோப்பியர் வருகையும் தென்னிந்திய மொழிகளின் மறுகட்டமைப்பும்

அய்ரோப்பிய வருகையை ஒட்டித் தமிழ்ச் சமூகத்தில் மொழி பற்றிய சிந்தனைகளும் ஆய்வுகளும் பதிப்புருவாக்கமும் நிகழ்ந்துள்ளன. 1767ஆம் ஆண்டு கோர்டோ என்னும் பிரஞ்சு பாதிரியார் வடமொழி -இலத்தீன் மொழிகளுக்கு இடையிலான ஒற்றுமை இருப்பதைக் கண்டறிந்தார். அதன் பின்னர், 1784ஆம் ஆண்டு கல்கத்தாவில் சர் வில்லியம் ஜோன்ஸ் (The Royal Asiatic Society) தி இராயல் ஏசியாட்டிக் சொசைட்டி என்னும் அமைப்பைத் தொடங்கி வைத்தார். அவர் சமஸ்கிருத மொழி மற்ற அய்ரோப்பிய மொழிகளுக்கு மூலமொழி என்பதை

நிறுவினார். அதன் பின்னரே மொழி குறித்த ஆய்வுகள், இலக்கண நூல்கள் பற்றிய ஆய்வுகள் ஆகியவை வேரிடத்தொடங்கின என்று கருதப்படுகிறது. குறிப்பாக இந்திய மொழிகள் குறித்து அய்ரோப்பியர் ஆர்வம் கொண்டனர் என்பது உண்மையே ஆயினும் அந்த ஒரு காரணி மட்டுமே மொழித் தொடர்பான சிந்தனையை உருவாக்கியிருக்க முடியும் என்று எண்ணுதற்கு இல்லை. வேறு சில துணைநிலைக் காரணிகள் சேர்ந்து, படிப்படியான மாற்றங்களின் மூலமாகவே புதியன தோன்றியிருக்க வேண்டும்.

டென்மார்க் அரசரின் வேண்டுகோளின்படி ஜெர்மன் நாட்டிலிருந்து தமிழகத்திற்கு வந்த மத போதகர்கள் சீகன்பால்கு (1683-1719) மற்றும் அவருடைய நண்பரும் 1709இல் தரங்கம்பாடியை வந்து அடைந்தனர். அக்காலத்தில் அப்பகுதி போச்சுகீசியர்கள் வசம் இருந்தது. இவர்கள் இருவரும் போர்ச்சுகீசிய மொழியும், தமிழும் தெரியாத நிலையில் இருந்தனர். சீகன்பால்கு தமிழ் கற்கத் தொடங்கினார். அப்போது அவர் கற்கும் முறையில் சில இடர்ப்பாடுகளைச் சந்தித்தார். அச்சுப் புத்தகத்தில் படித்துப் பழகிய இவருக்கு ஓலைச்சுவடி மிகுந்த சிரமத்தைக் கொடுத்தது. சுவடியின் மூலம் கற்கும் முறையில் ஏற்பட்ட சிரமங்கள் தமிழ்க் கற்பவர்களுக்கு இனி ஏற்படக்கூடாது என்று கருதியதன் விளைவாகவே தரங்கம்பாடியில் அச்சுக்கூடம் இவரால் நிறுவப்பட்டது. இவரின் வருகைக்கு முன்பே தமிழகத்திலும் கொல்லத்திலும் அச்சு இயந்திரம் நிறுவப்பட்டிருந்தன. தமிழின் முதல் அச்சு நூல் கொல்லம் நகரில் 1568ஆம் ஆண்டு அச்சிடப்பட்டது. தமிழ்நாட்டு எல்லைக்குள் முதன்முறையாக 1586ஆம் ஆண்டு தூத்துக்குடி மாவட்டம் புன்னைக்காயல் என்ற கடற்கரைச் சிற்றூரில் அச்சு இயந்திரம் அமைக்கப்பட்டது. (சிவசுப்பிரமணியன் 2010:13) சீகன்பால்கு பாடசாலை நிறுவி, சிறுவர்களுக்குப் பாடம் நடத்தியுள்ளார். கிறித்துவக் குழந்தைகளுக்கும் கிறித்துவர் அல்லாத குழந்தைகளுக்கும் பெண்களுக்கும் தனித்தனியாகப் பள்ளிகள் தரங்கம்பாடியில் நிறுவி யுள்ளார். குண்ட்லர் என்ற சமயக் குரு, 1715 ஆகஸ்ட் 16ஆம் நாள் எழுதிய சீகன்பால்கின் அறிக்கையில் உள்ளதாகக் குறிப்பிட்டுள்ளார். (சிவசுப்பிரமணியன் 2010:49)

இதனை ஒட்டியே ஜெர்மனியிலிருந்து அச்சு இயந்திரமும் இவர் கையால் எழுதிய கடிதத்தை வைத்து உருவாக்கப்பட்ட அச்சு எழுத்துருக்களும் தரங்கம்பாடியை வந்தடைந்தன. சிறுவர்களுக்கான பாடசாலையில் தமிழ் கற்கும்முறை நூலாக அச்சாகி இருக்க வாய்ப்புள்ளது. ஏனெனில் போர்ச்சுக்கீசிய மொழி பயில 12 பக்கங்கள் கொண்ட சிறு நூல் ஒன்றும் தரங்கம்பாடியில் 8.11.1712இல் அச்சிடப்பட்டது. (சிவசுப்பிரமணியன் 2010:49). வீரமாமுனிவர் (1680 - 1742) காலத்தில் மொழி பற்றிய சிந்தனையும், அதனை ஒட்டிய பதிப்பு உருவாக்கமும், பல மாறுதல்களும் ஏற்படுகின்றன. வீரமாமுனிவரின் எழுத்துச் சீர்திருத்தம், மொழியை எளிதில் புரிந்து கொள்ளவும் ஏட்டுச் சுவடியிலிருந்து பெரும் மாற்றத்தைக் கொண்டு வரவும்அச்சுப் பிரதிகள் துணைசெய்தன. வீரமாமுனிவரின் சதுரகராதி அய்ரோப்பிய பாணியில் அமைந்த தமிழ் மொழி அகராதி ஆகும். அக்காலப் பரப்பில் தமிழ் மொழி பற்றிய ஆய்வுகள் வளரத் தொடங்குகின்றன. குறிப்பாக ரெனியஸ் பாதிரியார், ராபர்ட் கால்டுவெல், ஜி.யு.போப் ஆகியோரைக் குறிப்பிடலாம்.

1. ரெனியஸ் பாதிரியார் 1760-1838 தமிழ் மொழிக்கென ஓர் இலக்கண நூலை இயற்றிப் பதிப்பித்துள்ளார் (The Grammar of Tamil Language 1836)
2. கால்டுவெல் 1814-1894 திராவிட மொழிகளின் ஒப்பிலக்கணத்தை உருவாக்கித் திராவிட மொழிகளின் ஆராய்ச்சி வளச்சியைத் தொடங்கிவைத்துள்ளார் (The Comparative Grammar of Dravidian or South Indian Family of Languages 1856)
3. ஜி.யு.போப் 1820-1903 திருக்குறள் மொழிபெயர்ப்பு, நாலடியார் மொழிபெயர்ப்பு ஆகிய மொழிபெயர்ப்பு நூல்களைக் கொண்டு வந்ததோடு மட்டும் அல்லாமல் தமிழுக்கு ஆக்கப்பூவமான சில இலக்கண நூல்களையும் உருவாக்கிப் பதிப்பித்துள்ளார். (The Hand Book of Tamil Grammar) இதனைக் குறிப்பிடத்தக்க இலக்கண நூலாகக் கொள்ளலாம்.

தமிழகத்தில் நிகழ்ந்த அச்சுப் பதிப்பு உருவாக்கம் என்பது தனித்தன்மை வாய்ந்த தொடர்ச்சியான வரலாற்றைக் கொண்டது.

பெங்கால் பகுதியில் தோன்றிய ராயல் ஏசியாட்டிக் சொசைட்டி என்னும் அமைப்பின் விளைவாக இவ்வகையான போக்கு வளர்ந்தன எனக் கொள்ளவேண்டியது இல்லை. தமிழ் நாட்டில் மட்டும் அல்லாமல் அய்ரோப்பாவிலும் தமிழ்நூல்கள் அச்சிடப்பட்டுள்ளன. ஹொட்ரிக் இண்டிக் மலபாரிக் (Horti & Indici Malabarci [1])என்னும் நூல் ஆம்ஸ்டர்டாம் என்னும் நகரில் 1678ஆம் ஆண்டு அச்சிடப் பட்டுள்ளது. ஜெர்மனியில் 1710ஆம் ஆண்டு சீகன்பால்குவால் தமிழ் அச்சு எழுத்துக்கள் உருவாக்கப்பட்டுள்ளன. 1714ஆம் ஆண்டு தமிழ்-லத்தின் இலக்கணத்தை (Gramatica Damulica 1716) சீகன்பால்கு எழுதி முடித்தார். (டேனியல் ஜெயராஜ்) இந்நூல் 1716ஆம் ஆண்டு ஹாலெ நகரில் அச்சிடப்பட்டது. இது தமிழ் எழுத்தைப் பயன்படுத்தி அச்சிடப்பட்ட நூல் (மார்க்ஸ் 2006:36-37). ஷூல்ஸ் பாதிரியார் (Garden of Paradise) என்னும் நூலைத் தமிழில் மொழிபெயர்த்தார். இவர் தரங்கம்பாடி வந்து தமிழ் கற்றவர். (True Christianity) (உண்மை கிறிஸ்தவம்) என்னும் நூல் தமிழில் 1750இல் ஞானக்கண்ணாடி என்னும் தலைப்பில் ஜெர்மனியில் ஹாலெ நகரில் வெளியிடப்பட்டுள்ளது.

1686 முதல் 1750 வரைக்குமான இடைபட்ட காலத்தில் அய்ரோப்பியப் பகுதிகளில் தமிழ் நூல்கள் அச்சாயின. அதனைத் தொடர்ந்து அதன் படிநிலை வளர்ச்சியின் விளைவாகவே மதப்பரவலின் பொருட்டு அச்சு இயந்திரம் காலனிய நாடுகளில் நிறுவப்பட்டது. அச்சு இயந்திரத்தின் வளர்ச்சி தொடக்க நிலைகளில் கிறித்துவ மதப் பரவலுக்குத் துணை நின்றாலும், சுதேசிய சமய வாதிகள் அதனை எதிர்க்க வேண்டிய கட்டாயத்தின் காரணமாக அச்சு இயந்திரத்தின் துணையை நாடினர். இந்த முரண்பட்ட சிந்தனையின் வளர்நிலையில் குறிப்பாக 1835க்குப் பின் சுதேசிகளுக்கும் நூலாக்கும் உரிமை ஆங்கில அரசால் வழங்கப்பட்டிருந்த சூழலில் நகரமயமான சென்னையில் அச்சு இயந்திரக் கூடங்கள் வளரத் தொடங்கின. ஆங்கில அரசும் தமிழ்நூல் அச்சாக்கத்தில் துணை நின்றது.

1.The first Tamil Types seems to have been cut at Amsterdam in 1678 to express the names of some plants in the large work, Horti & Indic Malabarci & (John Murdoch 1865:viii&lix).

அக்காலத்தில் சென்னையில் கோட்டைக் கல்லூரியின் தலைமைப் பொறுப்பாளராக ஃபிரான்சிஸ் ஒயிட் எல்லிஸ் இருந்தார். ''20.10.1811இல் தென்னிந்திய மொழிகளின் இலக்கணம், இருமொழி அகராதிகள் தொடர்பான பல பணிகள் தொடக்க நிலைகளில் உள்ளன. அவற்றை வெளியிட அரசின் உதவி தேவை'' (ட்ரவுட்மன் 2006:167) எனத் தீர்மானம் ஒன்றை எல்லீஸ் கொண்டு வந்துள்ளார். அதனைத் தொடர்ந்து நன்னூலை வசனத்தில் எழுதுவோருக்குப் பரிசு வழங்கப்படும் எனக் கம்பெனி (ஆங்கில அரசு) விளம்பரம் ö\´xÒÍx. (வேங்கடசாமி 1938:29,30) இந்தப் பின்னணியில் 1858 ஆம் ஆண்டு இ.சாமுவேல் பிள்ளையின் தொல்காப்பிய நன்னூல் பதிப்பு உருவாகியுள்ளது. இது போன்ற முயற்சிகள் சென்னைக் கல்விச் சங்கம் என அழைக்கப்பெற்ற கோட்டைக் கல்லூரியில் பொறுப்பாளரான எல்லிஸ் முன்னெடுப்பின் விளைவாகத் தொடங்கியது.

5.**F.W.**எல்லிஸ்

அய்ரோப்பியர் வருகைக்குப் பின் பழைய மரபுகளிலிருந்து மாறான அல்லது மொழி கற்பித்தல் நோக்கில் இலக்கண நூல்கள் இயற்றப்பட்டன. ஒப்பீட்டு அளவில் திராவிட மொழிகளை ஆராய்ச்சி செய்தவர் ஃபிரான்ஸ் ஒயிட் எல்லிஸ். அவர் ஏ.டி.கேம்பல் அவர்களின் தெலுங்கு மொழி இலக்கண நூலுக்கு வழங்கிய முன்னுரையில் திராவிட மொழிகளின் ஒப்பாய்வின் தொடக்கம் காணப்படுகின்றது. அதன்பின் மிகப் பெரும் அளவிளான மொழிகளை உள்ளடக்கி ஒப்பிலக்கணத் துறையை மிக நேர்த்தியாகக் கையாணடவர் அயர்லெண்ட் நாட்டைச் சேர்ந்த ராபர்ட் கால்டுவெல் ஆவர். அவர் சமயப்பரவலுக்கு வந்த பாதரியாக இருந்தாலும் தொடர்ந்து திராவிட மொழிகளை ஆராய்ந்து இவர் தமிழகத்தில் வாழ்ந்த காலத்தில்தான் ஒவ்வொரு திராவிட மொழிகள் தொடர்பான ஆய்வுகளும், அந்தந்த மொழிகளுக்கு அகராதிகளும் உருவாக்கப்பட்டுக் கொண்டிருந்தன.

ஃபிரான்சிஸ் ஒயிட் எல்லிஸ் தனது 18ஆம் வயதில் 1796இல் இளம் ஆங்கில அதிகாரியாக இந்தியாவிற்கு வந்தார். 1819இல்

தனது 41ஆம் வயதில் இறந்தார். ஆக, இந்தியாவில் இருந்த 23ஆண்டுகள் மட்டுமே வாழ்ந்துள்ளார். இந்தக் குறைந்த ஆண்டில் அவர் ஆற்றிய பணி இந்திய வரலாற்றிலும் தென்னிந்திய வரலாற்றிலும் மிகப் பெரிய மாற்றங்களை ஏற்படுத்தியுள்ளன. அரசியல், சமுதாயம், வரலாறு, மொழி, இலக்கியம் ஆகியத் துறைகளில் பெரும் பணிசெய்துள்ளார். தமிழ், தெலுங்கு, கன்னடம், மலையாளம் ஆகிய நான்கு மொழிகளும் அவற்றோடு நெருங்கிய உறவுடையன ஏனைய சில மொழிகளும் ஆரிய மொழியின் இருந்து வேறுபட்டவை. அவை வட மொழியின் துணை இன்றி இயங்கும் ஆற்றல் பெற்றவை என்பதையும் நிறுவியுள்ளார்.

இராமநாதபுரத்தில் எல்லீசின் உடல் நல்லடக்கம் செய்யப்பட்டது. அவர் அடக்கம் செய்யப்பட்ட இடத்தில் உள்ள கல்லறைக் குறிப்பு அவரைப் பற்றிய ஆளுமைகளை வெளிப்படுத்துகின்றன. ''பல்வகை ஆற்றல்களைக் காட்டக் கூடிய எப்பணியில் ஈடுபட்டாலும் குன்றாத ஆர்வமும் மகிழ்ச்சியும் பூத்த, உள்ள நிறைவும் கொண்டு அறிவின் செயற்பாடும் பல்துறை மேதைமை இணைந்து இயங்கச் செயல்பட்டவர்''[2](மருதநாயகம் 2012:7). ஏ.சி.பர்னல் என்னும் அறிஞர் South Indian Palaeography என்னும் நூலில் எல்லிஸ் உண்மையான ஒரு பெரும்கல்வியாளர் (a truly great scholar) என்று பாராட்டியுள்ளார். மேலும் பாப் (Bopp) என்பவர் ஆரிய மொழிகளின் ஒப்பாய்வுக்கு அடித்தளம் இட்டது போல், எல்லீஸ் திராவிட மொழிக்குடுப்பத்தின் ஒப்பாய்வுக்கு அடித்தளம் இட்டவர் என்றும் குறிப்பிட்டுள்ளார். (Burnell 1878:35)

தென்னிந்திய கல்வெட்டுகளை முதன் முதலில் சேகரிக்கத் தொடங்கியவர் என ஜி.யூ.போப் குறிப்பிட்டுள்ளார். (an Oriental Scholar of extraordinary ability. pope 1886: introduction page v). எல்லீஸ் திருக்குறள் மொழி பெயர்ப்புப் பற்றி R.E.Asher மதிப்பிட்டு ஓர் ஆய்வுக்கட்டுரை ஒன்றை இரண்டாம் உலகத்தமிழ் மாநாட்டில் வாசித்துள்ளார். எல்லிஸ் பற்றிய ஆய்வில் தாமஸ் ட்ரவுட்மென் மேற்கொண்ட ஆய்வு மிக

2.The College of fort st George which owes its existence to him is a lasting memorial of his reputation as an Oriental Scholar and this stone has been erected as a tribute of the affectionate regard of his European and Native friends.

முக்கியமானதாகும். அவரின் நூலினைத் தமிழில் பேராசிரியர் இராம.சுந்தரம் '*திராவிடச் சான்று*' என்னும் தலைப்பில் 2007ஆம் ஆண்டளவில் மொழிபெயர்த்துள்ளார்.

6.எல்லிஸின் திராவிட மொழிகளின் ஒப்பீட்டு ஆய்வு

எல்லிஸ் வடமொழியிருந்து தென்னிந்திய மொழிகள் தனித்தது என்றும் இது வேறுவகையான மொழிக்குடும்பத்தைச் சேர்ந்தது என்பதையும் முதலில் தெளிவுப்படுத்தியவர். எல்லிஸ் பயபடுத்தும் தொடர் *the regional language of southern India* என்பதாகும். எல்லிஸ் திராவிட மொழியினை மொழியியல் அடிப்படையில் ஒலியனியல் Phonology, சொல்லியல் Morphology, தொடரியல் Syntax ஆகிய மூன்றின் பின்னணியில் ஆய்வு செய்துள்ளார். இவருக்குப் 40ஆண்டுகளுக்குப் பின் வந்த கால்டுவெல் தொடரியலைப் பெருமளவில் பயன்படுத்தவில்லை ஒலிகளின் இன ஒப்புமை அடிப்படையில் பல சொற்களை இணைத்துப் பார்த்துள்ளார்.

8.6.1.ஒலியியல் அடிப்படை

Telugu	**Cannadi**	**Tamil**
Aggalu *to separate*	**Aalgu** as in Telugu also *to become extended - to extend-lament*	**Agal** as in Telugu *-also to keep at a distance -pass beyond.*
		Agavu, *to call, play*
	Cadi *to cut-bite*	**Cadi** *to cut -bite*
Pa:lu *milk*	**Ha:lu** *When P begins a word in Tamil or Telugu. It is fa cannadi ehanged to H as Tamil palli Tel; palli Can. Halli small village: but in the old Can. all such words may also be written with a p*	**Pa:l.** *(milk)*

ஒலியியல் அடிப்படையில் தெலுங்கு கன்னடம் தமிழ் ஆகிய மொழிகளின் ஒற்றுமைகளச் சுட்டிச்செல்கிறார். க*(*K kaagam*)* என்னும் ஒலி சில நேரம் மாற்றாக *(*C*)* வரும் *(*con't = *காண்ட்)* K, is occasionally substituted for C, before i and e in words belonging to the southern dialects only. தமிழில் வழங்கும் பால் (= pal - milk) என்பது கன்னடத்தில் (ஹாலு Halu) என மாறும். தமிழிலும் தெலுங்கிலும் தொடங்கும் பகரம் கன்னடத்தில் ஹ வாக மாறுகிறது. தமிழில் வழங்கும் பள்ளி கன்னடத்தில் ஹள்ளி என வழங்கப்படுகிறது. ஹள்ளி என்பது சிறு ஊரைக் குறிக்கும் ஆனால் இந்த ஹகரம் பழங்கன்னடத்தில் பகரமாகவே ஒலித்துள்ளது என எல்லிஸ் குறிப்பிடுகிறார்[3].

8.6.2. சொல்லியல் அடிப்படையில்

சொல்லியல் அல்லது உருபனியல் அடிப்படையில் திராவிட மொழிகளைப் பிரித்துக் காட்டுவதோடு தென்னிந்திய மொழிகளுக்கான இன ஒப்புமையைச் சான்றுகளுடன் நிறுவுகிறார். தனிக்கின் அர்தமு நெக் அகபட லேது. i do not take, or comprehend, the sense of it. ஆனால் தமிழில் எடு (take) என்பது பெற்றது, கிடைத்தது என்னும் பொருளில் பொதுவாக வழங்கப்படுகிறது. *குரிவிஎனக்ககப்பட்டது* - curivi yenac' agappattadu (I have caught the bird) முதலில் வரும் அக, அகு இதற்குத் தனி பொருள் தமிழில் இல்லை. அகம் என்பது உள் பகுதியைக் குறிக்கிறது. இரு மொழிகளிலும் படு என்னும் வேர்ச்சொல் துன்புறு என்னும் பொருளில் வழங்கப்படுகிறது [4]. வடமொழியிலிருந்து இந்த தென் மொழிகள் பிறந்திருந்தால் தென்னாட்டில் வழங்கக் கூடிய பல சொற்கள் வடமொழி வல்லுநர்கள் வடமொழிச் சொற்களைத் தவிர பிற சொற்களை அவர்கள் ஏற்றுக் கொள்ளவில்லை[5].

---

3. When ***P*** begins a word in Tamil or Telugu. It is in cannadi enhanged to ***H***, as Tamil palli Tel; palli Can. Halli small village: but in the old Can. all such words may also be written with a ***P***.

4. The first member aga or agu has no separate meaning in Tamil, *அகம்* agam signifies the interior and, in both languages, the root படு padu to suffer.

5. A good sanscrit Scholar was ignoroant of all the dialecats of southern India his native tongue excepted. (Eills, Introduction 1816).

8.6.3. தொடரியல்

தொடர்களின் வரிசை முறை அமைப்பு அடிப்படையில் தென்னிந்திய மொழிகள் வடமொழியிலிருந்து வேறானவை என்பதை நிறுவுகிறார்.

avenuccu[1]	micca[2]	porul[3]	undu[4]	(தமிழ்)
அவனுக்கு	மிச்ச	பொருள்	உண்டு	
avenge[1]	he'ral a[2]	d, hana[3]	vide[4].	(Kannada)
va'n'iki[1]	bahu d[2],	hanam[3]	un'n'adi[4]	(Telungu)
Tasya[1]	bahu[2]	d, hanam[3]	esti[4].	(Sanskrit)
illi[1]	multa[2]	res[3]	est[4].	(latin)

வாக்கியக் கட்டமைப்பைத் தமிழ், கன்னடம், தெலுங்கு, சமஸ்கிருதம் லத்தீல் மொழி ஆகியவற்றை ஒப்பிட்டு விளக்கியுள்ளார். ஐந்தாம் வேற்றுமை உருபு லத்தின் மொழியில் பயன்படுத்தப்பட்டுள்ளதை எடுத்துக்காட்டியுள்ளார். முற்றிலுமாக சமஸ்கிருத மொழி அமைப்பைவிட தென்னிந்திய மொழிகள் வேறானது எனப் பலநிலைகளில் எல்லிஸ் நிறுவியுள்ளார்[6]. இத்தகைய முயற்சி திராவிடமொழிகளுக்கு முதலாவதும் தொடக்கமாகவும் அமைந்து பிற்காலங்களில் பெரும்மாற்றத்தை ஏற்படுத்தின. அவ்வகையான மாற்றத்திற்கும் வளர்ச்சிக்கும் எல்லிஸின் ஆய்வு அடிப்படையாக அமைந்துள்ளது.

8.7. எல்லிஸின் திருக்குறள் ஆய்வும் பதிப்பும்

எல்லிஸின் திருக்குறள் மொழிபெயர்ப்பில் சங்க நூல்கள் காப்பியங்கள், சித்தர் பாடல்கள் தேம்பாவணி போன்ற பல நூல்களை மேற்கோளாகக் காட்டியுள்ளார். நூல்கள் அச்சில் வராத காலத்தில் ஓலைச்சுவடிகளை வைத்துக்கொண்டு இத்தனை நூல்களையும் ஒப்பீட்டு ஆராய்ந்து எழுதியுள்ளது வியப்பை அளிக்கிறது. புறநானூறு 34ஆம் பாடல் சோழன் குளமுற்றத்துத் துஞ்சிய கிள்ளி வளவனைப் பாடுகிறது. அப்பாடலை எல்லிஸ்

---

6. Again, in construction like the following, when the ablative case absolute, is used, as in Latin, or when the relative pronoun occurs, the Sanscrit idioms is totally different from that of the southern dialects; in these there is no relative pronoun, but the interrogative may, as these examples will show, be used for it.

மேற்கோளாகக் காட்டுகிறார். அப்பாடலில் *'குரவர் தப்பிய கொடுமையோர்க்கும்'* என்னும் பாடம் உள்ளது. உ.வே.சா.வின் பதிப்பில் அப்பாடலில் வரும் பிற சொற்களுக்குப் பாடபேதம் காட்டப்பட்டுள்ளது. ஆனால் பார்ப்பார் தப்பிய என்னும் சொல்லிற்குக் குரவர் தப்பிய என்னும் பாடம் காட்டப்பட வில்லை. அதனைத் தொடர்ந்து பிற பதிப்புகளிலும் உ.வே.சாமிநாதையரின் பாடத்தையே கொண்டுள்ளனர். பாட மீட்டுருவாக்கத்திற்கு எல்லிஸின் திருக்குறள் மொழிபெயர்ப்பு உரை வரலாற்று ஆவணமாக அமைகின்றன. இக்கருத்துத் தொடர்பாக மருதநாயகம் குறிப்பிடும்போது ''எல்லீஸ் மேற்கோள் காட்டும் புறநானூற்றுப் பாடல் ஒன்று உ.வே.சாமிநாதையரவர்களின் புறநானூற்றுப் பதிப்பைப் பற்றிய அதிர்ச்சி தரும் ஓர் உண்மையைப் புலப்படுத்துகிறது'' (மருநாயகம் 2009:15) எனக் குறிப்பிடுகிறார்.

8.8. எல்லிஸின் செய்த பணியும் மேற்கொள்ள இருந்த பணிகளும்

1810 - 239th and 243d verses of the eighth chapter of Menu. In Historical sketches of the south of India by Mark Wilks.

1816 - Note to the introduction. In A grammar of the Teloogoo Language, by A.D.Campbell, 1&20 Madras: College Press of Fort St.George.

1818 -Replies to seventeen questions proposed by the Govern-ment of Fort St.George relative to mirasi right with two appendices elucidatory of the subject. Madras Govt. Gazette Office.

1819 -Translation of Tirukurral of Tiruvalluvar. 304 Madras: College Press of Fort St.George.

புதிய பொலிடியன் நூலகத்தில் உள்ள கீழைத்தேயப் படிப்பறையில் எல்லிசின் கையெழுத்துப் பிரதிகளை ஜி.யூ.போப் கொடுத்துள்ளார் அந்தக் கையெழுத்துப் பிரதியில் அவர் செய்யவேண்டிய பணிகளைப் பட்டியல் செய்துள்ளார். மிக விரிவான திட்டம் கொடுக்கப்பட்டு உள்ளது.

Part the first On the Natives by whom the Tamil Language is spoken.

Part the Second: On the Tamil Language

Part the Third : On the Tamil Literature
Part the Fouth : On the Connection of Things Tamil with other Languages.*

8.9. திராவிடக் கருத்தியலுக்குப்பின்

திராவிடக் கருத்தியலுக்குப்பின் நிகழ்ந்த வளர்ச்சியும் ஆக்கங்களும் மேலை அறிஞர்களும் இந்திய அறிஞர்களும் இந்தத் திராவிட மொழி ஆய்வில் பெரும் அளவில் ஈடுபட்டுப் பல உண்மைகளைத் தம் ஆய்வுகளில் வழி நிறுவியுள்ளனர். மேலை அறிஞகளாகச் சுட்டிகாட்ட வேண்டியவர்கள் ராபர்ட் கால்டுவெல், ஜூல்ஸ் பிளாக், கமில்சுவலபில், எம்.எஸ்.ஆண்ரனோவ், பர்ரோ, எமனோ போன்றவர்களைக் குறிப்பிடலாம். கீழைத்தேய அல்லது இந்தியாவில் உள்ள திராவிடவியல் அறிஞர்களாக எஸ்.வையாபுரிப் பிள்ளை, கே.என்.சிவராசபிள்ளை, எல்.வி.இராமசாமி ஐயர், தெ.பொ.மீனாட்சிசுந்தரன், வ.அய்.சுப்பிரமணியம், அகத்தியலிங்கம், செ.வை.சண்முகம், க.பாலசுப்பிரமணியன், என்.குமாரசாமிராஜா, பி.எச்.கிருஷ்ணமூர்த்தி, பி.எஸ்.சுப்பிரமணியன், இரா.கோதண்டராமன், கி.அரங்கன், வ.ஞானசுந்தரம், பெரியாழ்வார், போன்றவர்களைக் குறிப்பிடலாம்.

தென்னிந்திய திராவிட மொழிகளின் வரலாற்றை ஆராய்ச்சிகள் அந்தந்த மாநிலத்தில் வளர்ந்துள்ளது. தெலுங்கில் கொரடா. மகாதேவசாஸ்திரி (கல்வெட்டு அடிப்படையில். தெலுங்கு மொழியின் இலக்கணம்). கன்னடத்தில் நரசிம்மையா கன்னட மொழி இலக்கணம் கட்வெட்டு அடிப்படையில். அதன் பிறகு அவரின் மாணவர் ஜி.எஸ்.கெய். மலையாளத்தில் ஏ.சி.சேக்கர் மலையாள மொழியின் இலக்கணம் மொழியியல் பின்னணியில் எழுதப்பட்டது.

தொகுப்பாக

மொழிக் குடும்பம் பற்றிய கருத்தாக்கங்களில் அடிப்படையான ஆய்வுகள் 1. 1786இல் ஜோன்ஸ் அறிவித்த இந்தோ-ஐரோப்பிய மொழிக் குடும்பம் பற்றிய கருத்தாக்கம். 2).1816இல் எல்லிஸ் வெளிப்படுத்தி, 1856இல் கால்டுவெல் நிறைவு செய்த திராவிட மொழிக்குடும்பம். 3). 1924இல் ஜான் மார்ஷல் வெளிப்படுத்திய சிந்துவெளி நாகரீகம் பற்றிய கண்டுபிடிப்பு. தென்னாசிய நாகரிகத்தின் மூலவேரெ மேற்காணும் மூன்று ஆய்வுகளை மையமிட்டே நடைபெறுகின்றன. இந்திய

வரலாற்றில் ஜோன்ஸ், எல்லிஸ் பங்கு மிக பெரியதாகும். ஆனால், ஜோன்ஸ் அறிய பட்ட அளவிற்கு எல்லிஸ் அறியபடவில்லை. திராவிடச் சான்று என அவர் பெயரிட்டு வழங்குவது 1816இல் ஏ.டி.கேம்பலின் தெலுங்கு மொழிக்கு எழுதிய இலக்கண நூலிற்கு எல்லிஸ் கொடுத்த முன்னுரைப் பகுதியையே குறிப்பிடுகிறது. எல்லிஸ் குறிப்பிடும் திராவிட மொழிகள் தமிழ் தெலுங்கு, கன்னடம், மலையாளம், சிங்களம், துளு, குடகு, கொடகு, மராத்தி, ஒரியா இந்த இரு மொழிகளும் திராவிட மூலத்தைக் கொண்டவை அல்ல என்றாலும் ஏராளமான திராவிட மொழிச் சொற்களைக் கடன் பெற்றுள்ளன. வடக்கில் நாகரிகம் இல்லாத ராஜ்மகால் மலைவாசிகள் பேசும் மொழியின் மூலம் தமிழ் தெலுங்கு சொற்களில் உள்ளன. மால்டோ இதுவும் திராவிட மொழியோடு தொடர்புடையது என்கிறார். எல்லிஸ் பன்முக ஆளுமை கொண்டவர். அவரின் பணிகளை மேலும் விரிவாக ஆய்வு செய்யவேண்டும். அவரின் ஆய்வுகள் திராவிட மொழிகளின் ஆய்வு வளர்வதற்குத் துணைசெய்துள்ளன

9

தொல்காப்பியம் கற்பித்தல் நெறி

சீகன்பால்கு தொடங்கி எல்லிஸ், கால்டுவெல், முதலான அய்ரோப்பிய அறிஞர்களால் தமிழ் மொழியின் அமைப்பு மறுகட்டமைப்புச் செய்யப்பட்ட காலத்தின் இறுதி பகுதியில் எம்.எஸ்.பூரணலிங்கம் பிள்ளை, பரிதிமாற்கலைஞர் போன்றோரின் முயற்சியும் அக்காலத்தில் நிலவிய தமிழ் புறக்கணிப்பும் தமிழ்ச் செவ்வியல் தகுதிப்பாட்டை நிறுவ முயற்சிகள் மேற்கொள்ளப்பட்டன. அதன்பின் தமிழ் அறிஞர்கள் பலரும் செவ்வியல் தகுதிபாடு குறித்துத் தொடர்ந்து குரல் கொடுத்து வந்தனர். பேராசிரியர் ஜார்ஜ் ஹார்டின் கடிதம் தமிழகம் மற்றும் இலங்கையைச் சேர்ந்த அறிஞர்களை மட்டும் அல்லாமல் பிற நாடுகளில் வாழும் தமிழ் ஆர்வலர்களையும் பேசவைத்தது. இந்தத் தொடர் கருத்தின் விளைவாக அக்காலகட்டத்தில் தமிழக அரசின் முன்னெடுப்பாலும் இந்திய அரசால் தமிழ், செவ்வியல் மொழி என அறிவிக்கப்பட்டது. இந்திய அரசின் அதிகாரப் பூர்வமான நிலைப்பாட்டிற்குப் பின் செவ்வியல் தகுதி குறித்தும், தமிழ்ச் செவ்வியல் ஆய்வு குறித்தும், உலகச் செம்மொழிகளின் இலக்கியங்கள் குறித்தும் கடந்த ஐந்து ஆண்டுகளுக்கு, முன்பு இருந்த நிலையைவிட தற்போது மிகுதியான ஆய்வுகள்நடந்து வருகின்றன. தமிழகத்தைச் சேர்ந்த அறிஞர்கள் இளம் ஆய்வாளர்கள் தொடர்ந்து கருத்தரங்களில் பயிலரங்குகளிலும் பேசியும் எழுதியும் வருகின்றனர். இத்தகைய போக்குகளினால், தமிழ்ச் செவ்வியல் குறித்த ஆய்வுகள் மிக விரிவாக முன்னெடுக்கப்பட்டு வருகின்றன.

9.1. செவ்வியல்

செவ்வியல் மொழிகளுக்கு அதன் செவ்வியல் கால எல்லை மாறலாம் ஆனால், குறைந்தது இரண்டாயிரம் ஆண்டுகாலத்திற்கு முன் இலக்கியத் தரவுகளைக் கொண்டதாக அதன் தொன்மை இருக்கவேண்டும். உலகில் எட்டு மொழிகளைச் செவ்வியல் மொழி என உலக அறிஞர்கள் ஒப்புக் கொண்டுள்ளனர். சீனம், கிரேக்கம், லத்தீன், சுமேரியம், ஹீப்ரு, பாரசீகம், சமஸ்கிருதம், தமிழ் ஆகியவை ஆகும். உலகச் செவ்வியல் இலக்கியங்களில் மொழி வேறுவேறாக இருந்த போதிலும் அதன் பொருண்மை தளம் சில பொது இயல்புகளைக் கொண்டுள்ளது. கிரேக்கம், லத்தீன், வடமொழி ஆகியவற்றில் தொன்மக் கூறுகளும் தத்துவக் கூறுகளும் மிகுதியாக உள்ளன. தமிழைப் பொறுத்தவரை சங்கப் பாடல்களில் தொன்மம் மிகக் குறைவாகவே பதிவாகியுள்ளன. சங்க இலக்கியம் காதல், வீரம் என்னும் அகப்புற இலக்கியக் கோட்பாடு காணப்பட்டாலும் திணை என்னும் பகுப்பும், கவிதையில் இடம் பெறும் உள்ளுறை, இறைச்சி போன்ற நுட்பமான கூறுகளை கொண்டுள்ளது. சங்க இலக்கியத்தில் காணப்படும் மரபுகள், உலகில் வேறு எங்கும் காணப்படாத கோட்பாடாக உள்ளது. சீனம், கிரேக்கம், சுமேரியம், ஹீப்ரு போன்ற மொழிகளில் செவ்வியல் காலத்தில் மொழிக்கான இலக்கண நூல்கள் காணப்படவில்லை. தத்துவங்கள் தத்துவ உரையாடல்களுமே மிகுதியாக இருந்தன. இந்திய சிந்தனை மரபில் இரு பெரும் மொழிகளிலும் அதாவது, சமஸ்கிருத மொழியிலும், தமிழிலும் சிறப்பான வண்ணனை இலக்கணம் தோன்றி மொழியின் அமைப்பையும் மொழியின் தன்மையையும் வெளிப்படுத்தியுள்ளது. வடமொழியில் பாணினி உருவாக்கிய அஷ்டாத்தியாயி, தமிழில் தொல்காப்பியர் உருவாக்கிய தொல்காப்பியம் இவற்றுடன் தொடர்ச்சியாக மொழிக்கான இலக்கண நூல்கள் படைத்தல் உருவாகிக்கொண்டே இருந்துள்ளன. கிடைத்த நூல் அல்லாமல் பல இலக்கணநூல்கள் மறைந்தும் விட்டன. மயிலை சீனி வேங்கடசாமி *மறைந்துபோன இலக்கண நூல்கள்* என்னும் நூலில் இவற்றைத் தொகுத்துக் கொடுத்துள்ளார்.

9.2. திராவிட மொழிகளும் இலக்கணங்களும்

தமிழ் மொழியில் மட்டும் அல்லாமல் பிற திராவிட மொழிகளிலும் அந்த மொழியின் அமைப்பை விளக்க இலக்கண நூல்கள் தோன்றியுள்ளன. எனினும் தொல்காப்பியம் அல்லது

தமிழ் மொழியின் இலக்கணம் போல் பொருள் பற்றிய இலக்கண நூல்கள் தோன்றவில்லை. தொல்காப்பியம் எழுத்து, சொல் ஆகியவை மொழியின் அமைப்பை விளக்குகின்றன. பொருளதிகாரம் என்னும் மூன்றாவது பகுதி செவ்வியல் இலக்கிய மரபுகளைப் புரிந்து கொள்வதற்காவும், சமூக அமைப்பை வெளிப்படுத்துவதாகவும் அமைந்துள்ளன. தொல்காப்பியர் பொருளதிகாரத்தை எழுத வேண்டிய தேவை சங்க இலக்கிய அமைப்பே காரணம் ஆகும். இப்பகுதி இலக்கணமாக மட்டும் அல்லாமல் சமூக மரபுகளை வெளிப்படுத்துவதாகவும் அமைந்துள்ளன. சான்றாகத் தமிழகத்தில் பெண் என்பவள் கடல் கடந்து செல்லக்கூடாது[1] என்னும் வரையறை தொல்காப்பியப் பொருளதிகாரதில் பதிவாகியுள்ளது. தமிழ் இலக்கிய மரபைப் பெறுத்தவரை இரு அடிப்படைக் கோட்பாடுகளைக் கொண்டுள்ளன. அகப்பொருள் மற்றும் புறப்பொருள் கோட்பாடுகள். இவை இரண்டும் திணை என்னும் பகுப்பிற்குள் அடக்கலாம். திணைப் பகுப்பில் அகத்திணை மரபு, புறத்திணை மரபு என்றும் மொழி மரபில், உயர்திணை, அஃறிணை என்றும் பகுப்புகள் காணப்படுகின்றன.

9.3. தொல்காப்பியப் பொருளதிகாரம்

தொல்காப்பியரின் பொருளதிகாரத்தைப் பல நிலைகளில் அணுகலாம். அதனுள், 1. இலக்கியவியல்: (அகம், புறம், கூற்று, உள்ளுறை, இறைச்சி), 2. சமூகவியல் : (பெண், ஆண் மரபு), 3. உளவியல்: (காதல் மிகும் நிலையில் ஆணின் நிலை பெண்ணின் நிலை), 4. அமைப்பியல்: (மொழியின் அமைப்பைக் கோட்பாட்டுநிலையில் அணுகினாலும், அமைப்பு நிலையில் அணுகினாலும் வெளிப்படுத்தும் பொருள்கள் கிட்டத்தட்ட ஒன்றாகவே உள்ளன). சங்க இலக்கியகளில் இருந்தே தொல்காப்பியத்தின் இலக்கியவியல் கோட்பாடுகள் உருவாகியிருக்க வேண்டும். ஏன்னெனின் தரவுகளை வைத்தே இலக்கணம் சொல்ல முடியும். (Vaiyapurippillai 1988:11)[2]. கற்றல் கற்பித்தல் முக்கியமாக ஆராயப்பட வேண்டிய ஒன்று. தமிழகத்தில் கற்பித்தல் சூழலின் வரலாற்றை எண்ணிப் பார்க்கவேண்டியுள்ளது. கற்பித்தலில் எத்தனையோ அறிவியல்

1. முந்நீர் வழக்கம் மகடூஉ வோடில்லை (தொல்.அகத்.35)

2. Tolkappiyar was its first literay output. This accords well with the fact that its author used the word *orai* (ஓரை) Sanskrit *Hora* which is a Greek word borrowed in Sanskrit astrological works about third or fouth century A.D. Viapurippillai 1988:11

தொழில் நுட்பங்கள் வந்த பிறகும் அவற்றைப் பயன்படுத்த வேண்டிய கட்டாயத்தில் தமிழ் ஆசிரியர்கள் இல்லை. இன்னும் கரும்பலகையிலே பல இளங்கலை, முதுகலை, தமிழியல் கல்வி நடைபெற்று வருகிறது. கல்வியியலில் கல்வித் தொழில் நுட்பம் என்பது முக்கியமான அமிசமாகும். பயிற்றுவித்தலின் பொழுது பயன்படுத்தும் உபகரணங்கள் பற்றி மாத்திரமல்லாது பயிற்றலுக்கான ஒரு தொழில்நுட்பத்தை வளர்த்தெடுத்துக் கொள்வதும் முக்கியமாக இடம் பெறுகின்றன. இத்துறையில் பயிற்றல் தொழில் நுட்பங்கள் பின்வருமாறு; திரைப்படங்கள், திரைப்படத்துண்டுகள், வானொலி, தொலைக்காட்சி, வரையறுக்கப்பட்ட சுற்றுள்ள தொலைக்காட்சி பயிற்றும் இயந்திரம் (Close & Cricuit), நிரல் நிலைப்படுத்தப்பட்ட பயிற்றலும் (Programmed instruction), படங்காட்டி (Projector), ஒலிப்பதிகைப் பொறி (audio tape recorder), கணினிவழி பயிற்றல் (Computer aided language teaching) (சிவத்தம்பி 2006:54) மனிதனின் அனைத்து வகையான நடவடிக்கைகளும் பொருளாதரத்தைச் சார்ந்து. கல்வியும் இந்தியப் பொருளாதாரத்தைச் சார்ந்தது. இந்தக் கட்டுரையின் நோக்கம் தொல்காப்பியப் பொருளதிகாரத்தைப் புரிந்துகொள்ளும் அணுகுமுறையை விளக்குவதாகும். குறிப்பாகத் தொல்காப்பியரின் கற்பியலைச் சங்க இலக்கியப் பொருள் கோட்பாட்டின் பின்புலத்திலும், மொழியியல் அணுகு முறையிலும் கற்பித்தலில் ஏற்படும் சிக்கல்கள் குறித்த விவாதத்தை முன்வைப்பதாக இக்கட்டுரை அமைகிறது.

தொல்காப்பியம் அல்லது சங்க இலக்கியப் பொருளிய மரபை நன்கு அறிதல் அன்றித் தொல்காப்பியக் கற்பியல் கோட்பாட்டை விளக்க முடியாது. தொல்காப்பிய மொழியின் கூறுகளை விளக்கிய பின்னே பொருண்மைக் கூறுகளை விளக்க முற்படுகிறது. இது மேல் நிலையில் அடிப்படைக் கற்பித்தலை விளக்குவதாக உள்ளது. மேலும், தொல்காப்பியத்தின் ஒவ்வொரு இயலையும் அணுகும் போது ஓர் இயலின் மையப்பொருள் குறித்துத் தொடக்கத்திலே விளக்கிவிட்டுப் பின்னர் ஒவ்வொரு கூறினையும் விளக்குவதாகத் தொல்காப்பிய இயல்கள் அமைந்துள்ளன. சான்றாகப் புணரியல், செய்யுளியல் ஆகியவற்றைக் குறிப்பிடலாம். ஆனால், எல்லா இயல்களும்

இவ்வமைப்பில் விளக்கப்படவில்லை. பொருண்மை கோட்பாட்டைப் பொறுத்தவரை ஒவ்வொரு திணைக்கும் ஒரு இயலாகவும் அகத்திணையின் பிரிவுகளான களவு, கற்பு ஆகியவற்றுக்கும் தனித்தனி இயலாகப் பகுத்து விளக்கப்பட்டுள்ளன.

9.4. பொருளதிகாரத்தின் அமைப்பு

பொருளதிகாரம் நான்கு பெரும்பகுதிகளாகப் பிரிக்கலாம். அகத்திணையியல், புறத்திணையியல், செய்யுளியல், மரபியல் என்பவை ஆகும். அகத்திணையியல் பொருண்மைக் கோட்பாட்டின் முதன்மை பகுதியான அகஇலக்கியக் கோட்பாட்டை விவரிக்கிறது. அதன் உட்பகுப்பான களவியலும், கற்பியலும் பொருளியலும் தனித்தனி இயல்களாக விளக்கப்பட்டுள்ளன. மேலும், களவிற்கும் கற்பிற்கும் பொதுவான மெய்ப்பாடுகளைத் தொகுத்து மெய்ப்பாட்டியல் என்னும் இயலில் விளக்கப்பட்டுள்ளன. புறத்திணை அமைப்புகளை மட்டும் ஓர் இயல் விளக்குகிறது. செய்யுள் அல்லது யாப்பு அமைப்பைத் தனி இயலாகவும் அதில் அடங்கும். உவமை என்னும் பொருண்மைப் பகுதி தனி இயலிலும் விளக்கப்பட்டுள்ளது. அகத்திணையிலும் புறத்திணையிலும் செய்யுளியலிலும் அடங்காத தமிழகத்தில் வழங்கி வந்த மரபை மட்டும் தனி இயலாக மரபியல் என்னும் பெயரில் விளக்கப்பட்டுள்ளது. (காண்க: படம் - 1) கற்பியலைப் புரிந்து கொள்ள வேண்டுமெனின், அகத்திணை அமைப்பைப் புரிந்து கொள்ளுதல் மிக இன்றியமையாததாகும். புறப்பொருளைப் புரிந்து கொள்ள வேண்டும் எனினும், அகத்திணையியலை அறிந்து கொள்வது அவசியம் எனத் தொல்காப்பியம் வலியுறுத்தியுள்ளது.

அகத்திணை மருங்கின் அரிலதப உணர்ந்தோர்
புறத்திணை இலக்கணம் திறப்படக் கிளப்பின் (தொல்.புறத்.1)

அகத்திணை இடத்து மயக்கம் கெட உணர்ந்தோர் புறத்திணை இலக்கணம் வகைப்படக் கூறின் என இளம்பூரணரும் அகத்திணை என்னும் பொருள்கண் பிணக்கற அறிந்தோர் கூறிய புறத்திணையது இலக்கணத்தைக் கூறுபட ஆராய்ந்து கூறின் என நச்சினார்க்கினியரும் உரை எழுதியுள்ளனர். அகத்திணையின் அமைப்பைத் தொல்காப்பியர் பின் வருமாறு வடிவமைத்துள்ளார். திணை, பெயர், கூற்று, பிரிவு, எஞ்சிய திணைகள் (கைக்கிளை,

பெருந்திணை) உள்ளுறை ஆகிய ஆறு பெரும்பகுதியை விளக்குவதாக அகத்திணையியல் அமைந்துள்ளது.³ அகத்திணையியல், களவியல், கற்பியல், பொருளியல் ஆகிய நான்கிலும் சில பொதுவான தன்மைகள் காணப்படுகின்றன.

கற்பியல் அணுகுவதற்கு முன் தொல்காப்பியர் கற்பியலை எவ்வாறு வடிவமைத்துள்ளார் என்பதை நோக்கவேண்டும். கற்பின் விளக்கமும் அதனுடன் தொடர்புடைய கரணம் தொடர்பாக விவரித்துவிட்டு, தலைவன், தலைவி, தோழி, காமக்கிழத்தியர், செவிலி, அறிவர் ஆகியோர் கூற்று விளக்கப்படுகின்றன. ஊடல், அலர், பிரிவு மற்றும் தலைவன், தலைவி, தோழி ஆகியோர்க்குரிய மரபும் இயல்பும் விளக்கப்படுகின்றன. வாயில் மரபும் வாயில்களும் விளக்கப்பட்டுள்ளன. இவை முறையான வரிசையில் அமையாமல் கலந்து முன்னும் பின்னுமாக நூற்பா மாற்றப்பட்டுள்ளதை வெளிப்படுத்துவதாக அமைந்துள்ளன. இந்த அமைப்பைப் பார்க்கும் போது தொல்காப்பியம் எழுதப்பட்ட காலத்திற்குப் பின் நூற்பாக்கள் சிதைந்தும் இடமாற்றமும் விடுபாடும் இருந்திருக்க வாய்ப்புள்ளதை இந்த இயல் வெளிப்படுத்துகிறது. பார்ப்பார், கூத்தர், பாணன், இளையோர் ஆகிய வாயில்கள் பேசும் சூழல் கூற்று என்னும் தகுதி கொடுக்காமல் உரிய கிளவி என்றும் உரிய திறம் என்றும் உரை எழுதப்பட்டுள்ளன. இது உரையாசிரியர்க்கு மட்டும் அல்லாமல் தொல்காப்பியர்க்கும் இதுவே கருத்தாகும். களவில் காணப்படாத சில பகுதிகள் இடம்பெற்றுள்ளன. உதாரணமாக வாயில்கள், காமக்கிழத்தியர் கூற்று ஆகியவற்றைக் கூறலாம்.

9.5. உரை நுட்பம்

இளம்பூரணர் உரை எளிமையாக இருந்தாலும் மேலோட்டமாக அமைந்துள்ளதைப் போன்று தோன்றுகிறது. நச்சினார்க்கினியார் உரையை அணுகும் போதும் மிக ஆழமாகவும், நுட்பமாகவும் சங்கப் பாடல்களைத் தகுந்த

---

3. திணை 7, அவற்றுள் 4திணைகள் நிலம் பெறும் அன்பின் ஐந்திணைகள் முதல் கரு உரி என்னும் மூன்று பொருள் இன்றியமையாதது அவற்றுள் முதல் என்பது நிலம் பொழுது என்றும் ஒவ்வொரு நிலத்திற்கும் அடையாளமும் நிலத் தெய்வத்தையும் விளக்கப்பட்ட பின்னர் பெரும் பொழுது சிறுபொழுது விளக்கப்படுகின்றன(1-12நூ). கருப்பொருள், உரிப்பொருள் அதனுடன் திணை மயக்கமும் விளக்கப்பட்டுள்ளன. (வையாபுரிப்பிள்ளை எஸ்., ம.ந.சோமசுந்தரம் பிள்ளை 1934:178)

இடத்தில் உதாரணமாகக் கொடுக்கப்பட்டுள்ளது. இவர் சங்கப் பாடல்களுக்கு உரை வரைந்த பின்னர் தொல்காப்பியத்திற்கு உரை வரைந்திருக்கலாம் என்பது இதன்மூலம் பெறப்படுகிறது.

அலர் களவுக்கும் கற்புக்கும் > பொது

களவினும் கற்பினும் அலராகும் என்று கூறுதல் வரைவின்று என்றவாறு, தொகுத்துக் கூறல் என்பதனால் களவும் ஈண்டு ஓதப்பட்டது (இளம்பூரணர்). களவில் கூட்டமின்மையும் கற்பில் பிரிவின்மையும் பிறக்கும் ஒப்பக்கூறல் என்னும் உத்தி பற்றிக் களவும் உடனோதினார். சூத்திரம் சுருக்குதற்கு என நச்சினார்க்கினியாரின் உரை விவரிக்கிறது. 'கற்பெனப் படுவது கரணமொடு புணர' (கற்பி.1) என என்கின்ற எச்சமாதலின் சொல் அளவே எஞ்சி நின்றது. இதனால் கரணம் பிழைக்கில் மரணம் பயக்கும் (நச்சினார்க்கினியர்). கற்பியல் 20ஆம் நூற்பாவிற்கு உரை மிக நுட்பமானதும் அடுத்தகட்ட ஆய்விற்கு நகர்த்தக்கூடியதாகவும் உள்ளது. '*பொருள்பட மொழிதல் கிழவோட் குரித்தே*' (கற்பி.20) பணிந்த மொழி தோன்றாது 'வேறோர் பொருள் பயப்பக் கூறுதல் தலைவிக்கும் உரித்து என்றவாறு' என நச்சினார்க்கினியரின் உரையினை உள்ளுறை, இறைச்சி போன்ற குறிப்பு மொழிக்கு இலக்கணமாகக் கொள்ளலாம்.

9.6. அகராதிப்பணி

இளம்பூரணர் மற்றும் நச்சினார்க்கினியர் உரைகளில் இரு வேறுபட்ட கருத்து இருந்தாலும் இரண்டு உரைகளிலும் காணப்படும் மொழியைக் கையாளும் முறையில் ஒரு பொதுத்தன்மை காணப்படுகின்றன. உரைகள் பல இடங்களில் அகராதிப் பணியை மேற்கொண்டுள்ளது. தொல்காப்பியக் கலைச்சொல்லாகம் குறித்தும் இரு உரைகளையும் ஒப்பு நோக்கி ஆய்வுக்கு உட்படுத்தலாம்.

1. இயல் - இலக்கணம் (நச்சி)
2. ஐயர் -முனிவர் (இளம்)
3. கரணம் - கரணம் என்பது வதுவைச் சடங்கு (இளம்)
   கரணம் என்பது வேள்விச் சடங்கு (நச்சி)
4. கீழோர் - கீழோராகிய வேளாண் மாந்தர் (இளம்)
5. பொருள்பட
   மொழிதலாவது -பொய்யாக் கூறாது மெய்யே கூறல்

6.மேலோர் -மேற்குலத்தாராகிய அந்தணர் அரசர் வணிகர் என்னும் மூன்று வருணத்தார்(இளம்)

தொல்காப்பியம் முழுமைக்கும் உரைகளிலிருந்து இது போன்ற ஓர் அகராதி உருவாக்க வேண்டும். சொற்களுக்கான நேரடிப் பொருள் அல்லாமல் உரையாசிரியர் எவ்வாறு பொருள் கொள்கிறார் என்பதை அறிவதும் தொல்காப்பியப் புரிதலுக்குப் பயனுள்ள வகையில் அமையும்.

9.7.பாடவேறுபாடு

உரையின் காலமும் உரையாசிரியரின் கொள்கையும் வேறுபட்டமையால் உரைகளின் பொருண்மைநிலையிலும் இரு விதமான உரைகள் காணப்படுகின்றன. அக்காலகட்டம் ஓலைச்சுவடியில் எழுதப்பட்டமையால் பாடவேறுபாடுகள் தோன்றுவது இயல்பாக நிகழக்கூடியது. அவற்றைக் களைந்து வாசித்தல் படிப்பவரின் கடமையாகும். இவ்விதமான பாடவேறுபாடுகளே இருவிதமான கொள்கையை (School of thoughts) அல்லது பாடத்தை உருவாக்கி விடுகின்றன. இளம்பூரணரைவிட நச்சினார்க்கினியரின் பாடங்கள் பல மாற்றங்களுடன் காணப்படுகின்றன. இன்றையச் சூழலில் பாடவேறுபாட்டாய்வு மிக முக்கியமானது.

தொடுத்தற் கண்ணும்	- தொடுதற் கண்ணும்
மெய்கொளவருளிப்	- மெய்கொளவருளிய
புணர்வதாகும்	- புரைவதென்ப
அவள்நிலை உரைத்தல்	- வரைநிலை உரைத்தல்

போன்ற பாட வேறுபாடுகள் காணப்படுகின்றன. தொல்காப்பியத்தில் உள்ள பாடவேறுபாடுகளை மட்டுமே பெரும் ஆய்வுக்கு உட்படுத்தும் அளவிற்கு உள்ளன.

9.8.கூற்று அமைப்பு

கூற்று அகத்திணையிலிலும், களவியலிலும், கற்பியலிலும் காணப்பட்டாலும் ஒவ்வொரு இயலிலும் கூற்றின் பொருண்மை மட்டும் அல்லாது அதன் அமைப்பிலும் மாற்றங்கள் காணப்படுகின்றன. கற்பியலின் அமைப்பை அணுகிய நிலையைப் போல் ஒவ்வொரு கூற்றையும் பிரித்துப் பார்க்கும் போது முதல் சில கூற்றுகளின் பொருண்மை ஒன்றாக உள்ளது.

1. களவு காலத்திலிருந்து கற்புக்கு மாறிய நிலை பற்றி பேசும் சூழல்
2. பிரிவு- பொருள்வயிற் பிரிவு, பரத்தையர் பிரிவு (ஊடல்)
3. மகவு பிறத்தல் - வாயில்கள் ஊடல் தீர்வு

பெரும்பாலும் இந்தப் பொருண்மைக்குளேயே கூற்றுகள் அமைகின்றன. தலைவனின் கூற்றே கற்பியலில் மிகுதியாக உள்ளன. தலைவன் கூற்று 33, தலைவிக் கூற்று 19, தோழிக்கூற்று 19. தலைவன், தலைவிக்கும் காமக்கிழத்திக்கும் ஊடல் தீர்ப்பவனாக உள்ளான். தலைவியின் குழந்தையைக் காமக்கிழத்தியர் எடுத்துக் கொஞ்சி மகிழ்கின்றனர். அதனை அறிந்த தலைவி அவளும் (காமக்கிழத்தியர்) உனக்குத்தாய் என்று கூறும் கூற்றுச் சங்ககால சமூக அமைபைப் புரிந்துகொள்ள உதவுகிறது. இது மேலும் மானிடவியல் ஆய்வுக்கு உட்படுத்த வேண்டியுள்ளது.

9.9. சிக்கல்கள்

தொல்காப்பிய உரையாசிரியர்கள் தத்தமக்கு உரிய பாடத்திற்கு ஏற்ப பொருள் வேறுபடுகின்றன. சான்றாக. 1. கற்பியல் கூத்தருக்கு உரிய கிளவி கூறுமிடத்து இளம்பூரணர் முழுவதும் (1-8) தலைவிக்குக் கூறுவது போலவும், நச்சினார்க்கினியர் தலைவிக்கும் (1-4) தலைவனுக்கும் (5-8) கூறுவது போல் உரை அமைத்துள்ளார். [4] 2.களவிற்கும் கற்பிற்கும் அலர் பொதுவெனில் [5] உள்ளுறை போல அகத்திணையில் வைத்திருக்கலாம். களவில் அலர் ஏற்படில் அதன் முடிவு நன்மையாக இருக்கும், கற்பில் அலர் ஏற்படின் அதன் முடிவு தீமையாக இருக்க வேண்டும். ஆனால், தொல்காப்பியர் காலத்தில் பெண்களுக்கான சமூக அழுத்தம் காரணமாகத் தலைவனின் பரத்தையர் பிரிவு ஏற்றுக் கொள்ளவேண்டிய சூழலில் பெண் உள்ளாள். அதே நிலையில் ஆண் சமூகமும் எவ்வாறு நடந்து கொள்ளவேண்டும் என்பன தோழிக்கூற்றின் மூலம் புலவர்கள்

4.
1.தொல்லவை உரைத்தலும்,	2.நுகர்ச்சி ஏத்தல்,
3.ஊடலில் தகைத்தல்,	4.உறுதி காட்டல்
5.அறிவு மெய்நிறுத்தல்,	6.ஏதுவின் உரைத்தல்,
7.துணியக் காட்டல்,	8.அளிநிலை உரைத்தல்.

5. களவும் கற்பும் அலர் வரைவின்றே (கற்பி.21)
    அலரில் தோன்றும் காமத்து மிகுதி (கற்பி.22)

அறிவுறுத்தியுள்ளனர் . 3.இளம்பூரணர் உரையில் சில இடங்களில் விலகி, பொருள் உரைக்காமல் சென்றுவிடுகிறார். சூத்திரத்தான் பொருள் விளங்கும் (கற்பி.நூ.15, 17, 19, 29, 51, 53), உதாரணம் வந்த வழி கண்டுகொள்க (கற்பி நூ.42). வல்லாரைக் கொண்டு உணர்க என உரை வரைந்துள்ளார். மரபிலக்கணத்தின் நுட்பமான அறிவு மரபை விளங்கிக்கொள்ள பயன்படுகிறது. கருத்தமைப்பின் புலப்பாட்டிற்கு மொழியியல் துணை அவசியமாக அமைகிறது. ஆகவே, இதுபோன்ற ஆய்வுகளில் கற்பித்தலுக்கும் எளிமையான புரிதலுக்கும் தமிழ் மரபிலக்கணத்துடன் மொழியியல் அணுகுமுறை மிக இன்றியமையாததாக அமைகிறது.

படம் - 1
பொருளதிகாரத்தின் அமைப்பு

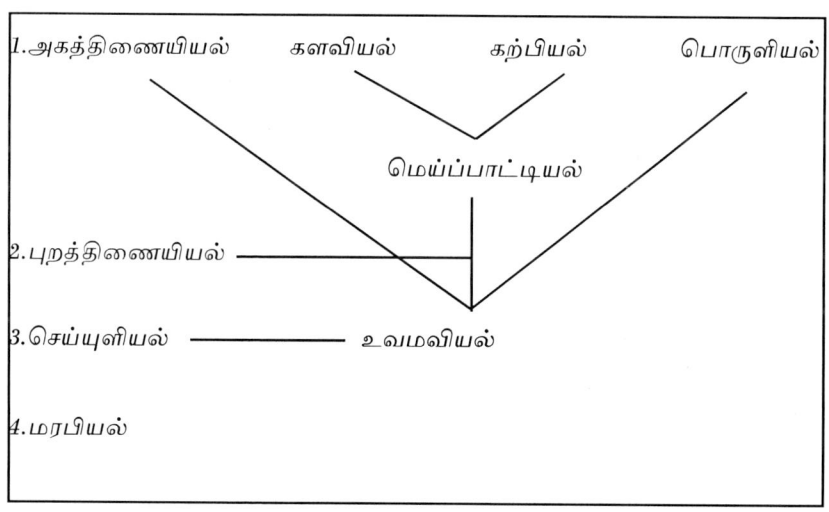

10
திருக்குறள்: இயற்கைச் சூழலும் புலப்பாட்டு நெறியும்

திருக்குறள் தமிழகத்தில் தோன்றினாலும் உலகப்பொது மறையாக விளங்குகிறது. அமைந்தொருபால் கோடாத சான்றோர்கள் நூலின் நயத்தை உணருவோர்கள், சில நூல்கள் உலகில் உள்ளவர்களால் போற்றிப் படித்துப் பயனடைய உரிய நூல்கள் எனத் தமது அறிவைக் கொண்டு உறுதிசெய்வர். அது எந்த மொழியில் எழுதப்பட்டு இருந்தாலும் உலக மக்கள் அமைவருக்குமான பொது நூலாக ஏற்றுக் கொள்வர் (சேதுப்பிள்ளை 2001:15). இப்பண்புகளுடைய நூலில் திருக்குறள் முதன்மையான இடத்தைப் பெற்றுள்ளது. உலகம் முழுமையும் பரவலாகத் திருக்குறள் பற்றியும் திருவள்ளுவர் பற்றியும் நன்கு அறிந்துள்ளனர். திருக்குறள் மனித சமுதாயத்திற்குத் தேவையான சிந்தனைகளைத் தரும் தத்துவ நூலாக அமைந்திருந்தாலும் அக்கருத்துக்கள் இலக்கிய வடிவில் கொடுக்கப்பட்டுள்ளன. சிறந்த கருத்துக்கள் திருவள்ளுவர் என்னும் புலவரால் மிக அழகான இலக்கியமாகவும் படைக்கப்பட்டுள்ளது. இலக்கியம் படைக்கப்பட்ட காலத்தில் படைக்கப்பட்ட புலவரின் சூழல்கள் அப்படைப்பில் கருத்தின் தேவை கருதி இணைக்கப்பட்டுள்ளன. இலக்கியச் சூழல்கள் புலவர்கள் தன் கருத்தைப் புலப்படுத்த பயன்படுத்திக் கொள்கிறார்கள். அதன் அமைப்பு எவ்வகையில் அமைந்துள்ளது என்பதை அறிந்துகொள்வது இலக்கிய ஆய்வில் புதிய முயற்சியாகக் கருதலாம்.

10.1.இலக்கியமும் இயற்கைச் சூழலும்

சங்க காலம் என வழங்கும் காலப் பிரிவை இயற்கை நெறிக்காலம் எனக் கூறலாம். இயற்கை நெறிக்காலம் என்று குறிக்கும் போது தமிழ் மக்களுடைய வாழ்க்கை தமிழ்நாட்டுச் சூழலுக்கு ஏற்ப அமைந்ததென்று கூறலாம். சங்க காலத் தமிழ்மக்கள் வாழ்க்கை தமிழ்நாட்டில் காணப்பட்ட ஐவகை நிலப்பாகுபாட்டிற்கு ஏற்ப அமைந்திருந்தது. (வேலுப்பிள்ளை 2004:9) இயற்கைச் சூழலில் இரு அங்கமாக மனிதன் உள்ளான் மனிதன் படைக்கும் இலக்கியத்தில் தன் சூழல் சார்ந்த இயற்கையைப் பதிவு செய்வதில் தவறுவதில்லை. அது இயல்பாக அமைந்தாலும் அதற்குள் ஒரு ஒழுங்கமைந்த அமைப்பு இருக்கின்றன. சங்க இலக்கியங்களில் காணப்படும் செடிகொடித் தொடர்பான செய்திகளை ஆராய்ந்து கூறும் நூல்கள் தமிழில் உள்ளன. மு.வரதராசன் ஆராய்ந்து எழுதிய *'சங்க இலக்கியத்தில் இயற்கை அமைப்பு'* (Treatment of Nature in Sangam Literature), சேவியர் தனிநாயகம் அடிகளின் *'இயற்கைக் காட்சியும் தமிழ்ப் பாக்களும்'* (Landscape and poetry 1962, 1967, 1997), பில்.எல் சாமி அவர்களின் *'சங்க இலக்கியத்தில் செடி கொடி விளக்கம்'* என்னும் நூலும் *'சங்க இலக்கியத்தில் விலங்கின விளக்கம்'* (1970) ஆகிய நூல்களும் முதன்மையான ஆய்வு நூல்களாகும்.

தனிநாயகம் அடிகளின் நூலில் ''செடி கொடிச் செய்திகள் எவ்வாறு பாவில் பின்னப்பட்டுள்ளன என்பதை ஆராய்ந்துள்ளது. திறனாய்வு மனப்பாங்கோடும், ஒப்புநோக்கும் உணர்வோடும் கருத்துக்களைக் கூறியுள்ளது. தெரிந்தெடுத்த செய்திகளை உளநூல் கருத்துப்படியும் இனநூல் கொள்கைப்படியும் விளக்கப்பட்டுள்ளன (சாமி1967:15) என வ.அய்.சுப்பிரமணியம் பி.எல்.சாமியின் முன்னுரையில் குறிப்பிட்டுள்ளார். இவற்றிற்கு அடிப்படையாக அமைந்தது உ.வே.சாமிநாதையரின் பதிப்பு முன்னுரையாகும். உ.வே.சா.வின் பதிப்பில் தரப்படும் விரிவான ஆய்வு முன்னுரைப் பகுதி அந்நூலில் கூறப்பட்டுள்ள தாவரங்கள் விலங்குகள் போன்றவைத் தொகுத்துக் கொடுக்கப்பட்டுள்ளன (குறுந்தொகை 1937). இயற்கைச் சூழல் பதிவு செய்யப்படுவதோடு அந்நிலவியல் சார்ந்த பண்பாடும்

இனவியல் மரபுகளும் சேர்த்தே பதிவு செய்யப்படுகிறது.[1]

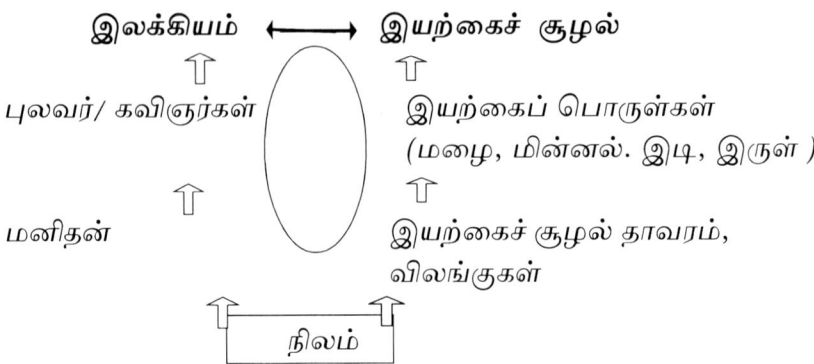

இயற்கைச் சூழல்களை மனிதர்கள் பல நிலைகளில் பயன்படுத்திக் கொள்கின்றனர். புகைப்படங்களாகவோ ஓவியங்களாகவோ நாட்டுப்புறப் பாடல்களிலோ உள்வாங்கப் படுகின்றன. ஆனால், இவை காலத்தால் மறைய வாய்ப்புக்கள் உள்ளன. சிறந்த இலக்கியத்தில் பதிவான இயற்கைச் சூழல்கள் பல காலம் நிலைத்திருக்க வாய்ப்பு உள்ளது. அனைத்தும் நிலம் என்னும் மையப்புள்ளியில் இயங்குகிறது. தாவர இனங்கள், விலங்கினங்கள், மனிதர்கள் (புலவர்/கவிஞர்கள்) அனைத்தும் இந்த நிலத்தில் தோன்றியவை. இலக்கியப் படைப்பில் கருத்தினைப் புலப்படுத்த எவ்வகையில் அதன் பங்கு உள்ளது என்பதை நுட்பமாக ஆராய வேண்டி உள்ளது.

10.2. புலப்பாட்டு நெறி

புலப்பாட்டுத் திறன் என்பது கருத்தினைப் புலப்படுத்தும் திறனாகும். எல்லோரும் கருத்தினைப் புலப்படுத்துகின்றனர். சிலர் சொல்லும் முறை புதுமையானதாகவும் மீண்டும் மீண்டும் ரசிக்கும்படியாகவும் உள்ளன. அம்முறை பல காலமாக அந்தப்

---

1. The influence of Geography on deteremining the Character and Culture of a people or in short, what has been called since Graebner 'Anthropo-Geography' (the relation between culture and environment) and in as days as Human Geography is a science which neither the ethnologist nor the Literary critic can afford to neglect. (Thani Nayagam Re.p.1997:10, taken by W.Schmibt The Culture Historical Method of Ethnology 1939)

படைப்பு வெற்றிப்பெற வழி வகை செய்கிறது. திருக்குறளில் பயன்படுத்தப்பட்டுள்ள இயற்கைச் சூழல்கள் மூன்றாகப் பகுத்து ஆராயலாம். அவை விலங்குகள் (Animals), தாவரங்கள் (plants), இயற்கைப் பொருள்கள் (Natural Elements) இந்த மூன்று பொருள்களும் எவ்வாறு கருத்தினைப் புலப்படுத்த பயன்படுத்தியுள்ளனர் என்பதும் அதன் புள்ளியியல் நிலைகளில் கருத்தினைப் புலப்படுத்தும் அமைப்பும் இயற்கைப் பொருளிலிருந்து மொழி ஆக்கத்திற்குச் சொற்களில் வளர்நிலையும் அதன் படிநிலை வளர்ச்சியும் மெல்ல நடந்தேறியுள்ளன.

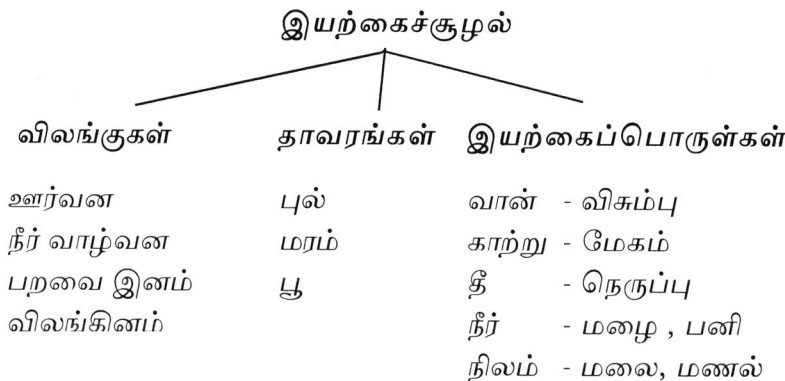

இயற்கைச்சூழல்

விலங்குகள்	**தாவரங்கள்**	**இயற்கைப்பொருள்கள்**
ஊர்வன	புல்	வான் - விசும்பு
நீர் வாழ்வன	மரம்	காற்று - மேகம்
பறவை இனம்	பூ	தீ - நெருப்பு
விலங்கினம்		நீர் - மழை , பனி
		நிலம் - மலை, மணல்

10.3. விலங்கினமும் கருத்துப்புலப்பாட்டு அமைப்பும்

திருக்குறளில் 20 வகையான விலங்கினங்கள் பதிவாகியுள்ளன. அவற்றை அடிப்படையில் நான்காகப் பிரிக்கலாம். அவை ஊர்வன(3), நீர்வாழ்வன(3), பறவையினம்(5), விலங்கினம்(9) ஆகியவை ஆகும். இவற்றின் வருகை இடங்கள் தொகுக்கப்பட்டுப் பின்னிணைப்பு-1இல் கொடுக்கப்பட்டுள்ளது.[2] ஊர்ந்து செல்லும் இனம் மூன்று பதிவாகியுள்ளது. அவை புழு (1), எலி (1), பாம்பு (2).

---

2. அன்னம், ஆடு, ஆமை, எருது, எலி, கவரிமா, காக்கை, கூகை, கொக்கு, சிங்கம், நரி, பசு, பாம்பு, புலி, புழு, மயில், மான், மீன், முதலை, யானை.

10.3.1. அமைப்பு-1

புழு - என்பில் அதனை வெயில் போலக் காயுமே
அன்பில் அதனை அறம் (குறள். 77)

எலும்பு இல்லாத பிராணியை வெயில் (காய்தல்) போல அன்பு இல்லாத உயிரை அறக்கடவுள் வருத்தும் (வ.உ.சி.உரை 1935:146)

கவிதையின் அமைப்பு மேற்காணும் தன்மையில் உள்ளது. அன்பு இல்லாதவற்றை அறம் அழிக்கும் என்பது கருத்து. அக்கருத்தினை வெளிப்படுத்த அதற்கு இணையான (parallel) உலகோர் அறிந்த காட்சி ஒன்றை உலக மக்கள் அனைவர் மனதில் எளிதில் உணரும் வகையில் அறிந்த பொருளை எடுத்துக்காட்ட வேண்டும். மனிதர்கள் இயற்கையை எவ்வித துணையின்றி இயல்பான அறிவுத்திறத்தாலே அறிந்துகொள்ள முடியும். இயற்கைச் சூழல் மூலமாகப் புரிந்துகொண்டுள்ள அறிவைக் கவிதையில் காட்சிப்படுத்தப் படுகிறது (Image). அதன்பின் அதன் வழியாகக் கருத்து விளக்கப்படுகிறது. இந்நிலையில் இது படிமக் காட்சியாகி கவிதை மொழியாக மாறுகிறது.

10.3.2. அமைப்பு-2

எலி X பாம்பு

ஒலித்தக்கால் என்னாம் உவரி எலிப்பகை
நாகம் உயிர்ப்பக் கெடும் (குறள். 763)

நேரடிப் பொருள்	படிமப் பொருள்	இயற்கை
கடல் போல் பெரும் கூச்சல் இட்டால் என்ன நாகம் மூச்சு விட அஞ்சி ஓடிவிடும்.	எலிப்பகை	நாகம்

படிம ஒப்புமையின் மூலம் கருத்துப் புலனாகிறது. அதிகாரம் படை மாட்சி எலிப்பகை என்னும் படிமத்தின் மூலமாக

இந்த இயற்கை முரணுக்குள் உள்ள கருத்து மறைந்துள்ளது. இதனை அணி இலக்கணம் பிறிதுமொழிதல் அணி எனக் கூறுகின்றது. மறைந்துள்ள பொருள் மறம் குன்றிய பகைவர் பலர் திரண்டு முழக்கம் செய்தாலும், மறம் மிக்கவர் அஞ்சார், அவர் கிளர்ந்து எழின் வலிமையில்லாமல் வெற்றுக்கூச்சல் இடும் பகைவர் அஞ்சி ஓடிவிடுவர் (தேவநேய பாவாணர் 2000:410).

இந்தக் குறளின் அமைப்பு முழுவதும் மாறுபட்டது, நேரடியாகப் பொருள் கொள்ள முடியாமல் எந்தச் சூழலில் அதாவது, அதிகாரத்தின் தலைப்பு அல்லது அந்த அதிகாரத்தின் மய்யப்பொருளை ஒட்டியே இதற்குப் பொருள் சொல்ல இயலும். இந்தக் குறளில் உள்ள படிமம் குறிப்பாகப் பொருளினை வெளிப்படுத்துவதாக உள்ளது. எலிப்பகை; கடல் போல் எலியாகிய (வீரம் இல்லாத) பகைவர்கள். எலி என்பதும் அதற்கு முரணாக (Contrast) நாகம் என்பதும் குறியீடாக உள்ளது. எலி வீரம் அல்லாத கூட்டத்தையும் நாகம் வீர மறவர் எனக் கொள்ள வேண்டும். ஆக, கவிதை மொழி கருத்துடன் காட்சி பெரும் பங்கு இணைக்கப்பட்டுள்ளது. கருத்து + படிமம் கவிதையாகிறது (thought + image = poetry) என்னும் முடிவிற்கு வரலாம். இந்தக் குறளில் உலகோர் அறிந்த ஓர் இயற்கையான உலகம் தழுவிய உண்மைகளின் (Universal Truth) மூலம் கருத்துக் காட்சிப் படுத்தப்படும் போது, அது சிறந்த கவிதையாகப் பரிணமிப்பதோடு வாழும் இலக்கியமாகவும் நிலைபெறுகிறது. *"சிறு சுடர்முன் பேர் இருள் ஆங்கு அண்டாய்"* (புறப்பொருள் வெண்பா மாலை), *"ஆயிரம் காக்கைக்கு ஓர் கல்"* (பழமொழி), *"அழலென உயிர்க்கும் அஞ்சுவரு கடுந்திறள் பாம்பு"* (திருமுருகாற்றுப்படை 149-150) இவை போன்ற ஒப்புமைப் பகுதிகளும் சங்கப்பாடல்களில் காணப்படுகின்றன.

பாம்பு, தொன்மையான உயிரினம், தமிழ்ச் செவ்வியல் இலக்கியத்தில் மட்டும் அல்லாமல் சீனம், கிரேக்கம் போன்ற செவ்வியல் இலக்கியத்தில் பதிவானதோடு அது தொன்மக் குறியீட்டாகவும் விளங்குகிறது. சீனாவின் முதன்மை தொன்மமான டிராகன், மகாபாரதத்தில் துரியோதனின் பாம்புக் கொடி, திருமாலின் பாம்பணை, முருகன் தொன்மத்தில் வரும் நாகம் இனக்குழு அடையாளமாகக் கருதப்படுகிறது. மயிலினை

இனக்குழுவின் அடையாளமாகக் கொண்ட ஓர் இனம் நாகத்தை அடையாளமாகக் கொண்ட இனத்தை அடக்கியதன் குறியீடாக முருகன் தொன்மத்தில் இடம்பெற்றுள்ளது. மக்களிடம் அச்சத்தை ஏற்படுத்துவதாகவும், மக்களால் வணங்கப்படும் பொருளாகவும் உள்ளது. உலகில் உள்ள பல தொல்குடிகளில் இனக்குழு அடையாளமாக உள்ளது. நாகம் என்பது தென்னிந்திய இன மக்களைக் குறிக்கும் சொல்லாகவும் உள்ளது. பாம்பு (pampu DED&3361) என்னும் சொல்லே எல்லா திராவிட மொழிகளிலும் காணப்படுகிறது. நாகம் என்னும் சொல்லுடன் இந்தியத் துணைக்கண்டம் முழுவதும் சில ஊர் பெயர்கள் காணப்படுகின்றன.[3]

உடம்பா டில்லாதவர் வாழ்க்கை குடங்கருட்
பாம்போ டுடனுறைந் தற்று (குறள். 890)

மனப்பொருத்தம்		குடிசையுள் பாம்போடு
இல்லாதவரோடு	=	கூடி வாழ்தலுக்கு
கூடி வாழ்தல்		ஒப்பானது. (குறள்.890)

பாம்போடு வாழ்தல் என்பது இயல்பானது அன்று. பாம்பு துன்பம் ஏற்படுத்தக் கூடியது என்னும் இயற்கை அறிவு இங்கு மிக மிகக் கடினமான செயலுக்குக் காட்சிப்படுத்தப் பட்டுள்ளது. இந்தக் குறளில் காட்சிப்படுத்தபட்ட முறையும் ''*மோப்பக் குழையும் அனிச்சம்*'' என்னும் குறளில் கையாண்ட முறையும் ஒன்றாக உள்ளது. (குறள்.890) கடினமாகச் செயலுக்கும், (குறள்.90) மென்மை தன்மைக்கும் எனப் பொருண்மையில் முரண் இருந்தாலும் காட்சிபடுத்திய அமைப்பு ஒன்றாக உள்ளது. 'யான் காதலரைக் கண்டது ஒரு நாள் ஆனால், நிலவைப் பாம்பு கொண்டது போல அலர் பற்றிக்கொண்டது'. '*கண்டது மன்னும் ஒருநாள் அலர்மன்னும்/ திங்களைப் பாம்புகொண் டற்று*' (குறள் 1146) கருத்துக்குக் காட்சிப்படுத்தல் முதலில் நடைபெறுகிறது அதன் பின் காட்சி கருத்தினை விளக்கிக்கூறும் படி அதன் அமைப்பு உள்ளது.

---

3. நாக என்னும் சொல்லுடன் இணைந்த ஊர் பெயர்கள்: நாகர் கோயில், நாகப்பட்டினம், நாக்பூர், நாகாலெண்ட்.

இந்த இயற்கை நிகழ்வில் ஒளி என்பது நன்மைக்கும், இருள் என்பது தீமைக்கும் பயன்படுத்தப்பட்டுள்ளது. இதில் பொருள் மேலும் தொடர்வதாக உள்ளது. திருக்குறளிலும் ஒளி என்னும் சொல் நன்மையின் பொருட்டும் இருள் என்னும் சொல்லும் தீ என்னும் சொல்லும் தீமைக்கும் வந்துள்ளது.[4] 'அனிச்சம்பூ வள்ளுவரால் வாழ்த்து பெற்ற மலர் நன்னீரை வாழி அனிச்சமே' (குறள் 1111) மென்மையான மலருக்கு இப்பூ எடுத்துக் காட்டப்பட்டுள்ளது. இலக்கியம் எப்போதும் உயர்வு நவிற்சியை விரும்பும் என்பதால் அனிச்சம் பூவை விட தலைவி மென்மையானவள் (குறள்1111) என்றும் அனிச்சம் பூவும் அன்னத்தின் இறகும் தலைவியின் பாதத்திற்கு நெருஞ்சிப் பழமாக அமையும் (குறள் 1120) என்றும் காமத்துப் பாலில் காட்சிப்படுத்தப்பட்டுள்ளது. அறத்துப்பாலில் ஓர் எதார்த்த உண்மை அனிச்சப்பூவோடு ஒப்பிட்டுக் கருத்துப் புலப்படுமாறு இக்குறள் அமைக்கப்பட்டுள்ளது.

யானை

வள்ளுவரால் அதிக இடங்களில் ஆளப்பட்ட விலங்கு யானை ஆகும். நான்கு இடங்களில் களிறும் நான்கு இடங்களில் யானை என்னும் பொதுப்பெயராலும் சுட்டப்பட்டுள்ளது. இந்தப் பதிவினை வைத்து வள்ளுவர் காலத்தில் தமிழகத்தில் யானை இரண்டு வகையாகப் பயன்படுத்தப்பட்டுள்ளது. ஆண் யானைகள் போர்க்கும், முகப்படாம் போட்ட அரசனுடைய பட்டத்து யானை(குறள் 1087) இதுவும் களிறு, யானையை வைத்து யானை பிடிக்கப்பட்டுள்ளது (குறள் 678) நனைகவுள் யானை என மதம் கன்னத்தில் வழியும் யானை என்பதால் இதுவும் ஆண் யானை ஆகும். காடுகளில் அதன் செயல்பாடு குறித்து இரண்டு விதமான பதிவுகள் உள்ளன.

காடுகளில் உள்ள யானை எத்துனைப் வலிமையாக இருந்தாலும் (குறள் 599) போர்க்களப் பயிற்சி இல்லாமையால் ஊக்கம் குன்றிக் காணப்படும் எனக் கருதப்படுகிறது. ஆனால் இன்றைய அறிவியல் யானை மிகுந்த மனவலிமை படைத்த விலங்கு எனக் குறிப்பிடுகிறது. இது இலக்கியத்தின் பொருட்டுச்

4. ஒளி: விளக்கு, விளக்கம், மெய்யுணர்தல், புகழ், போற்றுதல்.
தீ. என்னும் அடிச்சொலிலிருந்து (தீ > தீங்கு, தீமை, தீய, தீயவை)

சற்று மிகையாக இயல்பு மாற்றப்பட்டிருக்கலாம். வேல் வீரர்களைத் தூக்கி வீசிய கண்ணஞ்சாத வலிமை மிக்க களிறு சேற்றில் மாட்டிக்கொள்ளும் போது வலிமை இல்லாத நரி வீழ்த்தி விடும் (குறள். 500). கண்ணஞ்சா என்பது கூர்ந்து நோக்க வேண்டிய ஒன்று யானைக்கு உறக்கம் என்பது தனியே கிடையாது நின்று கொண்டே ஓய்வெடுக்கும் விலங்காகும். இந்த இரண்டு குறள்களும் நேரடியாகப் பொருளை விளக்காமல் ஒரு காட்சியை விளக்கும்படி அமைந்துள்ளன.

வலிமையான **யானை** அச்சங்கொள்ளும்	⇨	**புலி** தாக்கும் போது (குறள்.599)

ஆழ்நிலைப் பொருள்: ஊக்கம் இல்லாத அரசன் படை பெருமையும் கருவி சிறப்பும் இருந்தாலும் ஊக்கம் உடைய அரசரால் வெல்லப்படுவான் (பாவாணர் 2000:329).

சேற்றில் மாட்டிக்கொண்ட யானையை	⇨	நரி வீழ்த்தி விடும் (குறள்.500)

ஆழ்நிலைப் பொருள்: பெரும் படையுடைய பேரரசன் தமக்கேற்காத இடத்துக்குச் சென்றால் மிக எளியவரால் வெல்லவும் கொல்லவும் படுவான்.

இதே அமைப்பை ஒத்துச் சில குறள் காணப்படுகின்றன. ‘‘*பகல்வெல்லும் கூகையைக் காக்கை இகல்வெல்லும் வேந்தர்க்கு வேண்டும் பொழுது*’’ (குறள். 481)என்னும் தொடரில் அரசன் காலம் அறிந்து செயல்படவேண்டும் என்பது குறளின் மையக்கருத்தாகும். இதற்கு வலிமை மிகுந்த கூகையை வலிமை இல்லாத காக்கை பகலில் வென்று விடும் என்னும் இயற்கையில் நிகழ்வின் மூலம் காட்சிப்படுத்தப்படுகிறது.

இந்தக் குறள் இடம்பெற்ற அதிகாரத்தை வைத்தோ அல்லது உரையாசிரியர் துணை கொண்டே இந்தக் குறளைப் புரிந்துகொள்ள முடியும். ஆழ்நிலையில் சொல்ல வேண்டிய பொருள் உள்ளே பொதிந்து உள்ளது. கருத்துப் புலப்பாட்டுத் திறனில் இது ஒருவகையான அமைப்பாகக் கொள்ளவேண்டும்.

10.3.3. அமைப்பு - 3 பொருள் அடிக்கிக் கூறுதல்

எடுத்துக்கொண்ட கருத்திற்கு இணையாகப் பல இயற்கைப் பொருள்களை அடுக்கிக் கூறுதல். திருக்குறளில் காணப்படும் கருத்துப்புலப்பாட்டு அமைப்பில், பொருள்களை அடுக்கித் தம்

கருத்தினை இணைத்துக்கூறல் காணப்படுகிறது. இவ்வகையான அமைப்பு இலக்கியத்திற்கு மிகுந்த சுவை உடையது.

அணங்கு
அழகான மயில் ———→ என் மனம் மயங்குகிறது (குறள்.1081)
கனங்குழை மாதர்

கூற்றமோ
கண்ணோ ———→ மடவரல் நோக்கம்
பிணையோ   இம்மூன்றும் உடைத்து (குறள்.1185)

இதே அமைப்பைப் போல சில குறள்கள் காணப்படுகின்றன.

மரபிலக்கணம் இவ்வகை அமைப்பினை 'ஞாபகம் கூறல்' என்னும் உத்தியுள் அடக்கியுள்ளது. இதற்கு இளம்பூரணர் 'இரட்டுற மொழிதல்' என்று பொருள் உரைக்கின்றார். பேராசிரியர் வெளிப்படையாகக் கூறாமல் மறைத்து ஆழமாகச் சொல்லுதல் என்கிறார். இதனைப் 'பிறிது மொழிதல் அணி' என்றும் 'ஒட்டணி' என்றும், வேற்றுப்பொருள் வைப்பு அணி என்றும், உவமப்போலி என்றும் அழைக்கப்படுகிறது. வீரசோழிய உரை இதனைக் குறிப்பு எனக் கூறுகிறது. இந்த இயற்கை பொருளினைக் காட்சிப்படுத்தினாலும் அதற்குள்ளும் சில முரண்பாடுகளைக் காணமுடியும். சான்றாக மென்மையானது அதிகமானால் வலிமையானதை உடைத்துவிடும் என்னும் பொருள் அடிப்படையில் ''பீலிபெய் சாகாடும் அச்சிறு அப்பண்டம் சால மிகுத்துப் பெயின்''. வலிமை இல்லாதவை மிகுதியாகக் கூடினாலும் வலிமை உள்ளவற்றை அது வெற்றிக்கொள்ள முடியாது பயந்து ஓடிவிடும். (குறள்.763) இவ்விதமாக அமைப்பு அடிப்படையில் முரண் இருந்தாலும் அவை சொல்லவரும் கருத்திற்கே முதலிடம் கொடுக்கப் பட்டுள்ளது. வெளிப்படையாகவோ அல்லது மறைவாகவோ கருத்து தோன்றினாலும் எடுத்துக்கொண்ட கருத்தே தலைமை பொருளாக விளங்குகிறது.

10.4. ஆய்வு முடிவுகள்

ஒரு கருத்தினைப் புலப்படுத்துவதற்குப் பல வழிகள் இருந்தாலும் இலக்கிய அமைப்பு அதனின்று வேறுபடுகிறது. இலக்கியம் அல்லது கவிதையின் வழியாகக் கருத்து

வெளிப்படுத்தும் போது அது தனக்கென ஒரு அமைப்பிற்குள் நின்று இயங்குகிறது. இது எல்லா படைப்பாளியிடமும் ஒத்த அமைப்புடன் காணப்படுகின்றன.

இயற்கை சூழல்களும் நிகழ்வுகளும் உள்வாங்கப்படுவது உவமையாகவோ அல்லது உருவகமாகவோ அமைந்துள்ளன. இருந்தாலும், அது கருத்துப் புலப்பாடுத்திறனில் அதன் அமைப்பு வெவ்வேறு விதமாக உள்ளது. கருத்திற்குக் காட்சிப்படுத்தப் படுகிறது. அதன்பின் காட்சிப்படுத்தபட்டதன் வழியாகக் கருத்து விளக்கப்படுகிறது.

பின்னிணைப்பு - 1

திருக்குறளில் காணப்படும் விலங்கினங்கள்

(எண் குறள் எண்கள்)

நீர் வாழ்வன

ஆமை	ஆமை	126
மீன்	மீன்	116, 29
முதலை	முதலை	495

ஊர்வன

எலி	எலி	763
பாம்பு	நாகப்பாம்பு	763, 890, 1146
புழு	எலும்பில்லாதவை	77

விலங்கு

ஆ	பசு	1066
ஏறு	சிங்கம்	59, 381
கவரிமா	கவரிமா	969
களிறு	ஆண்யானை	500, 597, 774, 1084
யானை	யானை	599, 678, 758, 772
தகர்	ஆடு	486
நரி	நரி	500
பகடு	எருது	624

பிணை	பெண் மான்	1085, 1089
புலி	வேங்கை	273, 599

பறவை

அன்னம்	அன்னப்பறவை	1120
காக்கை	காகம்	481, 527
கூகை	கோட்டான்	481
கொக்கு	கொக்கு	490
மயில்	மயில்	1081

பிற பொதுவானவை

குடம்பை	முட்டை	338
தூவி	இறகு	1120
பீலி	மயில் தோகை	475
புள்	பறவை	274, 338
விலங்கு	பொ.பெ.	410

பின்னினைப்பு - 2

திருக்குறளில் காணப்படும் பூக்கள்

அனிச்சம்	பூ, மலர், நாகமல்லிகை	1115, 1111, 90-1120
கோட்டுப்பூ	மரக்கிளையில் மலர்ந்த பூ	1373
தொடலை	மாலை	1135
தோட்டு	தோடு-பூவிதழ்	1105
பூ	பூ	1112, 1115, 1305, 1313
மலர்	பூ	3, 595, 650, 1112, 1119, 1231, 1289
முகை	அரும்பு	1274
மொக்குள்	மலரும் பருவத்து அரும்பு	1274

பின்னிணைப்பு - 3

திருக்குறளில் காணப்படும் தாவரங்கள்

அடுபுற்கை	சமைக்கப்பட்ட புழுங்கரிசிக் கூழ்	*1065*
அமை	மூங்கில்	*906*
அலகு	நெல் நெற்கதிர்	*1034*
கரும்பு	இக்கு என்னும் கருப்பங்கழி	*1078*
கனி	பழம்	*100, 1197, 1306*
காம்பு	மூங்கில்	*1272*
காய்	காய்	*100*
காழ்	விதை	*1191*
குன்றி	குன்றுமணி	*277, 965*
கூழ்	பயிர்	*550*
தூறு	வைக்கோல் போர்	*435*
நச்சுமரம்	மரம்	*1008*
நறா	கள்	*1090*
பசும்புல்	புல்	*16*
பதடி	பதடி	*190*
பழம்	கனி	*1120*
புதல்	புதர் செடிகளின் கூட்டம்	*274*
புல்	புல்	*16*
பைங்கூழ்	பசிய பயிர்	*550*
மடல்	பனை	*1131, 1132, 1133, 1135, 1136, 1137*
மரத்தற்று	மரத்தைப்போல	*217*
மரத்தனையர்	மரத்தை ஒப்பாவர்	*576*
மரம்	மரம்	*78, 216, 576, 600, 879, 997, 1020, 1058.*
மருந்தாகி	மருந்தாக உள்ள மூலிகை	*217*
வள்ளி	கொடி	*1304*
வேய்	மூங்கில்	*1113*
வை	வைக்கோல்	*435*

11
வள்ளுவம்: திருக்குறள் ஆய்வுகள்

செவ்வியல் இலக்கியங்களைப் பெற்றிருப்பது தமிழின் தொன்மையையும் சிறப்பையும் காட்டுகிறது. தமிழ்ச் செவ்வியல் படைப்புகளுள் உலக கவனத்தை ஈர்த்த படைப்பு திருவள்ளுவர் இயற்றிய திருக்குறளாகும். தமிழின் செவ்வியல் தகுதி கேட்கப்பட்ட வெகுகாலத்துக்கு முன்பிருந்தே திருக்குறள் செல்வாக்குப் பெற்றிருந்தது. செவ்வியல் இலக்கியத்தில் மிக அதிகமான பதிப்பைக் கொண்டது. 200 ஆண்டுகாலப் பதிப்பு வரலாற்றைக் கொண்ட நூல் திருக்குறள் ஆகும். இந்த 200 ஆண்டுகளில் சமுதாயத்தில் அதன் தேவை இருந்துள்ளதைக் காட்டுகிறது. திருக்குறள் ஆய்வுகளில் அதன் கால நிர்ணயம், மொழிஅமைப்பு, கருத்து ஆகியவை மிகவும் இன்றியமையாதது.

திருக்குறள் மதம் சாராத ஒரு வாழ்க்கைநெறி நூல். இந்திய வரலாற்றில் மனிதநேயம் போதிக்கும் தமிழர் பண்பாட்டு நூல். சாதி, மதம், அரசியலுக்கு அப்பாற்பட்டுத் தமிழகம் முழுமை இயங்கும் கருத்தாக்கம் கொண்ட நூல். வேறு எந்த இலக்கியப் பிரதிக்கும் இல்லாத தனிச்சிறப்பு இந்நூலுக்கு உண்டு. இது மிகுதியான அளவில் இயக்கம் கொண்ட நூல் ஆகும்.

11.1. தமிழக வரலாற்றில் திருக்குறளின் பங்கு

திருக்குறள் தாய்மை உடைய இலக்கியமாகத் திகழ்கிறது. பிற அற இலக்கியத்திலும் காப்பியத்திலும் உரையாசிரியர்களின் உரைகளிலும் சித்தர் பாடல்களிலும், சிற்றிலக்கியங்களிலும் உரைநடை இலக்கியத்திலும் புதினம், புதுக்கவிதை தற்கால நவீன இலக்கிய படைப்புகள் எல்லாவற்றிலும் அதனுடைய தாக்கத்தை உணர முடிகின்றன.

உரையாசிரியர்கள் திருக்குறளைப் பாடமாகக் கேட்டிருப்பார்கள். இவர்களும் போதக ஆசிரியராக இருந்து தம் மாணவர்களுக்குப் பாடம் நடத்தி இருப்பார்கள். இதற்கு முன்பும் இப்படி நிகழ்ந்திருக்கலாம். ஆனால், அதற்குப் போதுமான சான்றுகள் கிடைக்கவில்லை. அதன் காரணமாகவே திருக்குறள் பாடமாக இல்லை என்று கருதிவிட முடியாது. உரையாசிரியர் களுக்குப் பிறகு திருக்குறளோடு மிக நெருக்கமான தொடர்புடையவராகக் கருதப்படக்கூடியவர். தமிழ்ச் சமூக அறப்புரட்சியாளரான வள்ளலாரே ஆவார். திருக்குறளை மக்களிடம் பரப்புவதற்குத் திருக்குறளுக்குப் பாடம் நடத்தியவர் (வள்ளுவம் 1999, சனவரி-பிப்ரவரி ப.46)என்ற குறிப்பும் காணக்கிடைக்கின்றன. அதன்பின் 1920ஆம் ஆண்டு கோடை விடுமுறைக்காக நெல்லைக்குச் சென்ற தெ.பொ.மீனாட்சிசுந்தரம் அவர்கள் *'திருவள்ளுவரும் திருக்குறளும்'* என்ற சொற்பொழிவினை நிகழ்த்தியுள்ளார். அப்பகுதி நண்பர்களின் வேண்டு கோளுக்கினங்க 1923ஆம் ஆண்டு *திருவள்ளுவர் நூல் நயம்* என்னும் தலைப்பில் நூலாக எழுதி வெளியிட்டார்.

தமிழ்ப் படித்த அறிஞர்களிடமும் செல்வந்தர்களிடமும் பேசப்பட்டுவந்த திருக்குறளைத் தந்தைப்பெரியார் 1927களுக்குப் பின் பொதுமக்களிடம் கொண்டு சேர்க்கும் முயற்சியில் ஈடுபட்டுள்ளார். அதற்கான தேவையும், கடமையும் அவர் நன்கு உணர்ந்திருந்தார். அதன் காரணமாகவே திருக்குறளுக்கு மூன்று மாநாடுகளை நடத்தியுள்ளார். 14.03.1948 ஆம் ஆண்டு சென்னை மைலாப்பூரில் மூன்றாவது திருவள்ளுவர் மாநாடு நடைபெற்றது. அதில் தந்தைப்பெரியார் கூறும்போது திருக்குறளின் பெருமையைச் சுமார் 45ஆண்டுகளுக்கு முன்பே எனக்கு எடுத்துக்காட்டியவர் காலம் சென்ற தோழர் பா.வே.மாணிக்க நாயக்கர் ஆவார். அவருடைய விளக்க உரைகளால் திருக்குறளில் அடங்கியிருக்கும் பல அற்புத அதிசயக் கருத்துக்களை என்னால் அன்று அறியமுடிந்தது (திருக்குறளும் பெரியாரும், ப.15) மேலும் திருக்குறளை மாணவர்களுக்குப் பாடமாக வைத்தால் பள்ளிகளில் மதப்படிப்போ ஒழுக்கப்படிப்போ தனியாக வைக்கவேண்டிய அவசியமே இராது என்று தொடர்ந்து மேடைகளிலும் மாநாடுகளிலும் முழுங்கியதன் விளைவே கல்வி நிலையங்களில் பாடமாக வைக்கப்பட்டது.

தந்தைப்பெரியாரின் பகுத்தறிவுச் சிந்தனைகளால் ஈர்க்கப்பட்ட அறிஞர்கள் திருக்குறளுக்குப் பகுத்தறிவோடு உரை எழுதுகிற போக்கு எழுந்தன. குறிப்பாகப் புலவர் குழந்தை, பன்மொழிப்புலவர் க.அப்பாதுரையார், மொழி ஞாயிறு தேவநேய பாவாணர், புரட்சிக் கவிஞர் பாவேந்தர் போன்றவர்கள் குறிப்பிடத் தகுந்தவர்கள். மு.வரதராசனார் எழுதிய எளியஉரை மலிவு விலை பதிப்பாக இருந்ததாலும், கையடக்கமாக இருந்ததாலும் நாடு விடுதலைக்குப் பின் கல்வித் தளத்தில் ஏற்பட்ட விரிவாக்கத்தாலும் மக்கள் மத்தியில் பெரும் செல்வாக்குப் பெற்ற பதிப்பாக இதனைக் கருதலாம்.

*11.2.*திருக்குறள் பதிப்பும் மொழிபெயர்ப்பும்

செவ்வியல் நூல்களிலேயே திருக்குறள் தான் முதன்முதலில் அச்சிடப்பட்ட நூல். *1812*ஆம் ஆண்டு திருச்சி மாசத தினசரிதை அச்சுக்கூடத்தில் தஞ்சை ஞானபிரகாசரால் மரஎழுத்தால் பதிப்பிக்கப்பட்டது. திருக்குறள் மொழிபெயர்ப்புப் பற்றிப் பதிப்பு அடிப்படையில் ஆராயப்பட்டுள்ளது. *1730*இல் திருக்குறள் லத்தீன் மொழியில் முதன்முதலில் வீரமாமுனிவர் அவர்களால் மொழிபெயர்க்கப்பட்டுள்ளது. கிண்டஸ்லே (Kindersley N.E.) என்பவர் *1794*இல் முதன்முதலில் சில குறள்களை ஆங்கிலத்தில் மொழி பெயர்த்தார் என்பது அறியமுடிகிறது. திருக்குறள் இதுவரை அயல்மொழிகளில் *17*மொழிகளிலும், ஆங்கிலத்தில் மட்டும் *44* மொழிபெயர்ப்புக்கள் வந்துள்ளன *(*பிரகாஷ் *2009: 150, 151).*

*11.3.*வள்ளுவம் இதழ்

இதழ்கள் ஜனநாயகத்தின் நான்காவது தூணாகக் கருத்தப்படுகிறது. ''பேரறிவாளன் நெஞ்சில் பிறந்த பத்திரிக்கைப் பெண்ணே'' எனப் பாரதிதாசன் பாரட்டுகின்றார். பாரதியார் பத்திரிக்கையின் வாயிலாகதான் தன்னுடைய கருத்துக்களை மக்களிடம் கொண்டு சேர்த்துள்ளார். நாட்டு நடப்புகளை மக்கள் அறிந்துகொள்ளும் விதமாகவும் மக்களின் உணர்வுகளை அரசு புரிந்துகொள்ளும் விதமாகவும் இடைநிலை பாலமாக இந்தப் பத்திரிக்கைகள் செயல்படுகின்றன. திருக்குறளுக்கு நிறைய இயக்கங்கள் இருந்தன. அந்த இயக்கங்கள் குறள் நெறியினைப்

பரப்புவதற்குச் சில இதழ்களை நடத்தியுள்ளன. வ.சுப. மாணிக்கனாரின் குறளியம் போன்ற பல சிற்றிதழ்கள் வந்துள்ளன. இவற்றின் மத்தியில் குறள் நெறியினை ஆராய்ச்சி செய்து ஆய்விதழாக வடிவமைத்து இரு திங்கள் இதழாக 1999ஆம் ஆண்டு ஜனவரி மாதம் 'வள்ளுவம் இதழ்' முதல் முதலாக வெளிவந்தது. இந்த இதழ் பல்வேறு தரவுகளைத் தாங்கி வந்தாலும் பெரும்பாலும் ஆராய்ச்சிக் கட்டுரைகளையே மிகுதியாகத் தாங்கி வந்தது. அருமையான இதழ் வடிவமைப்பு மிகச்சிறந்த எழுத்துருக்கள் பயன்படுத்தப்பட்டுள்ளன. அட்டை வடிவப்பு அனைத்தும் நேர்த்தியாக இருந்தது. இந்த இதழில் விளம்பரம் மிக மிகக் குறைவு. 24 இதழ்களே மொத்தம் வந்தன. அதன் பின் இவ்விதழ் நின்றுவிட்டது. அறிஞர்கள் மத்தியில் இது நின்றுபோனதைப் பற்றி எந்த விதமான கவலையும் கொண்டதாகத் தெரியவில்லை. இதனை மீண்டும் கொண்டுவருவதற்குத் தமிழ்நாட்டில் தமிழ் ஆசிரியர்கள் எல்லாம் தன்னைத் தமிழ் அறிஞர்கள் எனச் சொல்லிக்கொள்ளும் ஒருவர் கூட இதற்கு முயற்சி எடுக்காதது ஒரு பெரும் குறையே. இந்த இதழின் ஆசிரியர் பல்லடம் மாணிக்கம், இ.சுந்தரமூர்த்தி, சிறப்பாசிரியர் ச.மெய்யப்பன், நெறியாளர் குழுவில் தமிழண்ணல், ச.வே.சுப்பிரமணியன், இரா.இளங்குமரன், தி.முருகரத்தனம், மருதமுத்து, ஆசிரியர் குழுவில் க.ப.அறவாணன், ஈரோடு தமிழன்பன், இரா.இளவரசு,, பா.வளனரசு, சு.சண்முகசுந்தரம், இன்குலாப், கி.நாச்சிமுத்து ஆகியோர் இடம்பெற்றிருந்தனர். பல்லடம் மாணிக்கம் அவர்களின் 'திருக்குறள் பண்பாட்டு ஆய்வு மையத்தின்' வாயிலாக இந்த இதழ் வெளிவந்துள்ளது.

வள்ளுவம் இதழில், கவிதைக்கு முக்கியத்துவம் கொடுக்கப்பட்டுள்ளது. இதழின் தொடக்கத்தில் ஒரு கவிதையும் முடிவில் ஒரு கவிதையும் இடம்பெற்றிருக்கும். மேலும் ஆசிரியரின் கடிதம், தலையங்கம் இதில் இடம்பெற்றுள்ளது. வாசகரின் கடிதம் வந்ததாகத் தெரியவில்லை.

வள்ளுவம் இதழில் உள்ள பொருட்கட்டமைப்பை வகைப்படுத்தும் போது; இந்த இதழில் இடம்பெறும் உள்ளடக்கங்களாகக் கவிதை, தலையங்கம், அடைவுகள்,

தகவல், விவாதம், கேள்விபதில்கள், திருக்குறள் தொடர்பான பல்வேறு வகையான ஆராய்ச்சிக் கட்டுரைகள், கடிதம் (இனிய தமிழ் மக்களே) ஆகியவை இடம்பெற்றுள்ளன.

11.4. கவிதைகள்

இந்த இதழில் 21 கவிஞர்கள் கவிதைகள் எழுதியுள்ளனர். இதில் ஈரோடு தமிழன்பன், சிற்பி, ஆகியோர் தொடர்ச்சியாகக் கவிதைகள் எழுதியுள்ளனர். தமிழன்பன் எழுதிய கவிதைகள் வணக்கம் வள்ளுவ என்னும் தலைப்பில் தனிக் கவிதை நூலாக வெளியிடப்பட்டது. அந்நூலுக்குச் சாகித்ய அகடாமியின் விருதும் கிடைக்கபெறுள்ளது. கவிதைகள் புதுக்கவிதையும் மரபு கவிதைகளும் இடம்பெறும் ஈரோடு தமிழன்பன் கவிதை ஆய்வு நூலில் விவாதிக்கப்பட வேண்டிய செய்திகள் கவிதைகளில் மிக எளிமையாகவும் கூர்மையாக வெளிப்படுத்தின. ஆய்வுக்கு எடுத்துக்கொண்ட இதழ்களில் மொத்தம் 31 கவிதைகள் இடம்பெற்றுள்ளன.

11.5. கட்டுரைகள்

இதழில் மிகுதியான இடத்தை ஆய்வுக் கட்டுரைகள் பிடித்துள்ளன. கட்டுரைகளை வகைப்படுத்தும் போது 1.மானிடவியல், 2.உரையியல், 3.ஒப்பாய்வு, 4.இசை, 5.பொருளாதாரம், 6.வரலாறு, 7.மொழி, 8.ஒப்பிலக்கியம், 9.இலக்கியதிறனாய்வு, 10.தத்துவம், 11.பதிப்பாக்கம், 12.ஆராய்ச்சி, 13.சமுகவியல், 14.மூலபாட திறனாய்வு, 15.மொழிபெயர்ப்பு, 16.திறனாய்வு எனப் பதினாறு தளங்களில் 289 ஆய்வுக் கட்டுரைகள் வந்துள்ளன. 183 பேர்கள் இந்த இதழில் கட்டுரைகள் வழங்கியுள்ளார்கள். தெ.பொ.மீ. அறிஞர் அண்ணா, அரசன்சண்முகனார் போன்ற மறைந்த அறிஞர்களின் கட்டுரைகளும் இதில் இடம்பெற்றுள்ளன. இங்கு, மொழி இலக்கியம் பதிப்புருவாக்கம், போன்ற சில பகுதிகளை மட்டுமே விளக்கி வகைப்படுத்தியுள்ளேன்.

11.5.1. மொழியியல் கட்டுரைகள்

மொழி அமைப்பு என்னும் பகுதியில் உரைகளையும் மொழியியல் கட்டுரைகளும் இணைத்துக் கொள்ளப்பட்டன. கட்டுரைகளும் அதன் ஆசிரியர்களுடன் மொழி உரை அமைப்பு என்னும் ஓர் அட்டவணை இங்கு கொடுக்கப்பட்டுள்ளது.

மொழி - உரை அமைப்பு திருக்குறள்

கட்டமைப்பைச் சிதைத்து ஓர் உரையாக்கம்	அகமுடை நம்பி க.சி.
உரைப்பாயிரம்	அரசஞ்சண்முகனார்
திருக்குறள் பாயிரவிருத்தி	அரசஞ்சண்முகனார்
திருக்குறளில் நாம் அறிந்த சொற்களும் நாம் அறியவேண்டிய வரலாறும்	அரவிந்தன் மு.வை.
குறளுக்கு இயல்புரை காண்பது எப்படி	சாரங்கபாணி, இரா.
முதல் உரையாசிரியர்	சாரங்கபாணி, இரா.
திருக்குறள் பொன்னுரைப் பகுதிகள்	பொன்னையா,வ
திருக்குறள் உரையும் சிவப்பிரகாசரும்	முருகசாமி, தெ.
கலைஞரின் திருக்குறள் உரைத்திறன்	மோகன், இரா.

மொழியியல் ஆய்வுக் கட்டுரைகள் இந்த இதழில் தொடர்ந்து வந்துள்ளன. அகத்தியலிங்கம், செ.வை.சண்முகம், இ.சுந்தரமூர்த்தி, பா.ரா.சுப்பிரமணியன், தமிழண்ணல், திருமுருகன், பொற்கோ, குளோரிய சுந்தரமதி, எல்.இராமமூர்த்தி ஆகியோர்கள் கட்டுரைகள் எழுதியுள்ளனர். அகத்தியலிங்கம் (5) முரண் தொடை என்னும் யாப்பு அமைப்பினையும் கவிதை உருவாக்கம் குறித்தும் மொழியியல் பின்னணியில் எழுதியுள்ளார். மொழி நடை, சந்தி அமைப்பு, கலைச்சொற்கள், யாப்பு அமைப்பு, மொழிச்சிந்தனை ஆகிய பொருண்மையில் கட்டுரைகள் ஆக்கப்பட்டுள்ளன. செ.வை.சண்முகம் கருத்துப் புலப்பாடும் இலக்கிய வகையும், கருத்துப் புலப்பாடும் யாப்பும், குறள் யாப்பும் வாசிப்பும், குறளில் பொருள்கோள், வள்ளுவரின் வாசிப்புக் கோட்பாடு, இலக்கிய உரை: மொழியியல் நோக்கு, திருக்குறள் இலக்கிய நோக்கு ஆகிய தலைப்புகளில் 7 கட்டுரைகள் எழுதியுள்ளார். இ.சுந்தரமூர்த்தி அவர்களுடைய கட்டுரைகள் திருக்குறள் பதிப்புக் குறித்தும் மொழிநடைக் குறித்தும் ஆகிய இருவகைப் பொருண்மையில் அமைந்துள்ளன. (குறள் மொழிநடையில் புதுமைப் போக்குகள், திருக்குறளில் உருவக மொழி நடை) பதிப்பு ஆக்கம் குறித்து 14 கட்டுரைகள் இடம்பெற்றுள்ளன. இதில் 9 கட்டுரைகள் இ.சுந்தரமூர்த்தி அவர்களின் கட்டுரைகளாகும்.

11.5.2. மொழி அமைப்பு

தமிழ் இலக்கியங்களில் காணப்படும் யாப்பமைதி மட்டுமன்றி மொழி அமைப்பும் (linguistics structure) முக்கிய இடத்தைப் பெறுகின்றன. செய்யுளின் உருவ ஆக்கத்திற்கு யாப்பே உயிர் என்றாலும் மொழியமைப்பும் செய்யுளின் மேம்பாட்டிற்கு முக்கிய பங்காக உள்ளது. இந்தக் கட்டுரைக்கு முதல் குறளை ஆய்வுப் பொருளாக எடுத்துக்கொண்டு அதன் தொடர் அமைப்பையும் அதன் சொற்கட்டுமானத்தையும் விவரித்து அவை எவ்வாறு சிறப்பாக அமைந்துள்ளன என்பதை எடுத்துக் காட்டுகிறார்.

"*அகர முதல எழுத்தெல்லாம் ஆதி பகவன் முதற்றே உலகு*" என்பது முதற்குறள். இதற்குப் பரிமேலழகர், எழுத்துக்கள் எல்லாம் அகரம் ஆகிய முதலை உடையன. அது போல உலகம் ஆதிபகவன் ஆகிய முதலை உடைத்து என உரை எழுதியுள்ளார்'' பேரா.அகத்தியலிங்கம் (வள்ளுவம் 1:28) பாடலின் பொருளை விளக்கம் தருவதோடு மொழியியல் செய்திகளையும் ஆங்காங்கு விளக்கிச்செல்கிறார். "ஒவ்வொரு வாக்கியமும் புதைநிலை வடிவம் புறநிலைவடிவம் என்ற இரு வடிவங்களைக் கொண்டது. புதைநிலை வடிவம் பொருளுக்கு உத்தரவாதம் அளித்துப் பொருளை நன்கு வெளிப்படையாகக் காட்டி நிற்பது. புறநிலை வடிவம் நாம் காணும் அல்லது கேட்கும் வடிவம் என மொழியிலாளர்கள் கூறுவார்கள்'' (வள்ளுவம் 1:29) புதைநிலையில் காணப்படும் எத்தனையோ சொற்கள் புறநிலையில் காணப்படவில்லை. இரண்டு தொடரையும் இணைக்கும் அது போல என்னும் சொல் புறநிலையில் மறைந்துள்ளது. இவை மட்டும் அல்லாமல் இப்பாடலில் ஐகார உருபும் கெடுக்கப்பட்டுள்ளமையைக் காணலாம். *முதலை உடையன* என்பது முதல் என்றும் *முதலை உடைத்து* என்பது முதற்று என்றும் மாறிநிற்கின்றன. ஐகாரத்தைப் போன்று இரண்டு வாக்கியங்களிலும் வரும் ஆகிய என்ற பெயரெச்சமும் கெட்டு நிற்பதைக் காண்கிறோம்.

அகரமாகிய முதல் என்பது அகரமுதல் என்றும், ஆதி பகவனாகிய முதல் என்பது ஆதிபகவன் முதல் என்று செறிவு நிறைந்து காணப்படுகின்றன. இத்தகைய பெயரெச்சங்கள்

கெடுவது கவிதைகளில் சாதாரணமாகக் காணக்கிடக்கின்ற ஒன்று. இத்தகைய மாற்றங்களும் பாடல்களுக்குச் செறிவையும் செம்மையையும் கொடுத்துக் கவித்துவத்தை உயர்த்திவிடக் காணலாம்.

அகத்தியலிங்கம், முரண் தொடை என்னும் கட்டுரை மிக நீண்ட கட்டுரையாகும். முரண் தொடையின் முழுவீச்சு என்னும் தலைப்பில் மூன்று கட்டுரையினை எழுதியுள்ளார். யாப்பு நூல்களும் உரையாசிரியர்களும் முரண்களை மூன்று ஐந்து என வகைப்படுத்தினாலும் இவர் இலக்கண அமைப்பு அடிப்படையில் காணப்படும் முரண்களைப் பட்டியலிட்டுக் காட்டுகிறார்.

பெயரடை	: சிறு X பெரு	(744)
வினையடை	: கடிது X மெல்ல	(562)
பெயர்	: நட்பு X பகை	(830)
வினையெச்சம்	: மிகின் X குறையின்	(941)
வினையாலணையும் பெயர்	: செய்வார் X செய்கலாதார்	(26)
குறிப்புவினைமுற்று	: உளம் X இல்லை	(336)
குறிப்புவினையாலணையும்பெயர்	: சிறியார் X பெரியார்	(976)
ஆக்கப்பெயர்	: பெருக்கம் X சுருக்கம்	(963)
இடைச்சொல்	: மேல் X கீழ்	(973)

முரண் தொடை தொடர்கள் சங்க இலக்கியங்களில் காணப்படுகின்றன. அவ்வமைப்பு அடிப்படையில் திருக்குறளில் மிகுதியாக முரண் தொடர்கள் காணப்படுகின்றன. *"மேலிருந்தும் மேலல்லார் மேலல்லர் கீழிருந்தும் / கீழல்லார் கீழல் லவர்"* (குறள்.973), *"இனிய உளவாக இன்னாத கூறல் / கனியிருப்பக் காய்கவர்ந் தற்று"* (குறள்.100) போன்ற குறள்களை உதாரணமாகச் சுட்டலாம். இந்த முரண் அமைப்பில் தொடர்நிலை முரண் (syntagmatic contrast) என்றும் அடுக்குநிலை முரண் (paradigmatic contrast) என்றும் இரு வகைகள் உள்ளன. ஒரே தொடரில் முரண்கள் வந்தால் அதனைத் தொடர்நிலை முரண் என்றும் ஒரு தொடரில் உள்ள ஒரு சொல்லும் அடுத்த தொடரின் முதல் சொல்லும் முரணாக அமைவது தொடர்நிலை முரண் என அழைக்கிறோம். இதனைப் பின் வரும் பகுதி விளக்குகிறது.

1.தொடர்நிலை முரண் (**syntacticmatic contrast**)

இனிய	உளவாக	இன்னாத	கூறல்
கனி	இருப்பக்	காய்	கவர்ந்தற்று

2.அடுக்குநிலை முரண் (**paradigmatic contrast**)

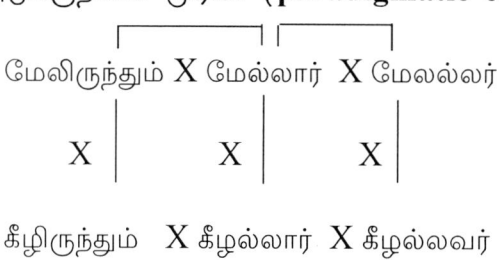

மேலிருந்தும் X மேல்லார் X மேலல்லர்

X X X

கீழிருந்தும் X கீழல்லார் X கீழல்லவர்

பா.ரா.சுப்பிரமணியன் அவர்களின் *'குறள் சந்தி பிரிப்பு பரிமேலழகர் உரை'* என்னும் கட்டுரை திருக்குறளைக் கற்போருக்கும் பதிப்போர்க்கும் கவனத்தில் கொள்ளவேண்டிய செய்திகளைச் சுட்டிச் செல்கிறது. சான்றாக; செவியுணவின் கேள்வி உடையார் (குறள் *413*) இந்தக் குறளின் விசேட உரையில் பரிமேலழகர் ''அல்வழிக்கண் வந்த *இன்* சாரியையது னகரம் வலிந்து நின்றது'' என்கிறார். *செவியுணவிற்* என்று இருந்தால் மட்டுமே பரிமேலழகர் உரை புரியும். சந்தி பிரிக்கும்போது உரையில் இதுபோன்ற இடங்களில் இலக்கணம் புரியாமல் போக வாய்ப்புள்ளதைச் சுட்டிச்செல்கிறார்.

11.5.3.மூலபாடம்

திருக்குறள் ஆய்வில் மிக முக்கியமான ஆய்வாகக் கருதப்படுவது மூலபாடத் திறனாய்வாகும். செ.வை.சண்முகம் வள்ளுவம் 7, 8இல் குறளின் மூலபாடம் என்னும் தலைப்பில் பெருங்கட்டுரை ஒன்றை வரைந்துள்ளார். அக்கட்டுரை மூலபாடத் திறனாய்வு எவ்வாறு செய்யவேண்டும் என்பதை விளக்குகிறது. குறளின் மூலபாடத்தைப் பொறுத்தவரை நூலின் பெயர் ஆசிரியர் பெயர், நூலமைப்பு, இயல், பால், அதிகாரப் பகுப்புகள் அதிகாரத்துக்குள் குறள் வைப்பு முறை ஆகியவைகள் இருபதாம் நூற்றாண்டுக்கு முன்னும் இடைச்செருகல் இருபதாம் நூற்றாண்டிலும் பிரச்சினைகளாக விவாதிக்கப்படுகின்றன

(செ.வை.சண்முகம்) என்றும், மூலபாட ஆய்வு பற்றி இரண்டு கருத்துக்கள் சுட்டிக்காட்டத் தகுந்தவை; 1. சான்றாதார மூல பாட ஆய்வுப்படியே குறள் நூலமைப்பில் இயல் அமைப்பு இரு அதிகாரத்துக்குள் குறிளின் வைப்புமுறை ஆகிய இரண்டில் மட்டுந்தான் பெரிய மாறுபாடு உள்ளது. பால் அமைப்பு, அதிகாரப்பெயர்கள், அதிகார வைப்புமுறை ஆகியவற்றில் குறிப்பிடத்தகுந்த மாற்றம் இல்லை. எனவே, அவைகளை மூலப்படி பாடமாகக் கொள்ளத்தகுந்தவை. 2.இன்றைய சமூகப் பண்பாட்டுக் காரணங்களை மனதில் கொண்டு 20ஆம் நூற்றாண்டு அறிஞர்கள் மூலபாடத்தை முழுவதும் சந்தேகப்பட ஆரம்பித்து விட்டார்கள். உதாரணமாகச் சோமசுந்தரபாரதியார் (1929) முப்பால் அமைப்பு வள்ளுவர் செய்ததாக இருக்கமுடியாது. வ.உ.சிதம்பரம் பிள்ளை (1935) முதல் மூன்று அதிகாரங்கள் இடைச்செருகல், தண்டபாணி தேசிகர் (1981) குறள் ஒரு தொகுப்பு நூல் என்று விமர்சிக்கப்பட்டுள்ளன. உரையாசிரியர்களும் நூல் அமைப்பிலும் இயல், பால் அமைப்பிலும் உள்ள பாடம் பல மாற்றங்கள் காணப்படுகின்றன. மணக்குடவர்க்கும் பரிமேலழர்க்கும் இடையே நிறைய மாற்றம் உள்ளன. செவ்வியல் நூல்களுக்கு நல்ல செம்பதிப்பு உருவக்கம்வேண்டியது மிகவும் அவசியமான ஒன்று. திருக்குறளைப் புரிந்துகொள்ள மூலபாடம் தேவை என்பதைச் செ.வை.சண்முகம் அவர்கள் வலியுறுத்துகிறார்.

11.5.4. பதிப்பு ஆக்கம்

தமிழ் ஆராய்ச்சி உலகில் பதிப்பு ஆராய்ச்சி குறித்து மிக விரிவாகவும், முதன்மையான ஆய்வாளராகவும் கருத்தத் தக்கவர் பேராசிரியர் இ.சுந்தரமூர்த்தி ஆவார். தமிழ்ப்பதிப்பு வரலாறு குறித்து அவர் விரிவான ஆய்வுகளை நிகழ்த்தியுள்ளார். வள்ளுவம் இதழின் ஆசிரியராகப் பணியாற்றியுள்ளார் என்பது முன்னமே குறிப்பிடப் பட்டுள்ளது. பதிப்பு குறித்து 14 கட்டுரைகள் இடம் பெற்றுள்ளன அதில் 9 கட்டுரைகளை இ.சுந்தரமூர்த்தி அவர்களால் எழுதப்பட்டவை. அதனை மூன்றாகப் பகுக்கலாம். 1.திருக்குறள் முதல் பதிப்பு குறித்த ஆய்வு, 2.திருமேனிகாரிரத்தன கவிராயர், சுகாத்தியர் பதிப்பு, புலவர் குழந்தை திருக்குறள் உரைப்பதிப்பு ஆகியவை இரண்டாவது வகையாகும். 3. திருக்குறள் பதிப்புக்களை ஆண்டு நிரலில் தொகுத்துக் கொடுப்பட்ட அடைவுகள் மூன்றாவது வகையாகக் கொள்ளலாம்.

1.திருக்குறள் முதல் பதிப்புத் தொடர்பாக இ.சுந்தரமூர்த்தி முதன் முதலில் விரிவாக ஆராய்ந்து எழுதியுள்ளார். 1812ஆம் ஆண்டு 'திருக்குறள் மூலபாடம்' முதல் முதலாக அச்சுருவம் பெறுகிறது. ''இலக்கண விலக்கிய வராய்ச்சியுடையவர் கரலிகிதப் பிழை யற வாராய்ந்து சுத்த பாடமாக்கப்பட்டது'' 1712 ஆம் ஆண்டு தரங்கம்பாடியில் அச்சுக்கூடம் அமைக்கப்பட்டு நூறு ஆண்டு கழித்து 1812இல் திருக்குறள் திருச்சியில் மாசத தினச் சரிதை அச்சுக்கூடத்தில் அச்சிடப்பட்டுள்ளது. இப்பதிப்பில் மூலபாட ஆராய்ச்சி மேற்கொள்ளப்பட்டுள்ளது. ஏடுகள் பரிசோதிக்கப் பட்டுள்ளன. திருநெல்வேலி அம்பலவாண கவிராயர் பிழை தீர்த்துச் சென்னைப் பட்டினத்துக்கு அனுப்பிவிச்சு அவ்விடத்திலிருந்து திருவாவடுதுறை ஆதீன வித்துவான் அம்பலவாணத் தம்பிரான் சீர்காழி வடுகநாத பண்டாரம் அவர்கள் மறுபடிக் கண்ணோட்டத்துடன் ஆராயப்பட்டு அச்சில் பதித்த காயிதப் பொத்தகம்'' என்று முன்னுரை பகுதியில் அரிய தகவல்களை ஆராய்ந்து செவ்விலக்கிய நூலின் பதிப்பு வரலாறு விரிவாக ஆராயப்பட்டுள்ளது.

2.இரண்டாம் வகைப் பதிப்புகளில் சுகாத்தியர் பதிப்புத் தொடர்பான ஆய்வு மிகச் சிறப்பான கட்டுரையாகும். 1889ஆம் ஆண்டு வந்த சுகாத்தியர் பதிப்பு குறிப்பிடத்தகுந்த பதிப்பாகும். இது சுவையான வரலாற்றைக் கொண்டதாகும். 'ஸ்காட்' (Schott) என்பதைத் தமிழ்ப்படுத்தி சுகாத்தியர் என அழைக்கப்பட்டுள்ளது. இப்பதிப்பு ''மனம் போனவாறு எதுகை மோனைகளை மாற்றியுள்ளார். பால், இயல், அதிகாரங்களை மாற்றிப் பதிப்பித்துள்ளார். அதிகாரம் என்பதைப் பதிகம் என்றும், பாயிரம் என்பதை நூன்முகம் என்றும் மாற்றியுள்ளார். இயன்முறைபால், இயைமுறைப்பால், இறைமுறைப்பால் என்பது முப்பால் எனப் பதிப்பிக்கப்பட்டுள்ளது. கடவுள் வாழ்த்து என்பது முதற்பொருள் வாழ்த்து என்றும் வான் சிறப்பு என்பது மழய்த்துணய் வாழ்த்து என்றும் பல அதிகாரப் பெயர்கள் மாற்றப்பட்டுள்ள பதிப்பாகும்.

குறிப்பாக இந்தப் பதிப்பில் ஐகார ஔகாரங்கள் மாற்றப்பட்டுள்ளது. தமிழில் ஐ, ஔ என்னும் எழுத்து கிடையாது. இது வடமொழியின் தாக்கத்தால் தமிழில் நுழைந்ததாகும். மிகுந்த தமிழ் உணர்ச்சி உடையவர் என்பதை அறியமுடிகிறது. உரய் இறய்வன், உவமய், தானய், மனக்கவலய்,

வணங்காத்தலய் இவை மட்டும் அல்லாமல் அதிகார (அதிகாரம் - பதிகம்) தலைப்புகளும் மாற்றப்பட்டுள்ளன. இல்வாழ்க்கை - இயன்முறைப்பால், மக்கட்பேறு - நோற்பியல், விருந்தோம்பல் - விருந்துடைமை ஆகிய பெரும்பகுதிகள் மாற்றப்பட்டுள்ளன. வகை, இயல், உடைமை, பயன் என முடிவுறும் பதிகப் பெயர்களும் அவற்றின் ஊடுபொருள்களும் பெரிதும் ஆய்விற்கு உரியனவாகும். ஊழாண்மை வகை, தேர்வியல், ஓம்பியல், காப்பியல், விளக்குடைமை, நாணுடைமை, ஈவாண்மைப்பயன் என மாற்றப்பட்டுள்ளன. இது குறித்து இ.சுந்தரமூர்த்தி குறிப்பிடுபோது ''ஏறத்தாழ ஒரு நூற்றாண்டுக்கு முன்பதிப்பிக்கப் பெற்ற சுகாத்தியர் பதிப்பு போற்றுவார் இன்மையினால் ஆய்வுலகிற்கும் கூட அறிமுகமாகாத நிலைக்குக் காரணம் வெள்ளிடைமலை. வெறும் எதுகை மோனைக்காக மட்டும் முழுமையாக ஆராயப் பெற வேண்டும் என்றும் நன்கு தமிழ் தெரிந்த ஒருவரே இங்ஙனம் பதிப்பு முயற்சியை மேற்கொண்டிருக்க வேண்டும் என்றும் சுகாத்தியர் என்பார் யார் என்பது குறித்தறிய வேறு சில சான்றுகளும் கிடைப்பின் இந்நூலின் வரலாறு முழுமையாய்த் தெரிய ஏதுவாகும்'' என இ.சுந்தரமூர்த்தி குறிப்பிடுகிறார்.

11.5.5. ஒப்பாய்வு

திருக்குறளோடு ஒப்பீட்டு அடிப்படையில் 23 கட்டுரைகள் வந்துள்ளன. சமயநூல் தத்துவத்துடனும், கோட்பாடுகளுடனும்,, இலக்கியத்துடனும் ஒப்பீட்டு ஆய்வு செய்யப்பட்டுள்ளன. 1.சமயத் தத்துவமான பகவத் கீதை, தேம்பாவணி, இஸ்லாம் ஆகிய தத்துவத்துடன் ஒப்பீட்டு ஆய்வு செய்யப்பட்ட கட்டுரைகள் இடம்பெற்றுள்ளன. 2. பிராய்டு, அரிஸ்டாட்டில், ஹெசீய்டு, அளவை இயல், ஆகிய கோட்பாடுகளுடனும், 3.சங்க இலக்கியம், அருட்பா, ஆத்திச்சூடி, திருக்கோவையார், திரை இசைப்பாடல்கள் ஆகிய இலக்கியத்துடன் ஒப்பீட்டு ஆராய்ந்த கட்டுரைகள் இடம்பெற்றுள்ளன.

1.பகவத் கீதை இந்திய மக்களிடம் நிலவி வரும் தொன்மக் கதைகளுள் ஒன்று. பகவான் கண்ணன் பகவத் கீதையை உபதேசித்தார் எனக் கருத்தப்படுகிறது. அதில் உள்ள சில

ஸ்லோகங்களைத் திருக்குறள் கருத்துகளோடு பொறுத்திப் பார்க்கப்பட்டுள்ளன. சான்றாக; அத்யாயம் 2. ஸ்லோகம் 68, எவனுடைய புலன் விஷயங்களிலிருந்து இழுத்து நிறுத்தப்பட்டு இருக்கின்றனவோ, அவனுடைய ஞானமே நிலையானதொரு ஞானமாகும். குறள்6 ''*பொறிவாயில் ஐந்தவித்தான் பொய்தீர் ஒழுக்க நெறிநின்றார் நீடுவாழ்வார்*'' என்பதோடு ஒப்பிட்டுக் காட்டப்பட்டுள்ளது. இதுபோல் இக்கட்டுரையில் 17 ஸ்லோகங்களுக்கு 17 குறள்கள் ஒப்பிட்டுக் காட்டப்பட்டுள்ளன.

2.செக்மன் பிராய்டு, மனிதனுக்கு விலங்குணர்ச்சிகள் (ID) உண்டு என்றார். இவ்வககை விலங்குணர்ச்சிகள் மனிதரைவிட்டு அகலவேண்டும் என்பதைத் திருக்குறள் காட்டுகிறது எனக் கட்டுரை (வள்ளுவம் 15 :72) வெளிப்படுத்துகிறது. பல நல்ல நூல்களைக் கற்றாலும் விலங்குணர்ச்சி எளிதில் மாறுவதில்லை ''பலநல்ல கற்றக் கடைத்தும் மனநல்லர்/ ஆகுதல் மாணார்க்கு அரிது'' (குறள்.823). ''விலங்கோடு மக்கள் அனையர் இலங்குநூல் / கற்றாரோடு ஏனை யவர்'' (குறள். 410), பிராய்டின் சிந்தாந்தம் குறள் கருத்தோடு ஒத்துப்போவதைக் காணமுடிகிறது. மேலும் மனத்தோடு தொடர்புடைய பல கருத்துக்களைத் திருக்குறளில் வெளிப்படுத்தியுள்ளார். சான்றாக; மாந்தர்தம் உள்ளத்தனையது உயர்வு (குறள்.595), உள்ளுவதெல்லாம் உயர் உள்ளல் (குறள்.596), உள்ளம் வலிமைபெறுவதற்கு ஒரு வழி தற்தூண்டல் (Auto-suggestion) மனம் நல்லது பற்றியே எண்ண வேண்டும் அவ்வாறு இருந்தால் தாழ்வு மனமும் வலிமைபெறும். இதனைத் திருவள்ளுவர் ''*உள்ளியது எய்தல் எளிதுமன் மற்றுந்தான் / உள்ளியது உள்ளப் பெறின்*'' (குறள்.540) என விளக்குகிறார்.

3.அருட்பாவில் குறட்பா என்னும் தலைப்பில் வள்ளுவரை வள்ளலாருடன் ஒப்பீடு செய்யப்பட்டுள்ளது. திருக்குறள் ஒரு தாய் இலக்கியம். அது தனக்குப் பின் வந்த இலக்கியங்களில் அதன் தொடர்கள் அப்படியே எடுத்து ஆளப்பட்டுள்ளன.

பற்றுக பற்றற்றான் பற்றினை அப்பற்றைப் / பற்றுக பற்று விடற்கு (குறள்.350) என வள்ளுவரும் ''*பற்றற்றான் பற்றினையே பற்றியிடல் வேண்டுமது / பற்றற்றால் அன்றிப் பலியாதால்*'' என வள்ளலாரும் பாடியுள்ளனர். ''*கொல்லாமை மேற்கொண்*

டொழுகுவான் வாழ்நாள் மேல் செல்லாது உயிருண்ணும் கூற்று'' (குறள்.326) வள்ளுவர் ஐம்பொறி அடக்கலையும் அவா நீக்கலையும் பொய்தீர்ந்த ஒழுக்க நெறி நிற்றலையும் இறைவனது திருவடிப் பணிதலையும் புலை, கொலை தவிர்த்து வாழ்ந்தலையுமே நீடுவாழ்தலுக்கான நன்னெறியாக உணர்த்தியுள்ளார். அத்தகைய நன்னெறியாம் அருள் நெறி நிற்றலையே வள்ளலார் சன்மார்க்கப் பெருநெறி என நிறுவியுள்ளார். என் மார்க்கம் நன் மார்க்கம் இறப்பு ஒழுக்கும் சன்மார்க்கம் என அறுதியிட்டுச் சொல்வதற்கும் இத்தகைய தத்துவத்தைக் கண்டத்தற்கு வள்ளுவத்தை வள்ளலார் பயின்று உள்வாக்கப்பட்டதே காரணமாகும்.

11.5.6. மொழிபெயர்ப்புகள்

மொழிபெயர்ப்புப் பற்றி நான்கு கட்டுரைகள் மட்டுமே வந்துள்ளன. அவை மலையாளத்தில் திருக்குறள் மொழி பெயர்ப்பு பற்றி மூன்று பேர் எழுதியுள்ளனர் கி.நாச்சிமுத்து, சிற்பி, நீலபத்மநாபன் (திருக்குறள் மலையாள மொழியாக்கம் சில சிந்தனைகள்) அ.அ. மணவாளன் ஒரு குறளின் ஆங்கில மொழி பெயர்ப்புப் பற்றியும் திருக்குறளின் முதல் மொழிபெயர்ப்புப் பற்றி வளனரசும் எழுதியுள்ளனர்.

11.6. தொகுப்பாக

இங்கு, கட்டுரைகள் மட்டும் ஆய்வுப்பொருளாக எடுத்துக்கொள்ளப்பட்டுள்ளது. இந்த இதழில் குறிப்பாக 20 இதழில் (18ஆம் இதழ் ஆய்வாளருக்கு கிடைக்கவில்லை) மொத்தம் 289 கட்டுரகள் இடம் பெற்றுள்ளன. அனைத்தும் ஆய்வுக் கட்டுரைகள் ஆகும். சமுதாய சிந்தனையை வெளிப்படுத்தும் விதமாக 28 கட்டுரைகள் இடம்பெற்றுள்ளன. சில கட்டுரைகள் மீண்டும் அதே தலைப்பில் பதிப்பிக்கப்பட்டுள்ளன. 34 கட்டுரைகள் தத்துவம் தொடர்பானவை. இது முழுவதும் திருக்குறள் மெய்யியல் சார்ந்ததாகும். 35 கட்டுரைகள் வரலாற்றுப் புரிதலோடு தொடர்புடையவை. 96 கட்டுரைகள் பொதுவாகத் திறனாய்வு எனத் தலைப்புக் கொடுத்துப் பிரிக்கப்பட்டுள்ளன. இவை மேலும் விரிவாக ஆராயப்படவேண்டியவை.

சுருக்கக்குறியீடுகள்

அகம்.	அகநானூறு
அல்.	அல்வழி
ஆ.கோ.	ஆய்வுக்கோவை
ஆர்.கோ.	ஆர்.கோதண்டராமன்
இ.ப.த.	இந்தியப் பல்கலைக்கழகத் தமிழாசிரியர் மன்றம்
இலக்.	இலக்கணம்
இளம்.	இளம்பூரணர்
உ.வே.சா.	உ.வே.சாமிநாதையர்
எழு.	எழுவாய்
எழுத்து.	எழுத்ததிகாரம்
ஐங்.	ஐங்குறுநூறு
கலித்.	கலித்தொகை
களவு.	களவியல்
கற்பி.	கற்பியல்
கன்.	கன்னடம்
குறள்	திருக்குறள்
குறிஞ்.	குறிஞ்சிப்பாட்டு
குறுந்	குறுந்தொகை
சிலம்பு.	சிலப்பதிகாரம்
சேனா.	சேனாவரையர்
தி.சௌ.	தி.சௌரிபெருமாளரங்கன்
திவா.	திவாகர நிகண்டு
தெ.பொ.மீ.	தெ.பொ.மீனாட்சிசுந்தரனார்
தெலு.	தெலுங்கு
தொ.உ.	தொடர் உறவு
தொல்.	தொல்காப்பியம்
நச்சி.	நச்சினார்க்கினியர்
நற்.	நற்றிணை
நன்.	நன்னூல்
நூ.	நூற்பா
ப.	பக்கம்
பக்.	பக்கங்கள்
பதி.ஆ.	பதிப்பு ஆண்டு
பய.	பயனிலை
ப.வே.	பாடவேறுபாடு
பி.வி.	பிரயோக விவேகம்
புறம்.	புறநானூறு
பெரும்பாண்.	பெரும்பாணாற்றுப்படை
மலை.	மலையாளம்
மலைபடு.	மலைபடுகடாம்
மறு.ப.	மறுபதிப்பு
வ.அய்.சு.	வ.அய்.சுப்பிரமணியம்
வே.	வேற்றுமை
abbr.	abbreviation
C	consonant
DED	Drividian Etymological Dictonary
Edt.	Editor
HKS.	Hariprasad Krishna Sastri
inst.	instrument case
KVSA.	K.V.Subramanaiya Ayer
Obj.	object case
p.	page
pp.	pages
S	sentence
SII.	South Indian Inscription
Tl.verb.	Tenseless verb
V	vowel
#	before
F	Zero morph
*	Proto structure
±	plus or minus
<	before
>	after

துணை நின்ற நூல்களும் கட்டுரைகளும்

அகத்தியலிங்கம், ச. 2002, தமிழ் மொழி அமைப்பியல், மெய்யப்பன் ஆய்வகம், சிதம்பரம்.

அமிர்தலிங்கன், பூ., 1963 வள்ளுவர் கண்ட உயிரனங்கள், காரைக்குடி.

அரங்கராசன், மருதூர், 2000, தமிழில் வேற்றுமைகள், பாலமுருகன் பதிப்பகம், மருதூர் அரியலூர்.

அரங்கன், கி. எழுவாயில் எழும் சில சிக்கல்கள், தமிழியல் ஆராய்ச்சி தொகுதி-8, 2005, பக்.13-25.

ஆசிரியக் குழு 1957, சிலப்பதிகாரம், மூலம், சென்னை மர்ரே-பதிப்பு.

ஆறுமுக நாவலர் விக்கிரம வருடம், சித்திரை மாதம், நன்னூல் காண்டிகையுரை சென்னை, வித்தியாநுபாலனயந்திரசாலை.

இளஞ்சேரன், கோவை., 1982, இலக்கியம் ஒரு பூக்காடு, சென்னை, ராக்போர்ட்டு பப்ளிகேசன்

இளம்பரிதி,கா 2011, பரமக்குடி என்கிற படுகளம்,

இளையபெருமாள் மா., 1977, கேரள பாணினீயம் தமிழ்த்துறை, கேரளப் பல்கலைக்கழகம் காரியவட்டம், திருவனந்தபுரம்.

கந்தசாமியார் 1923, தொல்காப்பியம் சொல்லதிகாரம் சேனாவரையம், சென்னை கழகவெளியீடு.

கார்த்திகேசு சிவத்தம்பி 2003, பண்டைத் தமிழ்ச் சமூக வரலாற்றுப் புரிதலை நோக்கி, சென்னை, மக்கள் வெளியீடு

கிருட்டிணமூர்த்தி, கோ., 1990, தொல்காப்பிய ஆய்வின் வரலாறு, சென்னை, சென்னைப் பல்கலைக்கழகம்.

கோதண்டராமன் பொன். தமிழில் ஐகாரம், ஔகரம், இலக்கண உலகில் புதிய பார்வை தொகுதி-1 1972

கோதண்டராமன், இரா. 2004 தமிழெனப்படுவது, சென்னை உலகத்தமிழாராய்ச்சி நிறுவனம்.

கோதண்டராமன், இரா. 2007, எழுவாய் ஏற்றம், வாழிய செந்தமிழ், பக். 242-253. உலகத்தமிழாரய்ச்சி நிறுவனம் சென்னை

கோதண்டராமன், இரா. இலக்கண விளக்க மரபுகள்: அகநிறைவும், புறநிறைவும் புதிய பனுவல் தொகுதி-2 அக்.2010

கோவிந்தசாமி பிள்ளை இராம., 1967 தொல்காப்பியம் எழுத்ததிகார மூலமும் மதுரையாசிரியர் பாரத்துவாசி நச்சியார்க்கினியருரையும், தஞ்சாவூர் சரசுவதி மகால் வெளியீடு எண் 119

கோவிந்தன், கா., க.ரத்னம் 2010 (மறுபதிப்பு) டாக்டர் கால்டுவெல்லின் திராவிட மொழிகளின் ஒப்பிலக்கணம் (4 பாகங்கள்), முல்லை நிலையம், சென்னை

சண்முகம், செ.வை. 1980, எழுத்திலக்கணக் கோட்பாடு, அனைத்திந்திய மொழியியல் கழகம், அண்ணாமலைநகர்.

சண்முகம், செ.வை. 2004, தொல்காப்பியத் தொடரியல், உலகத்தமிழாரய்ச்சி நிறுவனம், சென்னை.

சண்முகம், செ.வை.1978 தமிழ் எழுத்துச் சீர்திருத்தம், சிதம்பரம் அனைத்திந்திய மொழியியல் கழகம்.

சாமிநாதையர், உ.வே., 1947 (2ஆம் பதி.) குறுந்தொகை மூலமும் உரையும் சென்னை, கபீர் அச்சுக்கூடம்.

சாமி, பி.எல்., 1967 சங்க இலக்கியத்தில் செடி கொடி விளக்கம் சென்னை, கழக வெளியீடு.

சிதம்பரானார், வ.உ., 1935, திருக்குறள் அறப்பால்,

சிவசுப்பிரமணியன், ஆ., 2010, *கிறித்தவமும் தமிழ்ச் சூழலும்*, சென்னை காலச்சுவடு பதிப்பகம்.

சிவத்தம்பி, கா. 2006 தமிழ் மொழி கற்பித்தலில் உன்னதம், சென்னை, நியூசெஞ்சுரி புக் ஹவுஸ் பிரைவேட் லிமிடெட்.

சிவத்தம்பி, கார்த்திகேசு. 1999. இலக்கணமும் சமுக உறவுகளும், சென்னை: நியூசெஞ்சுரி புக் ஹவுஸ் பிரைவேட் லிமிடெட் (இரண்டாம் பதிப்பு).

சிவராசபிள்ளை 1929, உந்து என்னும் இடைச்சொல் பிரயோகம் அல்லது புறநானூற்றுப் பழைமை, சென்னை,சென்னைப் பல்கலைக்கழகம்.

சிவலிங்கனார், ஆ., தொல்காப்பிய உரைவளம், கற்பியல், சென்னை, உலகத்தமிழாராய்ச்சி நிறுவனம்.

சுந்தரமூர்த்தி கு 1989 தொல்காப்பியம், சொல்லதிகாரம், சேனாவரையர் உரை, சிதம்பரம், அண்ணாமலைப் பல்கலைக்கழகம்.

சுந்தரமூர்த்தி கு.1991 தொல்காப்பியம், எழுத்ததிகாரம் இளம்பூரணர்உரை, சிதம்பரம், அண்ணாமலைப் பல்கலைக்கழகம்.

சுப்பிரமணிய சாஸ்திரி, பி.எஸ். 1936, தமிழ் மொழி நூல், திருச்சி. Gegam & co, Dodson press.

சுப்பிரமணியப் பிள்ளை, கா. 2009, திருக்குறள் மூலமும் உரையும், சென்னை சாரதா பதிப்பகம்.

சுப்பிரமணியன்,தி.நா. 2004 (மறுபதிப்பு) பண்டைத் தமிழ் எழுத்துக்கள், சென்னை உலகத் தமிழாராய்ச்சி நிறுவனம்.

சுப்ரமணிய சாஸ்திரி, பி.எஸ்., 1930, தொல்காப்பியச் சொல்லதிகாரக் குறிப்பு,

செம்பியன்,கி. 2013, தொல்காப்பிய எழுத்ததிகார நச்சினார்க்கினிய உரை எடுத்துக்காட்டுக்களின் பகுப்புமுறை, செம்பனார்கோவில், திங்கள் பதிப்பகம்.

சேதுப்பிள்ளை ரா.பி., 2001(மறு.ப.), *திருவள்ளுவர் நூல் நயம்*, சென்னை, கழக வெளியீடு.

சோதிநாயகம், ஏ.த., 1994, *விலங்கியலும் தமிழியலும்*, சென்னை, உலகத் தமிழாராய்ச்சி நிறுவனம்.

தாமஸ் டிரவுட்மன், 2007, *திராவிடச் சான்று எல்லிஸீசும் திராவிட மொழிகளும்*, தமிழில் இராம.சுந்தரம், காலச்சுவடு பதிப்பகம், சென்னை வளர்ச்சி ஆராய்ச்சி நிறுவனம். சென்னை.

தாமோதரன்.அ., 1999, நன்னூல் மூலமும் சங்கரநமச்சிவாயர் செய்து சிவஞான முனிவரால் திருத்தப்பட்ட புத்தம் புத்துரை என்னும் விருத்தியும், சென்னை, உலகத் தமிழாராய்ச்சி நிறுவனம்.

திருமாளிகைச் சௌரிபெருமாளரங்கன், 1915, குறுந்தொகை மூலமும் திருக்கண்ணபுரத்தலத்தான் திருமாளிகைச் சௌரிப்பெருமாளரங்கன் இயற்றிய புத்துரையும் வேலூர், வித்யாரத்னாகர அச்சுக்கூடம்.

தேவநேய பாவாணர் 2000(மறு.ப.), *திருக்குறள் தமிழ் மரபுரை*, ஸ்ரீ இந்து பப்ளிகேஷன், சென்னை.

தேவநேயப் பாவாணர், ஞா. 1955, *தொல்காப்பியம் இளம்பூரணர் உரை*, சென்னை, கழக வெளியீடு.

நாகசாமி இரா. 2010 *கல்வெட்டியல்*, சென்னை, தமிழ் நாடு அரசு தொல்லியல் துறை

நுஃமான் எம்.ஏ., 2007, *அடிப்படைத் தமிழ் இலக்கணம்*, திருச்சி, அடையாளம் வெளியீடு.

பிரகாஷ், சு. 2009, *திருக்குறள் பன்முக வாசிப்பு*, சென்னை, மாற்று வெளியீடு.

பரமசிவம், கு., 1983, *இக்காலத் தமிழ் மரபு*, சிவகங்கை, அன்னம் வெளியீடு.

பரமசிவன், மா., 2009, *சங்க இலக்கியத்தில் மரையா குருகு*, சென்னை, மாணவர் மறுதோன்றி அச்சகம்

பாண்டுரங்கன்,அ 2004 *உடம்படுமெய்-புதிய பார்வை*, Journal of Tamil Studies, june No:65

பாலசுந்தரம் பிள்ளை, தி. 1954 தொல்காப்பியம் சென்னை, கழகம், 1954

பாலசுந்தரம், இரா. 1982 எழுத்துச் சீர்திருத்தம் , திருச்சி, பொன்னம்மைப் பதிப்பகம்,

பாலசுப்பிரமணியன், க., 2016(இல் வர இருக்கும்), *தொல்காப்பியச் சொற்பொருளடைவு*, தமிழ்ப் பல்கலைக்கழக வெளியீடு, தஞ்சாவூர்.

மருதநாயகம், 2009, எல்லிசின் திருக்குறள் விளக்கக் கையெழுத்துப் பிரதி, சீதை பதிப்பகம், சென்னை.

மருதநாயகம், 2012, எல்லீசரின் தமிழ் யாப்பிலக்கணம், சென்னை, காவ்யா பதிப்பகம்.

மாதையன் 2007, சங்க இலக்கியச் சொல்லடைவு, தமிழ்ப்பல்கலைக்கழகம் வெளியீடு, தஞ்சாவூர்.

மீனாட்சிசுந்தரம் தெ.பொ. 2007. (மறு.ப.) தமிழ் மொழி வரலாறு, சென்னை, முல்லை நிலையம்.17

முத்துச் சண்முகன், 1980(மறு.ப.) *இக்காலத் மொழியியல் மதுரை*: முத்துப் பதிப்பகம் .
ராம் சரண் சர்மா, 2004, பண்டைக் கால இந்தியா சென்னை, நியூ சென்சுரி புக் ஹவுஸ்.
வரதராசன், மு, 1955, மொழி நூல், சென்னை, கழக வெளியீடு.
வேலாயுதம் பிள்ளை சாமி., 1952, திருக்குறள் சொல்லடைவு, மொழியரசி பதிப்பகம்,
வேலுப்பிள்ளை ஆ. 2004(மறு.ப.) தமிழ் இலக்கியத்தில் காலமும் கருத்தும், சென்னை குமரன் புத்தக இல்லம்
வேலுப்பிள்ளை,ஆ1971, சாசனமும் தமிழும், கண்டி, குமரன் புத்தக இல்லம்.
வேலுப்பிள்ளை. ஆ. 2004 தமிழ்வரலாற்றிலக்கணம், பாரிநிலையம் சென்னை.
வேவிந்தராய நாட்டார், ந.மு. 1953 தமிழ் எழுத்தொலி நூல், அல்லது உலகப் பொது தமிழ் எழுத்தொலி நூல் தஞ்சை,
வையாபுரிப்பிள்ளை எஸ்., ம.ந.சோமசுந்தரம் பிள்ளை 1934 தொல்காப்பியப் பொருளதிகாரம், முதற்பாகம் நச்சினார்க்கினியம், சென்னை, சாது அச்சுக்கூடம்.

...............1956, தொல்காப்பியம் பொருளதிகாரம், இளம்பூரணர் உரை, சென்னை கழக வெளியீடு.

Agasthialingom,S & Kumaraswami Raja, K 1978 Ed. Studies in Early Darvidian Grammars, Annamalai Nagar, Annamalai University

Andronov, M.S. 1989, A Grammar of Modern and Classical Tamil, New Century Book House, Madras

Balasubramaniam K. 2001, Studies in Tolka:ppiyam, Annamalai University, Annamalai nagar.

Beschi, J.C. 1967, A Grammar of the high dialect of the Tamil Language, Madras.

Bhadriraju Krishnamurti, 2003, The Dravidian Languages, The Press Syndicate of the University of Cambridge, United Kingdom.

Burrow T. and M.B. Ememeau, 1998, A Dravidian Etymological Dictionary, Munshiram Manoharlal Publisher, fisr indian Edition.

Burrow, T. 1938, Dravidian Studies, BSOAS, 9.3. 711&22

Burrow,T., 1968, Collected papers on Dravidian Linguistics, Annamalai University, Annamalai Nagar.

Caldwell Robert, 1875, A Comparative Grammar of the Dravidian or South&Indian Family Of Languages. London:Trubnee & Co., Ludgate Hill.

Caldwell, Robert. 1961, Comparative Grammar of Dravidian or South Indian Family of Languages (4th Edition). Chennai, University of Madras

Ellis F.W., 1812, Tirukkural on virtue, Madras

Fillmore, Charles J. (1968), The Case for Case In: E. Bach and R.T. Harms (eds.) Universals in Linguistic Theory. London: Holt, Rinehart and Winston

George L. Hart (Inroduction) 2006, *Negotions with past: Classical Tamil in Contemporary Tamil*, U.S.A. University of Berkily

Gleason, H.A. 1955, *An introduction to Descriptive linguistics*, Holt, Rhinehart and Winstion, New York.

Heeras Rev.H. 1953 *Studies in Proto-Indo Mediterranean Culture*, Bombay, Indian Historical Research Institute

Hockett, C. F. 1958, *A Course in modern Linguistics*, McMilllan, New york.

Ilayaperumal 1961, தமிழில் ஜகாரம் *Dr.R.P.Sethu pillai, Siver Jubilee Commemoration Volume*, Madras.

Jules bloch, 1954, *The Grammatical Structure of Dravidian Languages* Deccan College, Poona.

Kanapathi pillai,K.2004, *A study of the Language of the Tamil Inscriptions 7th and 8th centurie A.D.*, Chennai, kumaran book House

Kothadaraman,R 1992, *Pre-Junctural Seme Vowels in Tamil*, PILC Journal of Dravidian Studies, 2:2/July

Kumaraswami Raja, N., 1969, *Post & Nasal Voiceless Plosives in Dravidian*, Annamalai University, Annamalainagar.

Lakoff, G. 1970, *Irregularity in Syntax*, Holt, Rine hart and Winston.

Lyon, J. 1968, *Introduction to Theoretical Linguistics*, Cambridge, London.

Mahadeven, Iravatham 2003, *Early Tamil Epigraphy From The Earliest Times to The Sixth Century A.D.* U.S.A The Department of Sanskrit and Indian Studies, Harvad University, U.S.A

Manikkam, V.Sp.1968, *A Gilmpse of Tamilology*, Trichy The Academy of Tamil Scholars of Tamil Nadu.

Meenakshisundaran T.P., 1965, *History of Tamil Language*, Deccan college, Poona.

Meenakshisundaran T.P., 1974, *Foreign Models in Tamil Grammar*, Dravidian Linguistics Association.

Meenakshisundram T.P. Dec. 1972, *Is the Tamil Alphabet system an Adaptation ?* Journal of Tamil Studies,

Pillai K.K 1956, "The Brahmi Inscription of South India and the Sangam age", *Tamil Culture*, Madras.

Pope, G.U., 1895, *A First Catechism of Tamil Grammar* (Reprint 1985) Saiva Siddhanta works Publishing society.

Ramesh K.V. *Indian Inscription : A study in Comparison and contrast*, I.CH.R., Bangalore.

Rangan.K.,2012, *Toward Formulating Formal Phonological Rules of Tolkappiyam& Eluttatikaram*, Chennai, Central Institute of Classical Tamil.

Romila Thapar, 2003, *History of Early India from the Origins to A.D.1300*, New Delhi, Penquin Books,

Subbiah A. Sep. 1973, Is the Tamil Alphabet sysatem an Adaptation ? Journal of Tamil Studies, Vol.3

Subrahmanya Ayyer K.V. 1925, The Earliest Monuments of the Pandya Country and their Inscriptions, pp.247-300, Proceeding and Transactions of the Third Oriental Conference, Dec.22-24,Madras
Subrahmanya Sastri, P.S. 1979, (1945) Tolka:ppiyam & Collatika:ram, Annamalai University, Annamalai nagar.
Subrahmanya sastri, P.S., 1934, History of Grammatical Theories in Tamil and their Relation to the Grammatical Literature in Sanskrit, Madras, Published in The Journal of Oriental Research.
Subrahmanya Sastri, P.S., 1947, Comparative Grammar of the Tamil Language.
Subrahmanyam, P.S. 2008, Dravidian Comparative Grammar-1 Mysore, Centre of Excellence for Classical Tamil Central Institute of Indian Languages,
Subramoniam V.I. 1954, April The Importance of Tamil Epigraphy, Tamil Culture.
Vaiyapuripillai, S., 1956, History of Tamil Language and Literature, Madaras, New Century Book House.
Velu pillai A. 1980 Epigraphical Evidences for Tamil Studies, chennai, International Institute of Tamil Studies.
Viapurippillai, S., 1988 History of Tamil Language and Literature Chennai, New Century Book House
Woolner, Alfred C. 1917 Introduction to Prakrit,, Culcutta. The university of the Panjab, Lahore,
Xavier S.Thani Nayagam 1997 Landscape and Poetry. A Study of Nature in Classical Tamil Poetry, Chennai, International Institute of Tamil Studies.
Zveleble, Kamil V. 1966 Jan-Mar. "The Brahmi Hybrid Tamil Inscription", *Tamil Culture*, Madras.
Zvelebil V. kamil 1970, Comparative Dravidian phonology, mouton, The Hague.
Zevalable Kamil V. 1973 Smile of Murugan, Netherland, Liden, E.J. Brill.
Zvelebil V. kamil 1974, Tamil Literature, Otto Harassowitz, Wise baden.

Dictionaries

A word Index for Cankam Literature, 1993, Thomas Lehmann and Thomas malten India, Institute of Asian Studies.
Pre-Pallavan Tamil Index 1990 N.Subrahmanian, University of Madras.
Tamil Lexicon, 1982 University of Madras.

A D. Campbell 1816, *Grammar of the Teloogoo Language*, Commonly Termed the Gentoo Peculiar to the Hindoos injabiting the north eastern provinces of the Indian Peninsula.

A GRAMMAR

OF THE

TELOOGOO LANGUAGE,

COMMONLY TERMED THE GENTOO,

PECULIAR TO THE HINDOOS INHABITING THE NORTH EASTERN PROVINCES

OF THE

INDIAN PENINSULA.

BY A. D. CAMPBELL,

OF THE

HONORABLE EAST INDIA COMPANY'S CIVIL SERVICE

ON THE

MADRAS ESTABLISHMENT,

MEMBER OF THE BOARD OF SUPERINTENDENCE

FOR THE

COLLEGE OF FORT St. GEORGE.

MADRAS.

Printed at the College Press.

By M. Sashachallum,

1816.

First page of F.W. Ellis' Commentary of Tirukkural on Virtue 1812 / 1819 First Edition.

அறப்பால்

ON VIRTUE.

CHAP. 1.

கடவுள்வாழ்த்து The praise of God.

The literal meaning of the title of this Chapter is preserved in the translation. According to established rule all Tamil compositions ought and, with few exceptions, all do commence by an invocation of the Deity, varying according to the sect of the writer. Tiruval'luver has devoted the whole of this Chapter to this subject.

I.

அகர முதல வெழுத்தெல்லா மாதி
பகவன் முதற்றே யுலகு (க)

As ranked in every alphabet the first
The self-same vowel stands, so in all worlds,
Th' eternal God is chief.

Literally *As A is the first letter &c.*—the first of our vowels, when pronounced short, is here intended, which is actually the first letter in all alphabets and the meaning of the distich, therefore, is, that, as this letter, however varying in form, is the first in all alphabets, so the same Deity, however varying in his energies and attributes, governs all nature. By translating the word எழுத்து *letters* instead of "alphabet" the sense of this couplet would be—*As the vowel A stands first among the letters* (of the Tamil alphabet) *so the eternal God stands first in the world*—and this in fact, is the meaning given to it in the Latin Commentary. The foregoing version, however, agrees with the reading of Parimel'azhager, who commenting on it says—தமிழெழுத்துக்கேயன்றி வடவெழுத்திற்கு முதலாதலி னெழுத்தெல்லா மென்றார் *It is not confined to the Tamil alphabet alone; seeing it to be the first, also, in the Northern*

திருக்குறள் சுகாத்தியார் (Schoot) பதிப்பு 1889 இதனைப் பதிப்பித்த ஸ்காட் என்னும் ஆங்கிலயர், தமிழ் அறிந்தவர் இப்பதிப்பில் ஐகார, ஔகாரங்களை முறையே அய் அவ் என்று பயன்படுத்தி அச்சிடப்பட்ட நூலாகும். இது அதன் முகப்புப்பக்கம்.

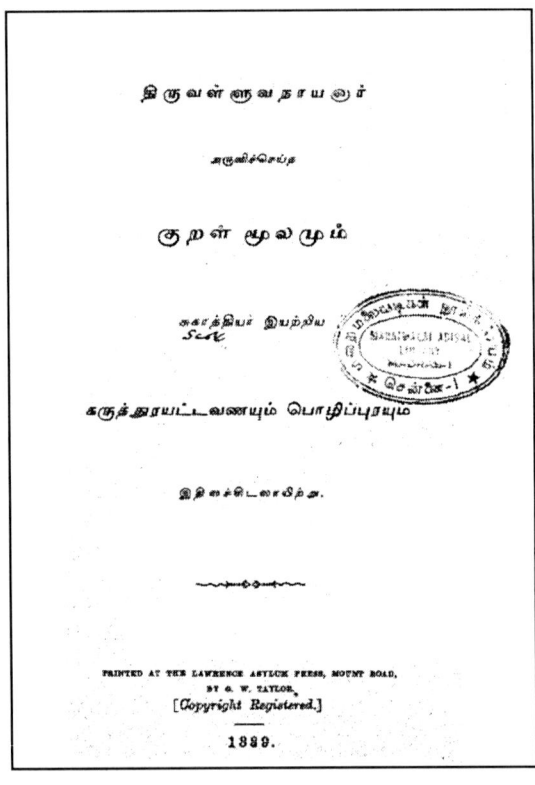

திருவள்ளுவநாயனார்

அருளிச்செய்த

குறள் மூலமும்

சுகாத்தியர் இயற்றிய

கருத்துரையட்டவணையும் பொழிப்புரையும்

இதிலச்சிடப்பெற்றன.

PRINTED AT THE LAWRENCE ASYLUM PRESS, MOUNT ROAD,
BY G. W. TAYLOR.
[Copyright Registered.]

1889.

திருக்குறள் சுகாத்தியார் (Schoot) பதிப்பு 1889

குறளும் அதன் பொருளுரை அமைப்பும்

மலர்மிசையேகினான் மாணடிசேர்ந்தார்
நிலமிசய் நீடுவாழ்வார். ... ... 3.

மலர்ந்த நெஞ்சத்தி னுலாவினானாகிய கடவுளது மாண்
பாய பாதங்களய் (யானெனலற்று) அடய்ந்தவரோ உல
கின்மேலாகிய உலகின்கண் நெடுங்காலம் வாழ்வார். 3.

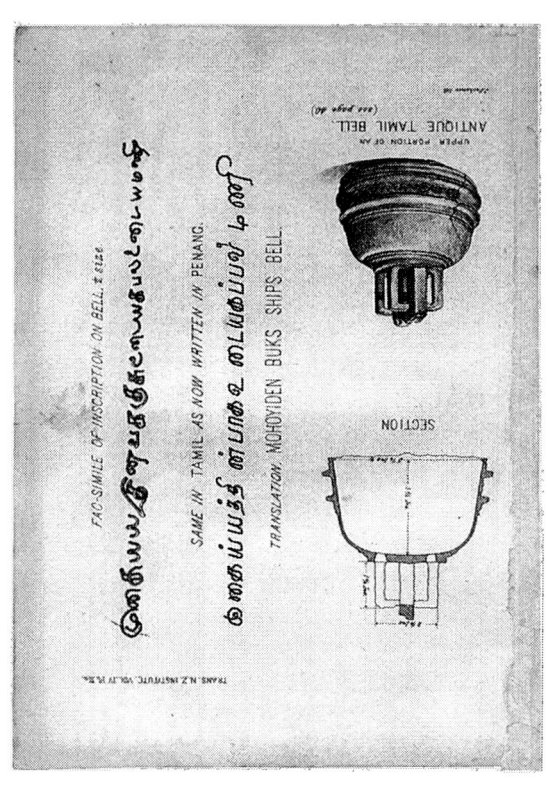

(இந்தப் படம் முதல் கட்டுரையோடு தொடர்புடையது பக்.19).

கணிய நந்தஸிரிகுவன்

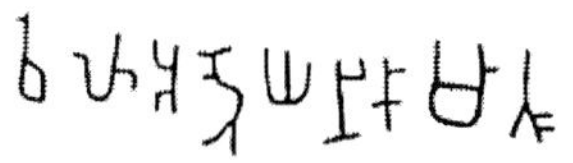

வெள் அறைய் நிகமது
காவிதி கழிதிக அந்தை
அஸீதன் பிணஉ கொடுப்பிதோ

(மாங்குளம் கல்வெட்டு 3)

தமிழ்ப் பிராமிக் கல்வெட்டுகளின் எண்கள்
(முதல் கட்டுரையோடு தொடர்புடையது)

1	மாங்குளம் 1	31	மேட்டுப்பட்டி 8
2	மாங்குளம் 2	32	மேட்டுப்பட்டி 9
3	மாங்குளம் 3	33	மேட்டுப்பட்டி 10
4	மாங்குளம் 4	34	கருங்காலக்குடி
5	மாங்குளம் 5	35	முதலைகுளம்
6	மாங்குளம் 6	36	அழகர்மலை 1
7	அரிட்டாபட்டி	37	அழகர்மலை 2
8	திருவாதவூர் 1	38	அழகர்மலை 3
9	திருவாதவூர் 2	39	அழகர்மலை 4
10	கீழவளவு	40	அழகர்மலை 5
11	கொங்கர்புளியங்குளம் 1	41	அழகர்மலை 6
12	கொங்கர்புளியங்குளம் 2	42	அழகர்மலை 7
13	கொங்கர்புளியங்குளம் 3	43	அழகர்மலை 8
14	மறுகால் தலை	44	அழகர்மலை 9
15	வரிச்சியூர் 1	45	அழகர்மலை 10
16	வரிச்சியூர் 2	46	அழகர்மலை 11
17	வரிச்சியூர் 3	47	அழகர்மலை 12
18	விக்கிரமங்கலம் 1	48	அழகர்மலை 13
19	விக்கிரமங்கலம் 2	49	சித்தன்னவாசல்
20	விக்கிரமங்கலம் 3	50	ஐயர்மலை
21	விக்கிரமங்கலம் 4	51	திருமலை 1
22	விக்கிரமங்கலம் 5	52	திருமலை 2
23	விக்கிரமங்கலம் 6	53	திருப்பரங்குன்றம் 1
24	மேட்டுப்பட்டி 1	54	திருப்பரங்குன்றம் 2
25	மேட்டுப்பட்டி 2	55	திருப்பரங்குன்றம் 3
26	மேட்டுப்பட்டி 3	56	முத்துப்பட்டி 1
27	மேட்டுப்பட்டி 4	57	முத்துப்பட்டி 2
28	மேட்டுப்பட்டி 5	58	முத்துப்பட்டி 3
29	மேட்டுப்பட்டி 6	59	ஜம்பை
30	மேட்டுப்பட்டி 7	60	ஆனைமலை
		61	புகளூர் 1

62 புகளூர் 2
63 புகளூர் 3
64 புகளூர் 4
65 புகளூர் 5
66 புகளூர் 6
67 புகளூர் 7
68 புகளூர் 8
69 புகளூர் 9
70 புகளூர் 10
71 புகளூர் 11
72 புகளூர் 12
73 மாமண்டூர்
74 குன்னக்குடி 1
75 குன்னக்குடி 2
76 தொண்டூர்
77 குடுமியாமலை
78 திருச்சிராப்பள்ளி
79 எடகல் 1
80 எடகல் 2
81 எடகல் 3
82 எடகல் 4
83 நேகனூர்பட்டி
84 அம்மன் கோயில்பட்டி
85 அரச்சலூர் 1
86 அரச்சலூர் 2
87 அரச்சலூர் 3
88 மன்னார்கோயில் 1
89 மன்னார்கோயில் 2
90 சித்தன்னவாசல் 1
91 சித்தன்னவாசல் 2
92 சித்தன்னவாசல் 3
93 சித்தன்னவாசல் 4
94 சித்தன்னவாசல் 5
95 சித்தன்னவாசல் 6
96 சித்தன்னவாசல் 7
97 திருச்சிராய்ப்பள்ளி 1
98 திருச்சிராய்ப்பள்ளி 2
99 திருச்சிராய்ப்பள்ளி 3
100 பெருமுக்கல்
101 அரசலாபுரம்
102 இந்தளூர்
103 ஈரெட்டிமலை
104 பறையன்பட்டு
105 திருநாதர்குன்று
106 பிள்ளையார்பட்டி
107 எடக்கல் 1
108 எடக்கல் 2
109 எழுத்துக்கல்லு
110 தமடகல்லு
111 புலிமான்கோம்பை

கலைச்சொற்கள்

Affix	விகுதி
Agent	எழுவாய், வினைமுதல்
Allophone	சார்ந்தொலி
Alveaolar nasal	அண்ண ஒலி
Analogical Extend	ஒப்புமை விரிவாக்கம்
Articulate function	பறப்புமுறை
Assimilation	ஓரி னமாதல்
Audio tap recorder	ஒலிப்பதிகைப்பொறி
Auto suggestion	தற்தூண்டல்
Bilingual coin	இருமொழி நாணயம்
Buddhist movement	புத்த துறவிகள் இயக்கம்
Burial site	தொல்கால புதைக்குழி
Case grammar	வேற்றுமை இலக்கணம்
Case relation	வேற்றுமை உறவு
Constituent	அமைப்பான்கள்
Contrast	முரண்
Contrastive distribution	வேற்றுநிலைவழக்கு
Deep level	அடிநிலை
Dental nasal	பல்லண்ண ஒலி
Dental sound	பல் ஒலிகள்
De-stress	படுத்தொலித்தல்
Dia syllabic	ஈரசை
Dialect	வழக்கு
Dialect form	கிளைமொழி
Diphthongs	கூட்டொலிகள்
Evoluation	பரி ணாமக் கொள்ளை
External adequacy	புறநிறைவு
External sandhi	புறச்சந்தி
Fricative	உரசொலி
Generalization	பொதுமையாகம்
Grammatical categorie	இலக்கணக் கூறு
Grammatical function	இலக்கணச்செயல்பாடு
Grammatical meaning	இலக்கணப்பொருள்
Grammatical subject	இலக்கண எழுவாய்
Grapheme system	வரி வடிவம்

Harmonic sequence of vowel	உயிர் இசைவுத் தொடர்பு
Hybrid Language	கலப்புமொழி
Hyper correction	மிகைத்திருத்தம்
ID	விலங்குணர்ச்சி
Image	படிமம்
Impersonal finite marker	பொதுவினைமுற்று விகுதி
Indian palaeography	இந்திய எழுத்துமுறை
Internal adequacy	அகநிறைவு
Internal sandhi	அகச்சந்தி
Lexical meaning	சொற்பொருண்மை
Lexical word	அகராதி சொற்கள்
Literacy	கல்வி
Mehalitic	பெருங்கற்படைகாலம்
Modality	துணைமை உறுப்பு
Mono syllabic	ஓரசை
Morphological condition	சொல்லியல் கட்டுப்பாடு
Morphological function	உருபனியல் செயல்பாடுகள்
Morphology	உருபனியல்
Morphophonemic	சந்தி
Morpho-phonology	சொல்நிலைசந்தி
Natural element	இயற்கைப்பொருள்
Nature language	இயற்கைமொழி
Non-syllabic vowels	அசைகுன்றிய உயிர்
Objective Case	செயப்படுப்பொருள்
Paradigmatic contrast	அடுக்குநிலை முரண்
Parallel	இணை
Phonemic System	ஒலியன் வடிவம்
Phonetical change	ஒலிமாற்றம்
Phonological condition	ஒலியியல் கட்டுப்பாடு
Phonological rule	ஒலியியல் விதி
Phonological System	ஒலிவடிவம்
Plosive	வல்லினம்
Projector	படங்காட்டி
Pronoun	பரதி பெயர்
Proposition	முதன்மை உறுப்பு
Proto form	தொல்வடிவம்
Provincial dialect	கிராமிய மொழி
Reciprocal assimilation	பரஸ்பர ஓரி னமாதல்

Reflection	மாற்று
Regressive assimilation	பன்வழி ஓரி னமாக்கம்
Root (stem)	பகுதி
Scribe	கல்வெட்டுவோர்
Scribel error	எழுதுவோரால் ஏற்படும் பழைகள்
Semantic base	பொருண்மை அடிப்படை
Semantic relationship	பொருளியல் உறவு
Sentence	தொடர்
Sentence	தொடர்மொழி
Sentential source	அடிநிலை வாக்கியம்
Strong verb	வல்வினை
Subject case	எழுவாய்வேற்றுமை
Subject-predicate	எழுவாய் பயனிலை
Surface level	மேல்நிலை
Syllabic structure	அசை அமைப்பு
Synatactic base	தொடரி யல் நிலை
Syntactic relationship	தொடரி யல் உறவு
Syntagmatic contrast	தொடர்நிலைமுரண்
Tense	காலம்
Thought	கருத்து
Universal truth	உலகம் தழுவிய உண்மை
Voiceless plosive	ஒலிப்பலாத் தடை ஒலி
Weak verb	மெல்வினை
Word	தனி மொழி
Writing system	எழுத்துமுறை

சுட்டி
(Subject Index)

அகச்சந்தி 73
அகத்திணை 152
அகத்தியமுனிவர் 136
அகத்தியலிங்கம் 43,118, 146,178
அகநானூறு 35
அகநிறைவு 80
அகப்புணர்ச்சி 81,85
அகராதி சொற்கள் 72
அகராதிப்பணி 154
அச்சு இயந்திரம் 97, 139
அச்சு எழுத்து 137
அசை 50
அசை அமைப்பு 12, 87
அசைகுன்றிய உயிர் 12
அசோகன்பிராமி 16
அடிநிலை 108
அடிநிலை இலக்கண உறவு xii
அடிநிலை வாக்கியம் 109
அடிப்படை இலக்கண அமைப்பு 60
அடுக்குநிலை முரண் 178
அணங்கு 167
அண்ண ஒலி 52,79
அணி 163, 167
அப்பாதுரையார் 173
அம்பலவாண தமிபிரான் 181
அமைப்பான்கள் 110
அமைப்பியல் 150
அமைப்பொழுங்குமுறை 106
அரங்கன் கி. 114, 146
அரசன் 166
அரசன்சண்முகனார் 176
அரிஸ்டாட்டில் 182
அருட்பா 182
அல்ஃபிரட் உல்நர் 27
அலர் 154
அல்வழி 81
அல்வழிப்புணர்ச்சி 74,83
அறவேந்தன் xii, xiii
அறிவியல் 165
அறிவியல்பெயர்கள் 13
அனிச்சம்பூ 165
அஃறிணை 118
அஃறிணை ஒருமை 122
ஆக்கபெயர் 178
ஆகுபெயர் 77,80,92
ஆசிரியர் 50
ஆண்பால் ஈறு 118
ஆண்பால் ஒருமை 119
ஆர்.எஸ்.சர்மா 20
ஆர்.கோ. x, xi, xiv
ஆர்ச்சிவ் ஓரியண்டல் 39
ஆரியர் 22
ஆழ்நிலைபொருள் 166
ஆறுமுகநாவலர் 73
ஆஷர் 141
இடப்பெயர் 124,129
இடம் 55
இடவேற்றுமை 84
இடைச்செருகல் 179
இடைச்சொல் 59, 60, 61, 178
இண்டோ இரானியன் 44
இணை 162
இதழ் 173

இந்திய எழுத்துமுறை	21	இளம்பூரணர்	4, 6, 12, 63, 92, 103, 152, 154, 167
இந்திய மரபு	72	இளையபெருமாள்	6
இந்திரன்	22	இறப்பிலாக் காலம்	64
இந்தோ ஆரியமொழிக்குடும்பம்	135	இறைச்சி	149
இயக்கக்குறிப்பு	61	இறைவன்	136
இயக்கம்	92	இனக்குழு	164
இயல்புபுணர்ச்சி	90	இனநூல்	159
இயற்கைச்சூழல்	159, 160	இனவியல்	160
இயற்கைப்பொருள்	160	இஸ்லாம்	182
இயற்கைமொழி	55	ஈரசை	88
இயைபு	xii	ஈரோடுதமிழன்பன்	174
இரட்டுறமொழிதல்	167	உ.வே.சா.	47, 78, 91, 145, 159
இராமசாமி ஐயர் எல்.வி.	70, 146	உடனிகழ்ச்சி வேற்றுமை	101
இராமசுந்தரம்	142	உடைமை வேற்றுமை	84
இராமநாதபுரம்	141	உண்மை கிறித்துவம்	139
இருமொழி நாணயம்	44	உந்தீற்றுமுற்றுவினை	56, 57
இருள்	165	உந்தீற்றுவினை	59, 67
இலக்கண அமைப்பு	54	உந்து	64
இலக்கண உறவு	xi, 69	உம் ஈறு	60
இலக்கண எழுவாய்	108	உயர்திணை	4, 118
இலக்கண வடிவம்	38	உயிர் இசைவுத் தொடர்பு	63
இலக்கண விளக்கம்	69	உயிர் எழுத்துக்கள்	3
இலக்கணக் கூறு	108	உயிரொலி மாற்றம்	52
இலக்கணக் கொத்து	105	உரசொலி	48
இலக்கணச்செயல்பாடு	101, 108	உரி	61
இலக்கணப்பொருண்மை	108	உருபன்	72
இலக்கணப்பொருள்	99	உருபனியல்	4
இலக்கணம்	viii, 127, 135	உருபனியல் செயல்பாடுகள்	13
இலக்கணவியல்	40	உருபனியல்-தொடரியல் நிலை	116
இலக்கிய நடை	124	உருபனியல்நிலை	116
இலக்கியத்தமிழ்	127, 128	உருபு	103, 105
இலக்கியத்திறனாய்வு	175	உரை	85
இலக்கியம்	167	உரைகள்	154
இலக்கியவியல்	150	உரைநுட்பம்	153
இலங்கை	45	உரையாசிரியர்	12, 171
இளங்குமரன்	174		

சுட்டி Subject Index

உலகம் தழுவிய உண்மை	163	ஒலிமாற்றம்	10
உவமைத்தொகை	107	ஒலியன்	15, 17,
உளநூல்	159	ஒலியன் கட்டுப்பாடு	76
உளவியல்	150	ஒலியன் வடிவம்	1
உள்ளுறை	149	ஒலியனியல்	48
எண்	xii, 55,56,	ஒலியியல்	142
எண்கள்	118	ஒலியியல் கட்டுப்பாடு	74
எதிர்காலச்சொல்	124	ஒலியியல் விதி	9
எமனோ	146	ஒலிவடிவம்	1
எருமை	51	ஒளி	165
எல்லீஸ்	viii, 20, 70, 115,	ஓரசை	88
	139,141,142,144,147	ஔகாரம்	3
எலி	161,162	ஃபில்மோர்	109, 110
எழுத்தியல் வரலாறு	35	கட்டுரைகள்	93,174, 175, 183
எழுத்திலக்கணம்	68	கணபதிபிள்ளை	41,46
எழுத்துப்பொறிப்பியல்	35	கமில் சுவலபில்	36, 39, 146
எழுத்துமுறை	19, 22, 47,	கருத்து	163
எழுதாக் கிளவி	135	கருவிப்பொருள்	112
எழுதுவோரால் ஏற்படும் பிழை	46, 47	கருவிவேற்றுமை	101
எழுவாய்	101, 107, 108, 112,127	கரோஷ்டி	1,9
எழுவாய் பயனிலை	102	கல்கத்தா	136
எழுவாய் வேற்றுமை	103, 104	கல்வி	23
எழுவாய்த்தொடர்	82	கல்வித்தொழில் நுட்பம்	151
எழுவாய்ப் பயனிலை	92	கல்வெட்டு	10, 26, 35,36,46
எழுவாய்வேற்றுமை	102	கல்வெட்டுவோர்	18
ஐகாரம்	viii, x, 2,3,7,	கலவைமொழி	39
	8,17,23,25,51	கவிதை	167, 174
ஐராவதம் மகாதேவன்	40, 44, 46	கவிதைகள்	175
ஒட்டு	116	கவிதைமொழி	162
ஒப்பாய்வு	182	களவு	156
ஒப்பிட்டு ஆய்வு	182	கற்பித்தல்	150
ஒப்புமை விரிவாக்கம்	48	கற்பியல்	151, 152, 155
ஒருமை	118,119	கற்றல்	150
ஒலிக்கட்டுப்பாடு	85	கன்னடம்	7,64,65,66,119,122,
ஒலிநிலை	6		123,125,143,147
ஒலிப்பதிகைப்பொறி	151	கன்னடமொழி	24
ஒலிப்பிலாத் தடை ஒலி	48	காக்கை	166

காதல்	149	கூற்று	153,155,156
காமக்கிழத்தியர்	153, 156	கூற்று அமைப்பு	155
காமக்கிழத்தியர் கூற்று	153	கெய் (ஜி.எஸ்.கெய்)	146
காம்பல்.ஏ.டி.	147	கே.கே.பிள்ளை	39
காரகம்	13, 113	கே.வி.சுப்பிரமணிய ஐயர்	20,37
கால்டுவெல்	5, 7, 63, 70, 71, 101, 115, 116, 117, 118, 119, 122, 123,128,131,132, 138, 142,146	கேம்பல் ஏ.டி..	115,140, 147
		கேரளப்பல்கலைக்கழகம்	43
		கேரளப்பாணினியம்	57,63, 64,73
		கையெழுத்துப்பிரதி	145
காலம்	56, 110	கொண்டல் சு. மகாதேவன்	xi
கி.இரா.சங்கரன்	xiv	கொரடா மகாதேவசாஸ்திரி	xi, 43,146
கி.நாச்சிமுத்து	xiv	கொல்லம்	137
கிண்டஸ்லே	173	கொள்கை	155
கிரந்தம்	7	கோட்டைக்கல்லூரி	140
கிரமட்டிகா தமுலிகா	139	கோதண்டராமன், இரா.	xi, 5,6,14,57,65, 70, 114, 125, 132, 146
கிராமிய மொழி	55		
கிருஷ்ண சாஸ்திரி	38,39	கோர்டோ பாதிரியார்	136
கிருஷ்ணமூர்த்தி பி.எச்.	146	கோஹூரார்கிழார்	59
கிரேக்கம்	149, 163	கௌசல்யா	42
கிளைமொழி	4	சங்க இலக்கியம்	xi, 68, 182
கீழ்த்திசை மாநாடு	38	சங்ககாலம்	159
கீழவளவு	36	சங்கப் பாடல்	xii, 96
குகைக்கல்வெட்டுகள்	40	சந்தி	xi, 3, 73
குண்டர்ட்	124,137	சந்தி இலக்கணக் கோட்பாடு	70
குமரிமாவட்டம்	60	சந்தி இலக்கணம்	69, 72,92
குமாரசாமி ராஜா	70, 105, 146	சந்திப்படலம்	69
குழந்தைகள்	137	சந்தியக்கரம்	10
குறளியம்	31	சப்தமணி தர்பணா	24
குறிப்பு	167	சமணக்கல்வி	23
குறிப்பு வினையாலணையும்பெயர்	178	சமணம்	18, 22
குறிப்புவினைமுற்று	178	சமணர்	22
குறியீடுகள்	21	சமயவங்கசுத்த	20
குறுந்தொகை	viii, xi, 76	சமஸ்கிருதம்	19,26,27, 54,70 122, 144, 149
கூகை	166		
கூட்டெழுத்து	10	சமஸ்கிருத மொழி	136
கூட்டொலி	2,11,12,19	சழகவியல்	150
கூழங்கைதம்பிரான்	4	சன்மார்க்கம்	183

சுட்டி Subject Index

சாகடாயனார் 24
சாகித்ய அகாடமி விருது 175
சாசனமும் தமிழும் 44
சாதவாகனர் 44
சாமி பி.எல். 159
சாமியட் 36
சாமுவேல்பிள்ளை 140
சாரங்கபாணி xiii
சார்ந்தொலி 10
சி.என்.ராவ் 39
சி.வை.தா. 47
சிங்களம் 147
சித்தர்பாடல் 144
சிதம்பரம்பிள்ளை வ.உ. 180
சிந்துவெளி 21
சிந்துவெளிநாகரீகம் 146
சிலப்பதிகாரம் 89
சிவசூத்திரம் 136
சிவஞானமுனிவர் 4, 125
சிவபெருமான் 136
சிவராசபிள்ளை xi, 55, 57
 58,59,63,64,146
சிற்பி 184
சீகன்பால்கு 137,148
சீர்காழி வடுகநாத பண்டாரம் 181
சீனம் 149
சுகாத்தியர் பதிப்பு 180,181
சுட்டுப்பெயர் 119,123
சுந்தரமூர்த்தி இ. 174, 176, 180,182
சுப்பிரணியன் பா.ரா. 179
சுப்பிரமணியசாஸ்திரி 1,5,7,8,89,104
சுப்பிரமணியன் ச.வே. 174
சுப்பிரமணியன் பா.ரா. 176
சுப்பிரமணியன் பி.எஸ். 146
சுமேரியம் 149
சுவடி 26
சுவாமிநாதம் 69

செ.வை.சண்முகம் xiii, 7,42,46,73
செ.வை.சண்முகம் 132,146,176,179
செந்தமிழ்ச்செல்வி 30
செந்தமிழ்நாடு 55
செப்புப்பட்டையம் 35
செம்பியன் xiv
செம்மொழிநிறுவனம் viii
செமிட்டிக்மொழி 127
செயப்படுபொருள் 3, 83, 112
செய்யுள் 68
செயுந்து வாய்பாடு 57
செவ்வியல் 57, 66, 67,68
 148, 149
செவ்வியல் இலக்கியம் 171
சென்னை 140, 172
சேகர் ஏ.சி. 42, 146
சேதுப்பிள்ளை 158
சேர சோழ பாண்டியர் 36
சேனாவரையர் 61,104,125
சொல் 72
சொல்நிலைசந்தி 40
சொல்லடைவு 40
சொல்லதிகாரம் 97
சொல்லியல் 77,142, 143
சொல்லியல் கட்டுப்பாடு 74, 76
சொல்லிலக்கணம் 98
சொற்பொருண்மை 108
சொற்பொருள் 99
சோமசுந்தரபாரதியார் 180
சோழர்காலம் 97
ஞாபகம் கூறல் 167
ஞானக்கண்ணாடி 139
ஞானசுந்தரம் 146
ஞானப்பிரகாசர் 173
டி.என்.சுப்பிரமணியம் 39
டி.டி.சந்விக் 36

டி.வி.மகாலிங்கம் 40
டியுனர் 41, 46
டி.ராகன் 163
டென்மார்க் 137
தகரப்புணர்ச்சி 79
தண்டபாணிதேசிகர் 180
தந்தைபெரியார் 172
தமிழ் 64,70,120,122,123,136141
143,149
தமிழ் இலக்கணமரபு 96
தமிழ் மலையாளம் 124
தமிழ் மொழி 54
தமிழ்க்கல்ச்சர் 38,41
தமிழ்க்கல்வெட்டு 27
தமிழகம் 148
தமிழண்ணல் 174
தமிழ்நூல்கள் 139
தமிழ்பிராமி 1
தமிழ்பிராமிக் கல்வெட்டு 17
தமிழி 20, 45
தமிழெனப்படுவது xi, 7
தரங்கம்பாடி 137, 139
தருக்க எழுவாய் 103, 109
தற்றூண்டல் 183
தன்மை 118
தன்மை ஒருமை 128
தனி மொழி 98
தனிநாயக அடிகள் xii, 159
தாமஸ் ட்ரவுட்மன் 20, 140, 141
தாவரம் 161,170,
திணை 55,56, 150
திணை, பால், எண், இடம், 62
திபத்தோ மொழிக்குடும்பம் 135
திராவிட மொழி xii, 20, 41, 51, 54,
71, 115, 122, 125, 132, 147
திராவிடக் கருத்தியல் 146

திராவிடச்சான்று 142, 147
திராவிடப் பெயர்ச்சொல் 122
திராவிடமொழி ஆய்வு viii
திராவிடமொழிக்குடும்பம் 135
திராவிடி 20
திருக்குறள் viii, 91, 109
138, 144, 158, 161,
171,172,178, 182,184
திருக்குறள் மூலபாடம் 181
திருக்குறளும் பெரியாரும் 172
திருக்கோவையார் 182
திருநாதர்குன்று கல்வெட்டு 20
திருநாவுக்கரசர் 136
திருநெல்வேலி 36
திருநெல்வேலி அம்பலவாண
கவிராயர் 181
திருமயிலை சண்முகம் பிள்ளை 6
திருமேனிகாரிரத்தனகவிராயர் 180
திருவள்ளுவர் 158, 171
திறனாய்வு 159
துணைமை உறுப்பு 110
தெ.பொ.மீ. x, 3,57, 116, 132
146, 172
தெ.பொ.மீனாட்சிசுந்தரனார் 42
தெய்வச்சிலையார் 99, 117
தெலுங்கு 7, 65, 66, 123, 125,
141, 143, 147
தெலுங்குமொழி 43
தெளிதமிழ் 31
தென்மொழி 31
தென்னிந்திய கோயில் சாசனங்கள் 39
தேம்பாவணி 144, 182
தேவநேயபாவாணர் 163, 173
தேவாரம் 136
தைத்திரீயப்ராதி சாக்கியம் 23
தொடர் 110

சுட்டி Subject Index

தொடர் அமைப்பு 99
தொடர்நிலை 6
தொடர்நிலை உறவு 108
தொடர்நிலைமுரண் 178, 179
தொடர்-பொருண்மை - xii
தொடர்மொழி 98
தொடரியல் 92, 102, 142, 144
தொடரியல் உறவு 113
தொடரியல்நிலை 13, 116
தொல் வடிவம் 124
தொல்காப்பிய நன்னூல் 140
தொல்காப்பியக் கல்வி 96
தொல்காப்பியம் xii, 4, 11, 26, 56
63, 96, 115, 117

தொல்காப்பியர் 59, 61, 62, 66
68, 71, 75, 106, 118, 150, 153
தொல்காப்பியர் உரை 156
தொல்திராவிட ஒலியன் 7
தொல்திராவிடம் 1, 55, 66, 120, 126
தொல்வடிவம் 19
தொன்னூல் விளக்கம் 69
நக்கீரர் 60
நச்சினார்க்கினியர் viii, 3, 4, 12
60, 63, 154
நடுகல் 35
நமச்சிவாயமுதலியார் 6
நரசிம்மையா 41, 146
நரி 166
நன்னூல் 4, 63, 69
நன்னூலார் 62, 69
நாகசாமி 20, 41
நாகம் 164
நாச்சிமுத்து 174, 184
நாணயம் 35
நாராயண ராவ் 38

நாலடியார் 138
நிலம் 160
நிறுத்தசொல் 72
நீலபத்மநாபன் 184
பஃறுலர் 21
பகவத்கீதை 182
பகுத்தறிவு 173
பகுதி 72
படங்காட்டி 151
படர்க்கை 62
படிமம் 162, 163
படுத்தொலித்தல் 9
பண்டமாற்றுமுறை 16
பண்டார்க்கர் ஆராய்ச்சி நிறுவனம் 37
பதப்புணர்ச்சி 87
பதிப்பு 171, 180
பதிப்பு ஆக்கம் 176
பதிலிப்பெயர் 130
பம்பபாரதம் xi
பயிற்றும் இயந்திரம் 151
பரத்தையர் 156
பரமசிவன் 102
பர்றோ 146
பர்னல் ஏ.சி. 141
பரஸ்பர ஒரினமாதல் 78
பரிணாமக் கொள்ளை 55
பல் ஒலிகள் 64
பலர்பால் 117
பல்லட மாணிக்கம் 174
பல்லண்ண ஒலி 52
பல்லினமெல்லொலி 79
பழங்கன்னடம் 41, 126
பறவை 169
பனம்பாரனார் 97
பன்மை 118, 123
பன்னீர்செல்வம் 43

பாகிரதி	42		புத்த துறவிகள் இயக்கம்	37
பாடம் (பாடவேறுபாடு)	145		புதைநிலை	113
பாடவேறுபாடுகள்	155		புதைநிலை வடிவம்	110, 177
பாண்டுரங்கன்	7		புலப்பாட்டுநெறி	160
பாணினி	20, 136		புலவர் குழந்தை	173
பாப்	141		புள்ளி	75
பாம்பணை	163		புறச்சந்தி	74
பாம்பு	161, 162, 164		புறநானூற்றுச் சொல்லடைவு	60
பாம்புகொடி	163		புறநானூற்றுப் புலவர்கள்	58
பாரசீகம்	149		புறநானூறு	viii, xi, 57, 58, 145
பால்	xii, 55, 56, 127		புறநிலை	113
பால் எண் இயைபு	116		புறநிலை வடிவம்	177
பாலசுப்பிரமணியன் க.	xiii, 117, 146		புறநிறைவு	79
பால்பகா அஃறிணை	82		புறப்புணர்ச்சி	87
பாலி	24		புன்னைக்காயல்	137
பாவேந்தர்	173		பூக்கள்	169
பானை ஓடு	21, 35		பெண்	150
பாஷா கௌடில்யம்	6		பெண்பால் ஒருமை	121
பி.எச். கிருஷ்ண மூர்த்தி	54		பெயர்	178
பிமாமிக்கல்வெட்டு	18		பெயரடை	178
பிரதி பெயர்	102		பெயர்த்தொகை	106
பிரயோக விவேகம்	105		பெயர்த்தொடர்	108
பிராகிருத ஆவணம்	38		பெயரெச்சம்	59, 177
பிராகிருதம்	24, 27		பெரியாழ்வார்	146
பிராகூய்	116		பெருங்கற்படை காலப் புதைக்குழி	16
பிராதிபதிகம்	104		பெஸ்கி (வீரமாமுனிவர்)	69
பிராமி	1, 19, 20		பேச்சுத்தமிழ்	128
பிராமி எழுத்து	40		பேய் எழுத்து	37
பிராமிக்கல்வெட்டு	viii, xi, xi, x, 37, 44, 52		பொதுமையாகம்	88
பிராய்டு	182, 183		பொதுவினைமுற்று விகுதி	58
பிறப்புமுறை	26		பொருட்குறிப்பு	61
பின்வழி ஒரினமாக்கம்	51, 78		பொருண்மை	13
புகளூர் கல்வெட்டு	47		பொருண்மை அடிப்படை	14
புணர்ச்சி	72, 73, 77, 84		பொருண்மை அமைப்பு	99
புணர்ச்சி அமைப்பு	92		பொருந்தல்	x
புணர்ச்சி இலக்கணம்	69		பொருளதிகாரம்	150, 152
			பொருளியல் உறவு	113

சுட்டி Subject Index

பொலிடியன்	145	முன்னிலை ஒருமை	6, 129, 130
பொற்கோ.	176	மூலபாடத்திறனாய்வு	175
போப் ஜி.யு.	69, 138, 145	மூலபாடம்	179,180
போர்ச்சுகீசிய மொழி	138	மெய் எழுத்து	75
போர்ச்சுகீசியர்கள்	137	மெய்ம்மயக்கம்	13, 92
மணவாளன் அ.அ.	184	மெய்யப்பன்.ச.	174
மயிலை சீனி வேங்கசாமி	149	மெய்யொலி மாற்றம்	53
மரபிலக்கண நூல்	26	மெல்வினை	76
மருங்கொலி	69	மேல்நிலைதொடர்	108
மருதநாயகம்	141	மேலூர்	36
மலையாளம்	7, 56, 66,70,116	மைலாப்பூர்	172
	121, 123, 128,130,141,147	மொழி	115,135
மலையாள மொழி	42, 75	மொழி அமைப்பு	175, 177
மலையாள லிபி	64	மொழிக்குடும்பம்	135
மஹா பாஷ்யம்	23	மொழிபெயர்ப்பு	145,173, 175,184
மாங்குளம் கல்வெட்டு	20	மொழியியல்	viii, 5, 12, 27, 71
மாணவர்	xiii		142, 151, 175, 176
மாணிக்கம் பா.வே.	172	மொழிவரலாறு	36
மாணிக்கம் வ.சுப.	174	யசோதரா காவியம்	23
மாத்திரை	3,10,11	யாப்பிலக்கணம்	15
மாதையன்	xii	யாப்பு	88,176
மாயவன்	14	யானை	165, 166
மாயன்	14	ராபர்ட் ஆண்ட்ரிசன்	69
மாறவர்மன் பாண்டியன்	43	ராஜ்மகால்	147
மாற்று	49	ராஜன் கா.	x, 16
மானிடவியல்	175	ரிக்வேத பிராதிசாக்கியம்	24
மிகைத்திருத்தம்	46,48	ரெனியஸ்	69
முத்துவீரியம்	69	ரெனியஸ் பாதிரியார்	138
முதன்மை உறுப்பு	110	ரொமிலா தாபர்	22
மும்மெய் மயக்கம்	71	லகர எகர புணர்ச்சி	76
முரண்	163	லண்டன்	42
முரண்தொடை	178	லத்தின்	144,149,173
முரண்வழக்கு	7	லலிதவிஸ்தர	20
முருகன் தொன்மம்	163, 64	வ.அய்.சு.	38, 43
முருகையன்	27	வ.அய்.சுப்பிரமணியம்	146,159
முன்னிலை	62, 118, 131	வட்டெழுத்து	45
முன்னிலை அசை	79	வடமொழி	5

வடமொழி இலக்கணம்	71	வீரமாமுனிவர்	138, 173
வண்ணசரபம் தண்டபாணி சுவமிகள் 4		வெங்கையா ராவ்	36, 37
வர்க்க எழுத்து	19	வேங்கடராஜூலு ரெட்டியார்	5,6,13
வரதராசன் மு.	159, 173	வேர்ச்சொல்	144
வரலாற்றிலக்கணம்	43	வேலுப்பிள்ளை	20, 23,43,46,69,159
வரிவடிவம்	viii, 1, 16, 19, 27	வேற்றுமை	101
வல்லினம்	3	வேற்றுமை இலக்கணம்	109
வல்வினை	76	வேற்றுமை உறவு	83, 110
வழக்கு	46	வேற்றுமை எண்ணிக்கை	100
வள்ளலார்	184	வேற்றுமை வகைப்பாடு	110
வள்ளுவம்	173	வேற்றுமைப்புணர்ச்சி	74, 79
வள்ளுவம் இதழ்	174	வையாபுரிப்பிள்ளை	47
வள்ளுவர்	165	வையாபுரிப்பிள்ளை	146
வாக்கிய அமைப்பு	54	ஐடவர்ம பாண்டியன்	43
வாக்கிய கட்டமைப்பு	144	ஜார்ஜ் ஹார்ட்	21, 148
வாய்மொழி வழக்கு	26	ஜான்மார்ஷல்	146
வாயில்கள்	153	ஜி.எஸ்.கெய்	42
விகுதி	72, 124	ஜுவல்ஸ் பிளாக்	57, 116, 132
விதி	77	ஜெர்மன்	137, 139
விபக்தி	113	ஸ்காட் (சுகாத்தியர்)	181
வியங்கோள்	86	ஹரிப்பிரசாத் கிருஷ்ணசாஸ்திரி	xi
விலங்கினங்கள்	168	ஹாலே	139
விலங்கினம்	161	ஹிப்ரு	149
விலங்கு	161	ஹிராஸ் பாதிரியார்	21
விலங்குணர்ச்சி	183	ஹவுல்ஸ் பாதிரியார்	139
வில்லியம் ஜோன்ஸ்	136	ஹொராட்ரிக் இண்டிக் மலபாரிக்	139
விவிலியம்	136		
விளிமரபு	13		
வின்ஸ்லோ	115		
வினைமுதல்	104, 109,112		
வினையடை	178		
வினையாலணையும்பெயர்	178		
வினையெச்சம்	65, 178		
வீரசோழிய உரை	167		
வீரசோழியம்	69, 104, 105		
வீரம்	149		